മുഖക്കുറി

പ്രകൃതിശാസ്ത്രത്തിൽ തത്പരരായ
ഡോക്ടർ ടി.ആർ. ജയകുമാരിയും
ശ്രീ. ആർ. വിനോദ്കുമാറും നടത്തിയ
ഒരു തീവ്രയത്ഞ്ജത്തിന്റെ പരിണതഫലമാണ്
വന്യജീവികളെക്കുറിച്ചുള്ള ഈ ആധികാരികഗ്രന്ഥം.
ഈ വിഷയത്തിലെ എണ്ണമറ്റ സംഭാവനകൾ കൊണ്ട്
കേരളത്തിൽ പ്രശക്തരായ രണ്ട് വ്യക്തിത്വങ്ങളാണ്
ഇതിന്റെ ഗ്രന്ഥകർത്താക്കൾ. അർപ്പണബോധമുള്ള
ഫോട്ടോഗ്രാഫർമാരുടെ സംഭാവനകളും
ഈ പുസ്തകത്തിന്റെ ചാരുത വർദ്ധിപ്പിക്കുന്നു.
കേരളത്തിലെ വന്യജീവികളെക്കുറിച്ച് സമഗ്ര
വിവരണം നൽകുന്ന ഈ അപൂർവഗ്രന്ഥം
ജന്തു ശാസ്ത്രമേഖലയ്ക്ക് ഒരു മുതൽക്കൂട്ടാണ്.

കൃഷ്ണദാസ്
മാനേജിങ് എഡിറ്റർ

'അമിതമായ കാലിമേച്ചിൽ ആദ്യം സസ്യങ്ങളെയും പിന്നെ മണ്ണിനെയും നശിപ്പിക്കുന്നു. തോക്കും കെണിയും വിഷവും അടുത്തതായി വലിയ പക്ഷികളെയും സസ്തനികളെയും ഇല്ലാതാക്കുന്നു. പിന്നീട് വരുന്ന റോഡുകളും ടൂറിസ്റ്റുകളും കാര്യമായി ഒന്നും അവശേഷിപ്പിക്കില്ല.'

-ആൽഡോ ലിയോപോൾഡ്

(ലോകപ്രശസ്തനായ പ്രകൃതിസ്നേഹിയും എഴുത്തുകാരനും വന്യജീവിസംരക്ഷകനുമാണിദ്ദേഹം)

ഉള്ളടക്കം

വന്യജീവികൾ

ഇന്ത്യാ ഉപഭൂഖണ്ഡത്തിന്റെ തെക്കേ മുനമ്പിൽ, തെക്കുവടക്കായി നെടുങ്കോട്ട പോലെ ഘനഗംഭീരമായി ശയിക്കുന്ന സഹ്യാദ്രിഗിരിനിരകൾ അതിരിടുന്ന കേരളത്തിന്റെ ജൈവവൈവിധ്യത്താൽ അതിസമ്പന്നമാണ്. ദുർഗ്ഗമങ്ങളായ പർവ്വതശൃംഗങ്ങളും താഴ്വാരങ്ങളും, ഇടതൂർന്ന മഴക്കാടുകളും സമൃദ്ധമായ മഴയും ചൂടുമുള്ള കാലാവസ്ഥയും ജീവജാലങ്ങളുടെ നിലനില്പിന് അനുയോജ്യമായതിനാലാണ് ഇത് സാധ്യമായത്. എണ്ണത്തിലും ജാതിയിലും വ്യത്യസ്തത പുലർത്തുന്ന എണ്ണമറ്റ ജീവജാലങ്ങൾ കേരളത്തിലെ കാടുകളിൽ കാണപ്പെടുന്നു. ഇവയിൽ, സസ്യങ്ങളും മൃഗങ്ങളും പക്ഷികളും ഇഴജന്തുക്കളും ജലജീവികളും ശലഭങ്ങളും ഉഭയജീവികളും ചിലന്തികളും പ്രാണികളുമെല്ലാം ഉൾപ്പെടും.

മനുഷ്യന്റെ ഇടപെടലുകളില്ലാതെ, സ്വാഭാവികമായ ചുറ്റുപാടിൽ സ്വതന്ത്രമായി ജീവിക്കുന്ന ഏതൊരു ജീവജാതിയെയും വന്യജീവി എന്ന് വിളിക്കാം. ജൈവമണ്ഡലത്തിൽ കണ്ടെത്തിയിട്ടുള്ള ജീവജാതികളിൽ ബഹുഭൂരിപക്ഷവും വന്യജീവികൾ എന്ന വിഭാഗത്തിലാണ് വരിക. ശാസ്ത്രീയാർത്ഥത്തിൽ, മനുഷ്യൻ പോറ്റിവളർത്താത്ത പക്ഷിമൃഗാദികളും നട്ടുപരിപാലിക്കാത്ത വൃക്ഷലതാദികളും കൂണുകളുമെല്ലാം വന്യജീവികളാണ്. എന്നാൽ, സാധാരണയായി ഈ പദം ഉപയോഗിക്കുന്നത് സസ്യങ്ങളൊഴികെയുള്ള ജീവികളെ സൂചിപ്പിക്കാനാണ്. അങ്ങനെ നോക്കിയാൽ, സസ്തനികളും ഉരഗങ്ങളും പക്ഷികളും ഉഭയജീവികളും മത്സ്യങ്ങളും എട്ടുകാലികളും ശലഭങ്ങളും മറ്റ് ഷഡ്പദങ്ങളുമെല്ലാം ഈ പദത്തിന്റെ അർത്ഥവ്യാപ്തിയിൽ വരും.

കേരളത്തിലെ വന്യജീവികളിൽ ഏറ്റവും ശ്രദ്ധേയമായവ സസ്തനികളാണ്. ലോകത്താകമാനമായി 4000-ത്തോളം സസ്തനിസ്പീഷീസുകൾ ഉള്ളതായാണ് ഗവേഷകരുടെ കണ്ടെത്തൽ. ഇന്ത്യയിൽ ആകെയുള്ള 400-ഓളം സസ്തനികളിൽ 100-ഓളം എണ്ണത്തെ കേരളത്തിലും കണ്ടുവരുന്നു. ദേശീയമൃഗമായ കടുവ മുതൽ ഏറ്റവും ചെറിയ സസ്തനിയായ ഇന്ത്യൻ പിഗ്മി ബാറ്റും സമുദ്രജീവികളായ തിമിംഗിലങ്ങളും വരെ ഇക്കൂട്ടത്തിലുണ്ട്. വിവിധ തരം മാനുകൾ, പൂച്ച വർഗ്ഗത്തിൽ

പെടുന്ന ആറിനം ജീവികൾ, കന്നുകാലി വർഗ്ഗത്തിൽ പെടുന്ന രണ്ടു ജീവികൾ, നാലു തരം കുരങ്ങുകൾ എന്നിവയെയും ഇവിടെ തിരിച്ചറിഞ്ഞിട്ടുണ്ട്. ഇവയെ കൂടാതെ, ഉരഗവർഗ്ഗത്തിൽപ്പെടുന്ന ജീവികൾ, ഉഭയജീവികൾ, പക്ഷികൾ, ഷഡ്പദങ്ങൾ എന്നിവയും നമ്മുടെ കാടുകളിൽ ധാരാളമായുണ്ട്.

ഈ ജീവികളെ അവയുടെ സ്വാഭാവിക ആവാസവ്യവസ്ഥകളിൽ വച്ചു തന്നെ നേരിൽ കാണാൻ കഴിയുന്ന വന്യജീവി സങ്കേതങ്ങളും ദേശീയോദ്യാനങ്ങളും നമുക്കുണ്ട്. ഈ സ്ഥലങ്ങളിൽ വച്ച് ഏതൊരു പ്രകൃതിസ്നേഹിക്കും വിനോദസഞ്ചാരിക്കും മിക്കവയേയും നേരിൽ കാണാവുന്നതാണ്. പക്ഷേ, കടുവ, പുലി, കരടി തുടങ്ങിയ ചില മൃഗങ്ങളെ കാണാൻ സാദ്ധ്യത കുറവാണ്. കാരണം, ഇവയിൽ പലതും നിശാസഞ്ചാരികളാണ് എന്നതു തന്നെ. മാത്രവുമല്ല, ഘോരവനങ്ങളിലാണ് ഇവ കഴിച്ചു കൂട്ടുന്നതും.

വന്യജീവികളുടെ സവിശേഷതകൾ

വന്യജീവികളുടെ ആവാസസ്ഥാനങ്ങൾ, ആഹാരസമ്പാദന രീതികൾ, സ്വഭാവങ്ങൾ, ജീവിതരീതികൾ, പ്രജനനരീതികൾ എന്നിവ ഒന്നിനൊന്ന് വിഭിന്നമാണ്. മിക്കവയും മനുഷ്യനെ ഒഴിവാക്കാൻ ശ്രമിക്കും. ചിലത് ശാന്തസ്വഭാവമുള്ളവയാണ്. എന്നാൽ, മറ്റു ചിലത് ആക്രമണ സ്വഭാവം കാണിക്കും. ജീവന് ആപത്ത് നേരിടുമെന്ന് കാണുമ്പോഴോ കുഞ്ഞുങ്ങളോടൊത്ത് കഴിയുമ്പോഴോ മാത്രം ആക്രമണകാരികളാകുന്നവയുമുണ്ട്. പക്ഷികളും ചിറകുള്ള മറ്റു ജീവികളും ആകാശത്ത് പറന്ന് നടക്കുമ്പോൾ മൃഗജാതികൾ ഗുഹകളിലും മാളങ്ങളിലും വസിക്കുകയോ മരക്കൊമ്പുകളിലും പൊത്തുകളിലും ജീവിതം കഴിച്ചു കൂട്ടുകയോ ചെയ്യുന്നു. പകൽ മുഴുവൻ വാസസ്ഥാനങ്ങളിൽ കഴിഞ്ഞ ശേഷം രാത്രി മാത്രം ഇരതേടി പുറത്തിറങ്ങുന്നവയും പകൽ മുഴുവൻ തീറ്റ തേടിയലഞ്ഞ് രാത്രി കൂടണയുന്നവയും രാത്രിയും പകലും സഞ്ചരിക്കുന്നവയും വന്യജീവികളുടെയിടയിലുണ്ട്.

കാട്ടിലെ എല്ലാ ജീവികൾക്കും ഭക്ഷണമാണ് പരമപ്രധാനം. എന്നാൽ, മനുഷ്യനെപ്പോലെ മൂന്ന് നേരം ആഹാരം കഴിക്കുന്ന രീതി വന്യജീവികൾക്കില്ല. കിട്ടുമ്പോഴും വിശക്കുമ്പോഴും വയറുനിറയെ കഴിക്കുമെന്ന് മാത്രം. ഭക്ഷണം ലഭിക്കാതെ വന്നാലും മിക്കവാറും വന്യജീവികൾക്ക് ക്ഷീണമൊന്നുമില്ലാതെ ഏതാനും ദിവസങ്ങൾ കഴിയാൻ സാധിക്കും. ഈ ദിവസങ്ങൾക്കിടയിൽ ഇവ ആഹാരം കണ്ടെത്തിയിരിക്കും.

വന്യജീവികളിൽ സസ്യഭോജികളും മാംസഭോജികളും മിശ്രഭോജികളുമുണ്ട്. പുല്ലുകളും കിഴങ്ങുകളും കായ്കനികളും ഇലകളും തണ്ടുകളും പൂക്കളും മറ്റും ഭക്ഷണമാക്കുന്നവയാണ് സസ്യഭോജികൾ. ഇവ മരങ്ങളിലും നിലത്തും ഭക്ഷണം തേടുന്നു. ഇവയെ ഭക്ഷണമാക്കുന്നവയാണ്

മാംസഭോജികൾ. മാംസഭോജികളാൽ ആക്രമിക്കപ്പെട്ടേക്കാം എന്ന ഭയത്താൽ സസ്യഭോജികൾ ആഹാരം, വാരിവലിച്ച് അകത്താക്കുകയാണ് ചെയ്യുന്നത്. പിന്നീട്, സുരക്ഷിതമായൊരു താവളത്തിൽ എത്തിയശേഷം, കഴിച്ച ഭക്ഷണം തിരികെ വായിൽ കൊണ്ടു വന്ന് ചവച്ചരച്ച് കഴിക്കുന്നു. ഇതിന് അയവിറക്കുക എന്നാണ് പറയുന്നത്. മിക്കവാറും സസ്യഭോജികൾക്ക് ഇത്തരമൊരു കഴിവുണ്ട്. സസ്യഭോജികൾ മിക്കവയും സംഘമായിട്ടാണ് ഇര തേടുന്നത്. നിരുപദ്രവികളും ശാന്തശീലരുമായ ഇവ മേയുമ്പോൾ, കൂട്ടത്തിലെ ഒന്നു രണ്ടു പേർ ചുറ്റുപാടുകൾ എപ്പോഴും വീക്ഷിക്കുന്നുണ്ടാവും.

സസ്യഭോജികളുടെ മേച്ചിൽസ്ഥലങ്ങൾ ചുറ്റിപ്പറ്റിയായിരിക്കും മാംസഭോജികളുടെ സഞ്ചാരം. മികച്ച വേട്ടക്കാരാണ് മാംസഭോജികൾ. ഈ ഇനത്തിൽ കേരളത്തിൽ 6 കുടുംബങ്ങളിലായി ഏതാണ്ട് 22 സ്പീഷീസുകളെ ഗവേഷകർ തിരിച്ചറിഞ്ഞിട്ടുണ്ട്. ഓരോ ജീവിയും ഇരയെ വീഴ്ത്തുന്നത് ഓരോ രീതിയിലാണ്. കടുവ ചാടി വീണ് കടിച്ചു കൊല്ലുമ്പോൾ, കാട്ടുനായ്ക്കൾ സംഘമായി ചേർന്ന് ഇരയുടെ വയർ കടിച്ചു കീറുകയാണ് ചെയ്യുന്നത്. എന്നാൽ, പെരുമ്പാമ്പിനെ പോലുള്ളവ ഇരയെ വിഴുങ്ങുകയാണ് പതിവ്. മാംസഭക്ഷണം കിട്ടിയില്ലെങ്കിൽ ചില ജീവികൾ സസ്യങ്ങളെ ആശ്രയിക്കും. ഇവയാണ് മിശ്രഭോജികൾ.

പകൽ തീറ്റ തേടുന്ന വന്യജീവികൾ പ്രഭാതവും സായാഹ്നവുമാണ് ഇതിനായി തെരഞ്ഞെടുക്കുന്നത്. മിക്ക പക്ഷികൾക്കും മൃഗങ്ങൾക്കും മധ്യാഹ്നം വിശ്രമസമയമാണ്. ഇവ ഈ സമയത്ത് ശബ്ദമുണ്ടാക്കുകയോ, ഭക്ഷണം തേടുകയോ ഇല്ല. പകരം തണൽ തേടി വൃക്ഷക്കൊമ്പുകളിലോ വള്ളിക്കുടിലുകളിലോ ഗുഹകളിലോ അലസമായിരിക്കുകയോ ഉറങ്ങുകയോ ചെയ്യും.

വന്യജീവികളിൽ മിക്കവയ്ക്കും അവരുടേതായ ഒരു സാമ്രാജ്യം അഥവാ അധിവാസമേഖല കാണും. കടുവ, പുലി, കരടി തുടങ്ങിയ മൃഗങ്ങൾ തങ്ങളുടെ സാമ്രാജ്യത്തിലേക്ക് സ്വജാതിയിലുള്ള മറ്റൊരു മൃഗത്തെയും കടത്തുകയില്ല. മൂത്രമൊഴിച്ചും വൃക്ഷങ്ങളിൽ നഖം കൊണ്ട് മാന്തിയും ഇവ സാമ്രാജ്യാതിർത്തി രേഖപ്പെടുത്താറുണ്ട്. കൂടെക്കൂടെ ഇവ അതിർത്തിയിലൂടെ നടന്ന് സ്വന്തം അധീശത്വം അറിയിക്കാനും ശ്രമിക്കും. സാധാരണഗതിയിൽ ഒരു മൃഗത്തിന്റെ പ്രവർത്തന മണ്ഡലത്തിൽ ആ ജാതിയിൽപ്പെട്ട മറ്റൊരു മൃഗം കടക്കുകയില്ല. അഥവാ കടന്നാൽ, പിന്നെ പോരാട്ടമാണ്. നിലനില്പിനു വേണ്ടിയുള്ള പോരാട്ടത്തിൽ ഒന്ന് മറ്റൊന്നിനെ കീഴടക്കും. നിലത്തു മാത്രമല്ല, വൃക്ഷങ്ങളിലും ഈ അതിർത്തി നിർണ്ണയമുണ്ട്. കരിങ്കുരങ്ങും, സിംഹവാലനും ഉൾപ്പെടെയുള്ള കുരങ്ങുകളിൽ ഈ സ്വഭാവം കാണാം. ചില ഉരഗങ്ങളിലും ഇത്തരം സ്വഭാവം കണ്ടുവരുന്നുണ്ട്. നമ്മുടെ ചുറ്റുവട്ടത്തെ നായകളും മൈനകളെ പോലുള്ള പക്ഷികളും ഇത്തരം സ്വഭാവമുള്ളവയാണ്.

എല്ലാ വന്യജീവികൾക്കും ഇണകൾ കാണും. ഒരിണ മാത്രമുള്ള വയും ഒന്നിലധികം ഇണകളെ സ്വീകരിക്കുന്നവയും ഇക്കൂട്ടത്തി ലുണ്ടാവും. ഒരിണയോടൊപ്പം ജീവിതകാലം മുഴുവൻ കഴിയുന്നവയും കുറച്ചുകാലം കഴിഞ്ഞശേഷം വിട്ടുപോകുന്നവയും താൽക്കാലികമായി മാത്രം ബന്ധം പുലർത്തുന്നവയും വന്യജീവികളിലുണ്ട്. ഇണകൾക്ക് വേണ്ടി ആൺജീവികൾ തമ്മിൽ പോരടിക്കുന്ന കാഴ്ചയും കാട്ടിൽ ക്കാണാം. പൊരുതി ജയിക്കുന്ന ശക്തനെയായിരിക്കും പെൺജീവികൾ സ്വീകരിക്കുക. കരുത്തും നല്ല ജനിതകഗുണങ്ങളുമുള്ള തലമുറകളെ സൃഷ്ടിക്കാൻ പ്രകൃതിയൊരുക്കുന്ന മുൻകരുതൽ എന്നുവേണം ഇതിനെ കണക്കാക്കാൻ.

മിക്കവാറും വന്യജീവികളിലെ ആണും പെണ്ണും തമ്മിൽ കാഴ്ചയ്ക്ക് വ്യത്യാസമുണ്ടായിരിക്കും. ഉദാ: മാൻ വർഗ്ഗത്തിലുള്ള വന്യജീവികൾ, ആന. ചില സ്പീഷീസുകളിൽ ആണിനെയും പെണ്ണിനെയും തിരിച്ച റിയാൻ സാധിക്കില്ല. ഉദാ: കാട്ടുനായ്. ആൺ-പെൺ കാട്ടുനായ്ക്കളെ തിരിച്ചറിയുക ബുദ്ധിമുട്ടുള്ള കാര്യമാണ്. ശരീരവലുപ്പം, കൊമ്പ്, നിറം, ഭാവം, പ്രജനനകാലത്ത് ശരീരത്തിലുണ്ടാകുന്ന നിറഭേദങ്ങൾ എന്നിവ യിലൂടെയാണ് ജീവജാലങ്ങളിലെ ആൺ-പെൺ വ്യത്യാസം കണ്ടെത്തു ന്നത്. മാനുകളിൽ ആണിന് കൊമ്പ് കാണും. എന്നാൽ, പെണ്ണിന് കൊമ്പുണ്ടാവില്ല. പക്ഷേ, കാട്ടുപോത്തുകളിൽ ആണിനും പെണ്ണിനും കൊമ്പുണ്ടാകും. ഇവയെ തിരിച്ചറിയാൻ പ്രയാസമായിരിക്കും.

കുഞ്ഞുങ്ങളെ സംരക്ഷിക്കുന്നതിൽ എല്ലാ വന്യജീവികളും ജാഗരൂ കരാണ്. പൂർണ്ണവളർച്ചയെത്തിയ ശേഷമാണ് മിക്ക വന്യജീവികളും കുട്ടികളെ ഉപേക്ഷിക്കുന്നത്. വന്യജീവികളുടെ കുട്ടികളെ തിരിച്ചറിയു ന്നത് പ്രധാനമായും അവയുടെ രോമത്തിന്റെ നിറം, ശരീരവലുപ്പം, കൊമ്പിന്റെ വലുപ്പം എന്നിവയൊക്കെ നോക്കിയാണ്. വളരുന്നതനുസരിച്ച് രോമത്തിനു നിറവ്യത്യാസമുണ്ടാവും. ഉദാഹരണത്തിനു കാട്ടു പോത്തിന്റെ കുട്ടിക്ക് വയ്ക്കോലിന്റെ നിറമാണ്. എന്നാൽ, ഒരു വർഷം കഴിയുമ്പോൾ ഈ നിറം പൂർണ്ണമായും മാറും. അതുപോലെ കാട്ടുപന്നി കളുടെ കുട്ടികൾക്കു ആദ്യമാസങ്ങളിൽ ദേഹത്ത് വരകളുണ്ടായിരിക്കും. കൊമ്പുള്ള ജന്തുക്കളിൽ പ്രായപൂർത്തിയാകാത്ത ആണിന് കൊമ്പ് ചെറു തായിരിക്കും. പ്രായപൂർത്തിയായ മാനിന്റെ കൊമ്പ് വർഷാവർഷം കൊഴിഞ്ഞു പോകുകയും പിന്നീട് പുതിയത് മുളയ്ക്കുകയും ചെയ്യും.

വംശനാശ ഭീഷണി

ഇന്ത്യയിൽ വംശനാശഭീഷണി നേരിടുന്ന വന്യജീവികൾ നിരവധി യാണ്. ഇന്നത്തെ തോതിൽ വനനശീകരണവും പരിസരമലിനീകര ണവും ആഗോളതാപനവും കാലാവസ്ഥാവ്യതിയാനങ്ങളും വിഭവചൂഷണവും തുടർന്നാൽ 10 ലക്ഷത്തിലേറെ ജീവജാലങ്ങൾ ഈ നൂറ്റാണ്ടിന്റെ പകുതിയോടെ എന്നേക്കുമായി അപ്രത്യക്ഷമാകുമെന്ന് കണക്കാക്കപ്പെടുന്നു. ഒരു ദിവസം കുറഞ്ഞത് 100 സ്പീഷീസുകൾ വരെ

ഇല്ലാതാകും എന്ന് സാരം. ഇത് പ്രകൃതിസ്നേഹികളുടെ ഊഹക്കണക്കല്ല; മറിച്ച് ശാസ്ത്രലോകത്തിന്റെ വസ്തുനിഷ്ഠമായ കണ്ടെത്തലാണ്.

വംശനാശഭീഷണി നേരിടുന്ന ജീവജാലങ്ങളെപ്പറ്റി, ഐക്യരാഷ്ട്ര സഭയുടെ കീഴിൽ പ്രവർത്തിക്കുന്ന ഇന്റർനാഷണൽ യൂണിയൻ ഫോർ കൺസർവേഷൻ ഓഫ് നേച്ചർ ആന്റ് നാച്ചുറൽ റിസോഴ്സസ് (ഐ.യു. സി.എൻ.) തയ്യാറാക്കുന്ന റെഡ് ഡേറ്റാ ലിസ്റ്റ് പ്രകാരം ലോകത്താകമാനം 22,784 സ്പീഷീസുകൾ നിലനില്പു ഭീഷണിയിലാണ്. ഈ ലിസ്റ്റിന്റെ വലുപ്പം അനുദിനം കൂടിക്കൊണ്ടിരിക്കുകയാണ്. ഏറ്റവും ഒടുവിൽ ലഭ്യമായ കണക്കനുസരിച്ച് ഇന്ത്യയിൽ 988 ജീവികളാണ് റെഡ് ഡേറ്റാ ലിസ്റ്റിൽ ഉൾപ്പെട്ടിരിക്കുന്നത്. കേരളത്തിൽ കാണപ്പെടുന്ന മലബാർ വെരുക്, നീലഗിരി മാർട്ടെൻ, വരയാട്, സിംഹവാലൻ കുരങ്ങ്, ചാമ്പൽ മലയണ്ണാൻ, മീൻപിടിയൻപൂച്ച എന്നിവയെല്ലാം വംശനാശ ഭീഷണിയുള്ളവയുടെ കൂട്ടത്തിലാണ്.

വന്യജീവി സംരക്ഷണം

വന്യജീവിസംരക്ഷണം അനുഷ്ഠാനം പോലെ അനുവർത്തിച്ചുവന്ന ഒരു ജനസമൂഹമാണ് പണ്ട് കേരളത്തിലുണ്ടായിരുന്നത്. ഇതിന് ഉത്തമോദാഹരണമാണ് ഇവിടെയുണ്ടായിരുന്ന കാവുകൾ. പ്രാദേശിക സസ്യങ്ങളെയും വന്യജീവികളെയും സംരക്ഷിക്കാനായിരുന്നു വിശാലമായ പറമ്പിന്റെ ഒരു കോണ് കാവെന്ന ചെറുവനമായി നമ്മുടെ പൂർവ്വികർ നിലനിർത്തിയിരുന്നത്. പാമ്പുകൾക്കും പറവകൾക്കും എലി, കീരി, കുറുക്കൻ മുതലായ ചെറുജീവികൾക്കുമെല്ലാം ഇവ അഭയസ്ഥാനങ്ങളായിരുന്നു. ഈ സ്ഥലങ്ങളോട് ഭയവും ആദരവും ജനിപ്പിക്കാനാവണം അവ ദേവതകളുടെ ഇരിപ്പിടമായി അവരോധിച്ച് ആരാധന നടത്തിയിരുന്നത്. അവിടെയുള്ള മരങ്ങൾ മുറിക്കുന്നതും ജീവികളെ ഉപദ്രവിക്കുന്നതും ദേവനിൽ അപ്രീതിയുണ്ടാക്കുമെന്നും ദൈവശാപം കിട്ടുമെന്നും അവർ ഭയന്നു. ഭയഭക്തിബഹുമാനങ്ങളോടെ അവർ കാവുകളെയും കാവുകളിലെ സസ്യ-ജന്തു ജാലങ്ങളെയും സംരക്ഷിച്ചു. വ്യാപ്തി കുറഞ്ഞെങ്കിലും ഇന്നും പലയിടങ്ങളിലും കാവുകൾ നിലനിൽക്കുന്നുണ്ട്.

ആധുനികലോകത്ത് വന്യജീവി സംരക്ഷണം നടപ്പാക്കുന്നത് രണ്ടു രീതിയിലാണ്. ആദ്യത്തേത് ആവാസവ്യവസ്ഥയ്ക്കുള്ളിലെ സംരക്ഷണമാണ്. ഈ രീതിയിൽ പ്രകൃതിദത്ത ആവാസവ്യവസ്ഥയ്ക്കുള്ളിൽ തന്നെ വന്യജീവികളെ സംരക്ഷിക്കുന്നു. വന്യജീവി സംരക്ഷണ കേന്ദ്രങ്ങളും ദേശീയോദ്യാനങ്ങളും ഇത്തരത്തിലുള്ളതാണ്. രണ്ടാമത്തെ രീതിയായ ആവാസവ്യവസ്ഥയ്ക്കു പുറത്തുള്ള സംരക്ഷണത്തിൽ വന്യജീവികളെ അവയുടെ സ്വാഭാവിക ആവാസവ്യവസ്ഥയിൽ നിന്ന് മാറ്റി മറ്റൊരിടത്തുള്ള അനുയോജ്യമായ സ്ഥലങ്ങളിൽ സംരക്ഷിക്കുന്നു. സസ്യോദ്യാനങ്ങൾ (ബൊട്ടാണിക്ക് ഗാർഡനുകൾ), മൃഗശാലകൾ, അക്വേറിയങ്ങൾ എന്നിവ ഉദാഹരണങ്ങൾ. 1787 -ൽ സ്ഥാപിതമായ

കൊൽക്കത്തയിലെ ഇന്ത്യൻ ബൊട്ടാണിക് ഗാർഡനാണ് ഭാരതത്തിലെ ആദ്യത്തെ സസ്യോദ്യാനം. കേരളത്തിലെ വിഖ്യാതമായ സസ്യോദ്യാനമാണ് തിരുവനന്തപുരം ജില്ലയിലെ പാലോടുള്ള ജവഹർലാൽ നെഹ്റു ട്രോപ്പിക്കൽ ബൊട്ടാണിക് ഗാർഡൻ ആൻഡ് റിസർച്ച് ഇൻസ്റ്റിറ്റ്യൂട്ട്.

വന്യജീവി (സംരക്ഷണ) നിയമം

വന്യജീവികൾക്ക് സംരക്ഷണം നല്കാൻ വേണ്ടി 1972-ൽ ഇന്ത്യൻ പാർലമെന്റ് നടപ്പാക്കിയ നിയമമാണ് വന്യജീവി (സംരക്ഷണ) നിയമം. ഇത് വളർത്തുമൃഗങ്ങൾ ഒഴികെയുള്ള ജന്തുക്കൾക്കും പക്ഷികൾക്കും വന്യമായി വളരുന്ന സസ്യങ്ങൾക്കും സംരക്ഷണം ഉറപ്പാക്കുന്നു. വന്യജീവികളെ കൊല്ലുന്നതു മാത്രമല്ല, അവയെ പിടികൂടി വളർത്തുന്നതും ഭയപ്പെടുത്തി ഓടിക്കുന്നതും ഉപദ്രവിക്കുന്നതും വരെ ഈ നിയമപ്രകാരം കുറ്റകരമാണ്. പല തവണ ഈ നിയമത്തിൽ ഭേദഗതി വരുത്തിയിട്ടുണ്ട്. ഇപ്പോൾ ഇത് കൂടുതൽ ശക്തമാക്കിയിരിക്കുകയാണ്.

വന്യജീവിസംരക്ഷണ നിയമത്തിൽ നൽകേണ്ട സംരക്ഷണത്തിന്റെ തോതിനനുസരിച്ച് ജീവികളെ പല വിഭാഗങ്ങളിൽ (ഷെഡ്യൂളുകളിൽ) ഉൾപ്പെടുത്തിയിരിക്കുന്നു.

ഷെഡ്യൂൾ I

ഏറ്റവും കൂടുതൽ സംരക്ഷണം അർഹിക്കുന്ന വന്യജീവികളാണ് ഈ പട്ടികയിൽ വരുന്നത്. ഇവയിൽ പലതും കടുത്ത വംശനാശത്തിന്റെ വക്കിലായിരിക്കും. ചിലത് വന്യാവസ്ഥയിൽ വളരെ വിരളമായിരിക്കും. ഉദാഹരണം മലബാർ വെരുക്. 1980-കളുടെ അവസാനത്തിന് ശേഷം ഇതിനെ കണ്ടെത്തിയതായി അറിവില്ല. ഈനാംപേച്ചി, പുലിപ്പൂച്ച, മീൻപിടിയൻ പൂച്ച, നീലഗിരി മാർട്ടെൻ, കടുവ, പുലി, കരടി, ആന, സിംഹവാലൻ കുരങ്ങ്, കരിങ്കുരങ്ങ്, കുട്ടിത്തേവാങ്ക്, കൂരമാൻ, വരയാട്, ചാമ്പൽ മലയണ്ണാൻ, ചെറിയ പറക്കും അണ്ണാൻ എന്നിവയെല്ലാം ഇക്കൂട്ടത്തിൽ ഉൾപ്പെടുന്നവയാണ്.

ഷെഡ്യൂൾ II

ഉന്മൂലനാശത്തിന്റെ വക്കിലെത്തി നില്ക്കുന്ന കാനനവാസികളാണ് ഈ ഷെഡ്യൂളിലുമുള്ളത്. പരിരക്ഷ കുറഞ്ഞാൽ ഇവയിൽ പലതും വേരറ്റുപോകുമെന്നതിനാൽ ഇവയ്ക്കും പരിപൂർണ്ണ സംരക്ഷണം ആവശ്യമാണ്. ഉദാഹരണം തവിടൻ വെരുക്. പുള്ളിവെരുക്, തുരുമ്പൻ പൂച്ച/വള്ളിപൂച്ച. കാട്ടുപൂച്ച, തവിട്ടുകീരി എന്നിവ. ഇക്കൂട്ടത്തിൽത്തന്നെയുള്ള വന്യജീവികളാണ് ഹനുമാൻ കുരങ്ങ്, നാടൻകുരങ്ങ്, മരപ്പട്ടി, കീരി, ചെങ്കീരി, കുറുക്കൻ, നീർനായ, പറക്കും അണ്ണാൻ(പാറാൻ) മലയണ്ണാൻ, കേഴമാൻ എന്നിവയും.

ഷെഡ്യൂൾ. III

പൂർണ്ണ പരിരക്ഷ അർഹിക്കുന്ന മറ്റൊരു വിഭാഗമാണിത്. മുൻപറഞ്ഞ വിഭാഗങ്ങളിലെ ജീവികളെക്കാൾ കൂടുതലായി ഇവയെ കാട്ടിൽ കണ്ടെത്താവുന്നതാണ്. എങ്കിലും, സംരക്ഷണം നല്കിയില്ലെങ്കിൽ നാശത്തിലേക്കു പോകും എന്ന കാര്യത്തിൽ സംശയം വേണ്ട. അതിനാൽ, കാര്യമായ സംരക്ഷണം ഇവയും അർഹിക്കുന്നുണ്ട്. എണ്ണത്തിൽ കൂടുതൽ ഉണ്ടെങ്കിലും വംശനാശ ഭീഷണിയുള്ളവയാണ് ഇവയും.ഉദാ: പുള്ളിമാൻ, മ്ലാവ്, കാട്ടുപന്നി.

ഷെഡ്യൂൾ IV

കാട്ടിൽ തൽക്കാലം സുലഭമാണെങ്കിലും സംരക്ഷണം അർഹിക്കുന്നവയാണ് ഈ പട്ടികയിലെ വന്യജീവികൾ. ഉദാ: ചുണയൻ കീരി.

ഷെഡ്യൂൾ V

ആശങ്കാ ജനകമല്ലാത്ത രീതിയിൽ അംഗസംഖ്യയുള്ള വന്യജീവികളാണിതിൽ ഉൾപ്പെടുന്നത്. ഇവയെ വേട്ടയാടുന്നതിന് നിയമ തടസ്സമില്ല. ഉദാ: കാക്ക, എലി, ചുണ്ടെലി എന്നിവ.

ഷെഡ്യൂൾ VI

വംശനാശ ഭീഷണി നേരിടുന്ന സസ്യങ്ങളാണ് ഇതിൽ ഉൾപ്പെടുന്നത്. ഉദാ: റെഡ് വാൻഡാ, ലേഡീസ് സ്ലിപ്പർ ഓർക്കിഡ്, നെപ്പെന്തസ് എന്നിവ.

നമ്മുടെ വനമേഖലകളിൽ വന്യജീവിവേട്ട മുമ്പത്തെക്കാൾ വളരെക്കുറഞ്ഞിട്ടുണ്ട്. എങ്കിലും അന്ധവിശ്വാസങ്ങളുടെയും ഔഷധഗുണത്തിന്റെയും പേരിൽ മനുഷ്യൻ ഇപ്പോഴും ചില മൃഗങ്ങളേയും പക്ഷികളേയും നിർദ്ദയമായി ആക്രമിക്കുന്നുണ്ട്. ഉദാഹരണം വെള്ളിമൂങ്ങ, മണ്ണൂലിപാമ്പ് എന്നിവ. തോലിനുവേണ്ടി കടുവ, പുലി എന്നിവയേയും കൊമ്പുകൾക്കുവേണ്ടി ആനയേയും വെറുതെ വിടുന്നില്ല. മാംസത്തിനായി മറ്റു വന്യജീവികളെയും പിടി കൂടുന്നുണ്ട്. അതുകൊണ്ടു തന്നെ, വന്യജീവികളിൽ പലതും വംശനാശഭീഷണി നേരിടുകയാണ്. ഒപ്പം, ആവാസകേന്ദ്രങ്ങളുടെ നാശവും വന്യജീവികൾക്ക് വെല്ലുവിളിയായി മാറിക്കൊണ്ടിരിക്കുന്നു. വന്യജീവിസംരക്ഷണ കേന്ദ്രങ്ങളുണ്ടെങ്കിലും ഇവിടെയും മനുഷ്യൻ കടന്നുകയറ്റം നടത്തുന്നുണ്ട്. ഇതു പൂർണ്ണമായും തടയേണ്ട കാലം അതിക്രമിച്ചിരിക്കുന്നു. അല്ലെങ്കിൽ വന്യജീവികളുടെ വംശനാശം മാത്രമല്ല, അതു മൂലം മനുഷ്യനെന്ന വർഗ്ഗത്തിന്റെ തന്നെ നാശവും സംഭവിക്കും.

പ്രാണവായുവിനും പരിസ്ഥിതി സന്തുലനാവസ്ഥയ്ക്കും നമ്മുടെ കാടുകളും കാട്ടുജീവികളും സംരക്ഷിക്കപ്പെടണം. കാടുവെട്ടിത്തെളിച്ചുള്ള റോഡുനിർമ്മാണവും ഇക്കോടൂറിസത്തിന്റെ പേരിൽ നടക്കുന്ന നിർമ്മാണപ്രവൃത്തികളും ഇന്ന് ആവാസവ്യവസ്ഥകളെ പ്രതികൂലമായി ബാധിക്കുന്നുണ്ട്. അവയ്ക്കും കടുത്ത നിയന്ത്രണം ഉണ്ടാകണം.

അപർണ പി.

ഇരുണ്ട വരയണ്ണാൻ

വെള്ളക്കടുവ

കരടി

മലയണ്ണാൻ

കരിങ്കുരങ്ങ്

കാട്ടുനായ

കാട്ടുപന്നി

കാട്ടുപൂച്ച

കാട്ടുപോത്ത്

കുറുക്കൻ

കരിനായ്

കുട്ടിത്തേവാങ്ക്

നാടൻ കുരങ്ങ്
അപർണ പി.

കേഴമാൻ

നാടൻ കീരി

ചാമ്പൽ മലയണ്ണാൻ

രതീഷ് കാർത്തികേയൻ

ചെങ്കീരി

പുള്ളിപ്പുലി

പുള്ളിമാൻ

തവിടൻ കീരി

മരനായ്

മരപ്പട്ടി

കെ. രാമചന്ദ്രൻ

മ്ലാവ്/കലമാൻ

അപർണ പി.

വരയാട്

സിംഹവാലൻ കുരങ്ങ്

അനീഷ് ജയൻ

ഹനുമാൻ കുരങ്ങ്
രതീഷ് കാർത്തികേയൻ

സസ്തനികൾ
(Mammals)

വൈവിധ്യമാർന്ന സാഹചര്യങ്ങളിൽ ജീവിക്കാൻ സാധിക്കുന്ന ജീവികളാണ് സസ്തനികൾ. ധ്രുവപ്രദേശങ്ങളിലും മരുഭൂമികളിലും ആഴക്കടലുകളിലും നിബിഡ വനാന്തരങ്ങളിലും തുടങ്ങി ലോകത്തിലെ എല്ലാ പ്രദേശങ്ങളിലും ഇവയെ കണ്ടെത്തിയിട്ടുണ്ട്. ഏറ്റവും ചെറിയ പിഗ്മി ഷ്റൂ, ബമ്പിൾ ബീ ബാറ്റ് എന്നിവ മുതൽ ഭീമാകാരങ്ങളായ നീലത്തിമിംഗിലങ്ങൾ വരെ നീളുന്നു സസ്തനികളുടെ നിര. വ്യത്യസ്തമായ രൂപത്തിലും വലുപ്പത്തിലും സസ്തനികളെ കണ്ടുവരുന്നു. കരയിൽ ജീവിക്കുന്നവയും വെള്ളത്തിൽ ജീവിക്കുന്നവയും ഇക്കൂട്ടത്തിലുണ്ട്.

ഇവയുടെ ഏറ്റവും വലിയ സവിശേഷത, കുഞ്ഞുങ്ങളെ പ്രസവിക്കാനും പാലൂട്ടി വളർത്താനും സാധിക്കും എന്നതാണ്. ലോകത്ത് മറ്റൊരു ജീവിവർഗ്ഗവും കുഞ്ഞുങ്ങൾക്ക് പാൽ നല്കി വളർത്തുന്നില്ല. ഇവയിലെ പെൺജാതികൾക്ക് പാലുത്പാദിപ്പിക്കാനും പാലൂട്ടാനും സഹായകമാകുന്ന സ്തനങ്ങൾ എന്ന അവയവങ്ങളുണ്ട്. മറ്റൊരു ജീവിവർഗ്ഗത്തിനുമില്ലാത്ത ഈ അവയവങ്ങൾ ഉള്ളതിനാലാണ് ഇവയെ സസ്തനികൾ എന്ന് വിളിക്കുന്നത്. ഇംഗ്ലീഷ് പേരായ മാമൽ എന്നതും മാമ്മേ അഥവാ സ്തനങ്ങൾ ഉള്ളവ എന്നുതന്നെയാണ് സൂചിപ്പിക്കുന്നത്.

മറ്റ് ജീവികൾക്കില്ലാത്ത മറ്റു രണ്ട് സവിശേഷതകൾ കൂടി ഇവയ്ക്കുണ്ട്. ഒന്നാമതായി ശരീരത്തിൽ രോമം അഥവാ മുടി കാണപ്പെടുന്നു. വളരുമ്പോൾ രോമങ്ങൾ കാണാത്ത തിമിംഗിലങ്ങൾ, ഡോൾഫിനുകൾ മുതലായവയ്ക്കെല്ലാം ജീവിതത്തിന്റെ ആദ്യഘട്ടത്തിൽ മുടി കാണപ്പെടും. രോമങ്ങൾ കെരാറ്റിൻ എന്ന വസ്തുകൊണ്ട് നിർമ്മിതമായിരിക്കും. രണ്ടാമത്തെ സവിശേഷതയാണ് ഇൻകസ് (ഹാമ്മർ), മാലിയസ് (ആൻവിൽ), സ്റ്റേപ്പിസ് (സ്റ്റിറപ്പ്) എന്നിങ്ങനെ മൂന്ന് അസ്ഥികളുള്ള മധ്യകർണ്ണം.

തിമിംഗിലം, ഡോൾഫിൻ എന്നിവ പോലുള്ള അപൂർവ്വം ചിലവ ഒഴികെയുള്ള എല്ലാ സസ്തനികൾക്കും കൈകാലുകളായി രണ്ടു ജോടി

അവയവങ്ങൾ ഉണ്ടായിരിക്കും. പ്രാഥമിക ദന്തങ്ങൾ, സ്ഥിരദന്തങ്ങൾ എന്നിങ്ങനെ രണ്ടിനം ദന്തസംവിധാനം കാണും. പ്രാഥമിക ദന്തങ്ങൾ കൊഴിഞ്ഞുപോയ ശേഷമായിരിക്കും സ്ഥിരദന്തങ്ങൾ മുളയ്ക്കുക. നാലറകളുള്ള ഹൃദയം, വികാസം പ്രാപിച്ച തലച്ചോറ്, തലയോട്ടിയുമായി നേരിട്ട് ഘടിപ്പിച്ചു കാണുന്നതും ഒറ്റ അസ്ഥി മാത്രമുള്ളതുമായ കീഴ്ത്താടി എന്നിവ സസ്തനികളിൽ മാത്രം കാണുന്ന സ്വഭാവങ്ങളാണ്. ഇവയുടെ ഹൃദയവും ശ്വാസകോശങ്ങളും ഡയഫ്രം എന്ന പേശിയാൽ ദഹനേന്ദ്രിയങ്ങളിൽ നിന്ന് വേർതിരിച്ചിട്ടാണ് കാണുന്നത്.

ഇവ ഉഷ്ണരക്തജീവികളാണ്. എല്ലാ സസ്തനികളും അന്തരീക്ഷ വായുവാണ് ശ്വസിക്കുന്നത്. ജലത്തിൽ ജീവിക്കുന്നവയും ശ്വസിക്കാനായി അന്തരീക്ഷവായുവിനെയാണ് ആശ്രയിക്കുന്നത്. അതിനായി ഇടയ്ക്കിടെ അവ ജലോപരിതലത്തിലെത്താറുണ്ട്. തിമിംഗിലങ്ങൾക്ക് പൊതുവെ മണിക്കൂറിൽ ഒരിക്കൽ മാത്രം അന്തരീക്ഷവായു ശ്വസിച്ചാൽ മതിയാകും. ഓക്സിജൻ സംഭരിക്കാനും ശ്വസനാവശ്യങ്ങൾക്ക് ഇത് സാവധാനം ഉപയോഗിക്കാനും ഇവയ്ക്ക് സാധിക്കും. ഉള്ളിൽ ഓക്സിജൻ തീരുമ്പോൾ വീണ്ടും ജലാശയത്തിന് മുകളിലെത്തി ഓക്സിജൻ സംഭരിക്കുകയാണ് പതിവ്. ചില ജാതി തിമിംഗിലങ്ങൾക്ക് രണ്ടര മണിക്കൂർ വരെ ഈ വായു സൂക്ഷിക്കാനും ഉപയോഗിക്കാനും സാധിക്കും.

രണ്ടു ചെവികളും രണ്ടു കണ്ണുകളുമാണ് സസ്തനികൾക്കുള്ളത്. സസ്തനികൾക്ക് പലതിനും ഗന്ധവും രുചിയും സ്പർശനവും തിരിച്ചറിയാൻ കഴിയും.

സസ്തനികളിൽ മുട്ടയിടുന്ന ഏതാനും അംഗങ്ങളുമുണ്ട്. താറാച്ചുണ്ടൻ പ്ലാറ്റിപ്പസ്, എക്കിഡ്ന എന്നിവ ഇക്കൂട്ടത്തിലാണ്. ഇവയ്ക്ക് കുഞ്ഞുങ്ങളെ മുലയൂട്ടാൻ സാധിക്കും.

ആന – Elephant

ശാസ്ത്രനാമം: *എലിഫാസ് മാക്സിമസ്*
Elephas maximus Linnaeus, 1758
ലോക്സൊഡോണ്ട ആഫ്രിക്കാന
Loxodonta africana Blumenbach, 1797.
കുടുംബം: *എലിഫെന്റിഡേ*

കരയിലെ ഏറ്റവും വലിയ ജന്തുവാണ് ആന. ഇത് സസ്തനി വർഗ്ഗത്തിൽ പ്രോബോസിഡേ ഗോത്രത്തിൽ ഉൾപ്പെടുന്നു. ഏതാണ്ട് 50 ദശലക്ഷം വർഷങ്ങൾക്ക് മുമ്പ് ലോകത്തിന്റെ പല ഭാഗങ്ങളിലും ആനകളുണ്ടായിരുന്നതായി ശാസ്ത്രലോകം പറയുന്നു. എന്നാൽ, ഇപ്പോൾ ഏഷ്യയിലും ആഫ്രിക്കയിലും മാത്രമാണ് ഇവയുള്ളത്. ലോകത്ത് ഏറ്റവുമധികം ആനകൾ ഉള്ളത് ആഫ്രിക്കയിലാണ്. ആഫ്രിക്കയിലെ ആനകളുടെ മൂന്നിലൊന്നു പോലും വരില്ല ഏഷ്യൻ ആനകൾ എന്നാണ് പുതിയ വിവരം.

ലോകത്ത് ആനകൾ രണ്ടു തരമുണ്ട്. ആഫ്രിക്കൻ ആനയും (ലോക്സൊഡോണ്ട ആഫ്രിക്കാന Loxodonta africana) ഏഷ്യൻ ആനയും (എലിഫാസ് ഇൻഡിക്കസ് Elephas indicus). സഹാറ മരുഭൂമിക്ക് തെക്കുഭാഗത്തുള്ള പ്രദേശങ്ങളിലാണ് ആഫ്രിക്കൻ ആനകളെ കാണപ്പെടുന്നത്. ഇവ ബുഷ് എലിഫന്റ് (പുൽമേടുകളിലെ ഇനം) ഫോറസ്റ്റ് എലിഫെന്റ് (വനം, ഇനം) എന്നിങ്ങനെ രണ്ടു തരമുണ്ട്. മുമ്പ് ഒറ്റ സ്പീഷിസിലാണ് ഇവയെ ഉൾപ്പെടുത്തിയിരുന്നത്. കാണപ്പെടുന്ന പ്രദേശങ്ങളെ അടിസ്ഥാനമാക്കി ഏഷ്യൻ ആനകളെ ഇന്ത്യൻ ആനകൾ, ശ്രീലങ്കൻ ആനകൾ, സുമാത്രൻ ആനകൾ, ബോർണിയോ ആനകൾ എന്നിങ്ങനെ നാല് ഉപവിഭാഗങ്ങളായി തിരിച്ചിട്ടുണ്ട്.

ആഫ്രിക്കൻ-ഏഷ്യൻ ആനകൾ തമ്മിൽ അനേകം വ്യത്യാസങ്ങളുണ്ട്. ആഫ്രിക്കൻ ആനയ്ക്ക് പെണ്ണിനും ആണിനും കൊമ്പുണ്ടാവും. ഏഷ്യൻ ആനകളിൽ ആണിനു മാത്രമേ കൊമ്പ് കാണൂ. ഏഷ്യൻ ആനകളെക്കാൾ ആഫ്രിക്കൻ ആനയ്ക്ക് ആയുസ്സ് കുറവാണ്. ഇവ ഏതാണ്ട് 50 വർഷമേ ജീവിച്ചിരിക്കുകയുള്ളൂ. ഏഷ്യൻ ആനയുടെ ശരാശരി

ആയുസ്സ് 70 വർഷമാണ്. ആഫ്രിക്കൻ ആനകൾക്ക് ഏഷ്യൻ ആനകളെക്കാൾ വലുപ്പമുണ്ടാവും. എന്നാൽ, സൗന്ദര്യം കൂടുതൽ ഏഷ്യൻ ആനകൾക്കാണ്. ഇവയ്ക്ക് യഥാക്രമം ഏഴ് ടണ്ണും ആറ് ടണ്ണുമാണ് ശരാശരി ഭാരം. ഏഷ്യൻ ആനകളിൽ കൊമ്പനാനകൾക്ക് മദപ്പാട് കാണുമ്പോൾ ആഫ്രിക്കൻ ആനകളിൽ ആണിനും പെണ്ണിനും ഇതുണ്ടാവും. വലുപ്പമേറിയ ചെവികൾ, കൂടുതൽ ചുളിഞ്ഞ ചർമ്മം, രണ്ട് വിരലുകളുള്ള തുമ്പിക്കൈ, മുൻകാലുകളിൽ നാലും പിൻകാലുകളിൽ മൂന്നും വിരലുകൾ, പിൻഭാഗത്തെക്കാൾ ഉയർന്ന തോളുകൾ എന്നിവയാണ് ഇവയുടെ മറ്റു പ്രധാന സവിശേഷതകൾ. വിരിഞ്ഞ മസ്തകം കണ്ടുവരുന്നത് ഏഷ്യൻ ആനകളിൽ മാത്രമാണ്. പുൽമേടുകൾ, കുറ്റിക്കാടുകൾ, ചതുപ്പുകൾ, വനമേഖലകൾ എന്നിവിടങ്ങളിൽ കാണപ്പെടുന്ന ഇവയ്ക്ക് പ്രായപൂർത്തിയാകുമ്പോൾ ദേഹത്ത് നിന്ന് രോമം പൊഴിഞ്ഞുപോകാറുണ്ട്. കൊമ്പിന് ഭാരം ഏഷ്യൻ ആനയുടെ കൊമ്പിനെക്കാൾ കൂടും.

ഇന്ത്യയുടെ പൈതൃകമൃഗമാണ് ഏഷ്യൻ ആനയുടെ ഒരു ഉപവിഭാഗമായ ഇന്ത്യൻ ആന. ഇതിന്റെ ശാസ്ത്രനാമം എലിഫാസ് മാക്സിമസ് ഇൻഡിക്കസ് (Elephas maximus indicus) എന്നാണ്. 2010 -ലാണ് ഭാരതസർക്കാർ ആനയെ പൈതൃകമൃഗമായി പ്രഖ്യാപിച്ചത്. ലോകത്ത് 13 രാജ്യങ്ങളിലേ ഏഷ്യൻ ആനകളുള്ളൂ. ഇന്ത്യ കൂടാതെ മ്യാൻമാർ, ശ്രീലങ്ക, തായ്‌ലണ്ട്, വിയറ്റ്നാം, ചൈന, നേപ്പാൾ, ഭൂട്ടാൻ, ബംഗ്ലാദേശ്, ഇന്തോനേഷ്യ, കംബോഡിയാ, ബോർണിയോ, മലേഷ്യ എന്നിവിടങ്ങളിലെ വനങ്ങളിലാണ് ഏഷ്യൻ ആനകൾ വസിക്കുന്നത്. ഇവിടങ്ങളിൽ 35000 ഗജവീരന്മാരാണുള്ളതെന്ന് ലോകത്തിലെ ഏറ്റവും വലിയ പ്രകൃതിസംരക്ഷണസംഘടനയായ വേൾഡ് വൈഡ് ഫ്രണ്ട് ഫോർ നേച്ചർ (WWF) പറയുന്നു. ഇതിൽ 25000 എണ്ണം ഇന്ത്യയിലാണ്. വിയറ്റ്നാം പോലുള്ള ചില രാജ്യങ്ങളിൽ ഏതാനും ആനകളേയുള്ളൂ. ഇന്ത്യയിൽ കേരളം, കർണ്ണാടകം, തമിഴ്നാട്, അസ്സം, ഒറീസ, ബീഹാർ, ബംഗാൾ, മേഘാലയ, ത്രിപുര, മണിപ്പൂർ, മിസോറം, ഉത്തരാഞ്ചൽ, ഝാർഖണ്ഡ് എന്നീ സംസ്ഥാനങ്ങളിൽ ആനകളുണ്ട്. ഇതിൽ കേരളം, കർണ്ണാടകം, ഒറീസ, ഝാർഖണ്ഡ് എന്നിവിടങ്ങളിലെ സംസ്ഥാനമൃഗം കൂടിയാണ് ആന. ഇന്ത്യയിൽ ഏറ്റവും കൂടുതൽ ആനകളുള്ള സംസ്ഥാനം കർണ്ണാടകമാണ്. കേരളം രണ്ടാം സ്ഥാനത്താണ്. 2010-ലെ കനേഷുമാരി പ്രകാരം 5135 ആനകളാണ് കേരളത്തിലെ വനങ്ങളിലുള്ളത്. തമിഴ്നാട്ടിലെ മുതുമല, കർണ്ണാടകയിലെ ബന്ദിപ്പൂർ, കേരളത്തിലെ വയനാട് എന്നിവയാണ് ഏറ്റവുമധികം ആനകളെ കാണപ്പെടുന്ന വനമേഖലകൾ.

വനത്തിൽ എതിരില്ലാത്ത ഏക മൃഗമാണ് ആന. ആനകളിൽ കൊമ്പനാനകൾക്കാണ് ഉയരം കൂടുതൽ ഉള്ളത്. ഇവയ്ക്ക് ശരാശരി മൂന്ന് മീറ്റർ ഉയരമുണ്ടാകും.മുൻകാലിന്റെ ചുറ്റളവിന്റെ ഇരട്ടിയായിരിക്കും അതിന്റെ ഉയരം. പ്രായപൂർത്തിയായ ആനയ്ക്ക് ശരാശരി 5 ടൺ ഭാരമുണ്ടാകും. പിടിയാനകൾക്ക് കൊമ്പുകളുണ്ടാവില്ല. പകരം തേറ്റയാണ് കാണുക.

വായിലെ മേലണയിലെ ഉളിപ്പല്ലുകൾ വളർന്നാണ് തേറ്റയും കൊമ്പും ഉണ്ടാകുന്നത്.കൊമ്പുകൾക്ക് അഞ്ചടിയോളം നീളം വയ്ക്കാറുണ്ട്. എന്നാൽ, തേറ്റ ഒരടിക്കു മേൽ വളരാറില്ല. കൊമ്പും തുമ്പിക്കൈയുമാണ് ആനയുടെ ഏറ്റവും പ്രമുഖമായ സവിശേഷതകൾ. ഇവയുടെ ഘ്രാണേന്ദ്രിയവും സ്പർശനേന്ദ്രിയവും തുമ്പിക്കൈയാണ്. അനേകം പേശികളാൽ രൂപംകൊണ്ടിരിക്കുന്ന തുമ്പിക്കൈ, വളരെ സൂക്ഷ്മചേതനയുള്ളതും കൈപോലെ ഉപയോഗിക്കാനും ചുറ്റിപ്പിടിക്കാനും കഴിയുന്നതുമാണ്. ഇതിൽ ഒരു വിരലാണുണ്ടാവുക.ആഹാരം കഴിക്കാനും വെള്ളം കുടിക്കാനും ആനയെ സഹായിക്കുന്നത് തുമ്പിക്കൈയാണ്. ആനയുടെ ഏറ്റവും ലോലമായ അവയവമാണ് തുമ്പിക്കൈ. എന്നാൽ ഇത് വളരെ ബലമുള്ളതും വളരെ ശക്തിയുള്ളതുമാണ്. മൂക്കും മേൽച്ചുണ്ടും രൂപാന്തരം വന്നാണ് തുമ്പിക്കൈ ഉണ്ടായിരിക്കുന്നത്. ശത്രുക്കളെ നേരിടുന്നതിനും സ്നേഹം പ്രകടിപ്പിക്കുന്നതിനും തുമ്പിതന്നെയാണ് ദന്തിയുടെ തുണ. ഇതിൽ ഏതാണ്ട് 8 ലിറ്റർ വെള്ളം കൊള്ളും. തുമ്പിയുടെ അറ്റം ചുണ്ടുകൾ പോലെ കാണപ്പെടും. ഇതുകൊണ്ട് തറയിൽക്കിടക്കുന്ന സൂചി പോലും എടുക്കാൻ ആനയ്ക്ക് കഴിയും.

ആനയുടെ ശരീരത്തിൽ 286 എല്ലുകളുണ്ട്. എല്ലുകളുടെ അകം പൊള്ളയാണ്. 20 ജോടി വാരിയെല്ലുകൾ കാണും.ചെവി വലുതാണ്. എപ്പോഴും ചെവി ആട്ടിക്കൊണ്ടിരിക്കും. ഉഷ്ണരക്തജീവിയായ ഇതിന് ശരീരതാപം പൊതുവെ കൂടുതലാണ്. അത് കുറയ്ക്കാനാണ് ചെവികൾ നിരന്തരം വീശുന്നത്. ഭീതിയുണ്ടാകുമ്പോൾ ചെവി നിവർത്തിപ്പിടിക്കും.

കണ്ണുകൾ തീരെ ചെറുതാണ്. ദൂരക്കാഴ്ച ഇവയ്ക്ക് കുറവാണ്. നീണ്ട കാലുകളിൽ നഖങ്ങളുണ്ടാവും.വിരലുകളില്ലാതെ നഖങ്ങളുള്ള ഏക മൃഗമാണ് ആന. മുൻകാലുകളിൽ നാലോ അഞ്ചോ നഖങ്ങളും പിൻകാലുകളിൽ മൂന്നോ നാലോ നഖ ങ്ങളുമാണ് പതിവ്. പാദത്തിനു മൃദുത്വം ഉള്ളതിനാൽ ഇവ നടക്കുമ്പോൾ ശബ്ദം കേൾക്കാറില്ല. വലതു കാലുകൾ രണ്ടും ഒരുമിച്ച് മുന്നോട്ട് വച്ചശേഷം ഇടതുകാലുകൾ രണ്ടും ഒരുമിച്ച് മുന്നോട്ട് വച്ചാണ് ആന നടക്കുന്നത്.

കട്ടിയുള്ളതും ബലമുള്ളതുമാണ് ഇതിന്റെ തൊലി. എന്നാൽ ഇത് സൂക്ഷ്മഗ്രാഹക (Sensitive) ക്ഷമതയുള്ളതാണ്. ചെറുപ്രാണികളുടെ കടിയേറ്റാൽ പോലും ഇവയ്ക്ക് പെട്ടെന്ന് വേദന അനുഭവപ്പെടും. ശരീരത്തിൽ ചെറിയ ജീവികൾ ഇഴഞ്ഞാലും തിരിച്ചറിയാനും സാധിക്കും. മണം പിടിക്കുന്നതിന് നായയേക്കാൾ കൂടുതലാണ് ആനയുടെ കഴിവ്. ആനകൾ ഇൻഫ്രാസോണിക്ക് തരംഗങ്ങൾ വഴിയാണ് ആശയവിനിമയം നടത്തുന്നത്. ഇത് മനുഷ്യന് കേൾക്കാൻ സാധിക്കില്ല.

താഴത്തെ ഉളിപ്പല്ലുകളോ കോമ്പല്ലുകളോ ഇവയ്ക്കില്ല. പക്ഷേ അണപ്പല്ലുകളുണ്ട്. പല്ലുകളിൽ കുറുകെ വരകളും ചാലുകളും ഉണ്ടായിരിക്കും. അണപ്പല്ലുകൾ എല്ലാം ഒന്നിച്ച് പ്രവർത്തിക്കുകയില്ല. ഒരു അണപ്പല്ല് തേഞ്ഞ് ഉപയോഗശൂന്യമാകുമ്പോൾ അടുത്ത പല്ല് തൽസ്ഥാനം

ഏറ്റെടുക്കും. എല്ലാ പല്ലുകളും ഉപയോഗം മൂലം തേഞ്ഞു കഴിയുമ്പോൾ പിന്നെ ഭക്ഷണം കഴിക്കാൻ ബുദ്ധിമുട്ടാവുകയും അങ്ങനെ ഇവ പട്ടിണി കിടന്ന് മരിക്കുകയുമാണ് പതിവ്.

മറ്റു മൃഗങ്ങളിൽ നിന്നും വ്യത്യസ്തമായി ആനയുടെ സ്തനങ്ങൾ സ്ഥിതി ചെയ്യുന്നത് മുൻകാലുകൾക്കിടയിലാണ്. ഇവയുടെ മറ്റൊരു പ്രത്യേകത, വൃഷണങ്ങൾ ശരീരത്തിനു പുറത്തല്ല സ്ഥിതി ചെയ്യുന്നത് എന്നതാണ്.

ആനയുടെ കൊമ്പിനും പല്ലിനും ഭാരമുണ്ട്. എന്നാൽ തലയോടിന് ഭാരം കുറവാണ്. ഓർമ്മശക്തിക്കും ബുദ്ധിശക്തിക്കും പേരുകേട്ട മൃഗ മാണ് ആന. ബുദ്ധിയുടെ കാര്യത്തിൽ ആൾക്കുരങ്ങുകൾ കഴിഞ്ഞാൽ തൊട്ടടുത്ത സ്ഥാനം ഇവയ്ക്കാണ്. പഴയ കാര്യങ്ങൾ എത്രകാലം കഴിഞ്ഞും ഓർത്തു വയ്ക്കാൻ ഇവയ്ക്കാവും. തലയുടെ വലുപ്പവുമായി താരതമ്യപ്പെടുത്തിയാൽ ഇതിന്റെ തലച്ചോറ് ചെറുതാണ്. ഇതിൽ ധാരാളം മടക്കുകൾ ഉണ്ടാവും. ഈ മടക്കുകളാവാം ഇവയുടെ ഓർമ ശക്തിക്കും ബുദ്ധിശക്തിക്കും കാരണമെന്ന് വിലയിരുത്തപ്പെടുന്നു.

ആനകൾ സംഘമായിട്ടാണ് സഞ്ചരിക്കുന്നത്. ആനക്കൂട്ടത്തിൽ കൊമ്പനും പിടിയും കുട്ടികളും കാണും. സാധാരണ രീതിയിൽ സംഘ ത്തിന്റെ തലവൻ കൂട്ടത്തിലെ പ്രായം കൂടിയ പിടിയാനയായിരിക്കും. ഇതായിരിക്കും മുന്നിൽ സഞ്ചരിക്കുക. മിക്കവാറും കൂട്ടത്തിൽ നിന്ന് മാറി യാണ് കൊമ്പന്റെ സഞ്ചാരം. ചിലപ്പോൾ ഏറ്റവും പിന്നിലായിരിക്കും. വനത്തിൽ ചിലപ്പോൾ ഒറ്റയായും ആനകളെ കാണാറുണ്ട്. പ്രതികൂല സാഹചര്യങ്ങളിൽ ഒറ്റപ്പെട്ടു പോകുന്ന ആനകളാണ് പിന്നീട് ഒറ്റപ്പെട്ട് കഴിയുന്നത്. ഈ ഒറ്റയാന്മാർ മിക്കവാറും അക്രമവാസനയുള്ളവയായി രിക്കും. സാവധാനമാണ് ആനയുടെ യാത്ര. എന്നാൽ വനത്തിലൂടെ വേഗ ത്തിൽ ഓടാനും നിഷ്പ്രയാസം നീന്താനും ഇവയ്ക്ക് കഴിയും. അപകടഘട്ടങ്ങളിൽ പരസ്പരം സഹായിക്കുന്നത് ഇവയുടെ വർഗ്ഗസ്വഭാ വമാണ്. പ്രതികൂല സാഹചര്യങ്ങളിൽ ആനകൾ ചിന്നം വിളിക്കാറുണ്ട്. ആനക്കൂട്ടം ഒന്നിച്ച് ശത്രുക്കളെ ആക്രമിക്കാറില്ല. കൂട്ടത്തിലെ ഒന്നോ, രണ്ടോ എണ്ണം മാത്രമേ ആക്രമിക്കാൻ തുനിയൂ. ബാക്കിയുള്ളവ അതു മായി യാതൊരു ബന്ധവുമില്ലാത്തതു പോലെ മേഞ്ഞു നടക്കുകയാവും.

ആന സഞ്ചരിക്കുന്ന വഴിക്ക് ആനത്താരയെന്നാണ് പേര്. ഇവ മേ യുന്ന വഴിയെ മറ്റു വന്യജീവികൾക്ക് സുഗമമായി സഞ്ചരിക്കാം. 4000–6000 കിലോ ഭാരമുള്ള ആന നടന്നു പോകുന്ന പാത പാറ പോലെ ഉറച്ച തായിരിക്കും.

കൊമ്പൻ ഏതാണ്ട് 15ഉം പിടിയാന 13ഉം വയസ്സാകുമ്പോൾ പ്രത്യുത്പാദന ശേഷി കൈവരിക്കും. ആനയുടെ പ്രണയലീലകൾ വശ്യവും വ്യത്യസ്തവുമാണ്. ദേഹം പരസ്പരം തട്ടി ഉരുമ്മിയും തുമ്പി ക്കൈ കൊണ്ട് സ്പർശിച്ചും ശബ്ദമുണ്ടാക്കിയും ഇവ പ്രണയചേഷ്ടകൾ പ്രകടിപ്പിക്കും. ചെവികളാട്ടിയും പ്രത്യേകം ഗന്ധം പുറപ്പെടുവിച്ചുമാണ്

ഇവ ഇണയെ ആകർഷിക്കുന്നത്. ഏറെനേരം നീണ്ടുനില്ക്കുന്ന പ്രണയ ലീലകൾക്ക് ശേഷമാണ് ഇവ ലൈംഗികവേഴ്ചയിൽ ഏർപ്പെടുന്നത്. മറ്റു മൃഗങ്ങൾ ഇണയെ ബലപ്രയോഗത്തിലൂടെ കീഴടക്കുമ്പോൾ ആന സ്നേഹത്താലാണ് ഇണയെ കീഴടക്കുന്നത്. ഇണചേരലിനു പ്രത്യേക കാലമില്ല. എങ്കിലും, പകൽ ചൂടും രാത്രി നല്ല തണുപ്പുമുള്ള ദിവസ ങ്ങളിൽ (ഡിസംബർ-ഫെബ്രുവരി) കൊമ്പനാനകൾക്ക് ഇണചേരാനുള്ള ത്വര കൂടുതലായിരിക്കും. നിന്നുകൊണ്ടാണ് ഇണചേരുന്നത്. മിക്കവാറും രാത്രികാലത്താണ് ഇണചേരൽ. പകലും ഇണചേരൽ നടക്കാറുണ്ട്. ഈ സമയത്ത് ഇവ കൂട്ടത്തിൽ നിന്ന് മാറിനില്ക്കും. ഒരു ഏഷ്യൻ ആന യുടെ ലിംഗത്തിന് ഏതാണ്ട് 80 സെ.മീ നീളവും 47–50 സെ.മീ വണ്ണവു മുണ്ടാവും. ശുക്ലത്തിന്റെ അളവ് ഏതാണ്ട് 100 മില്ലീലിറ്ററായിരിക്കും. മറ്റ് മൃഗങ്ങളെ പോലെ ഇവയും പിൻവശത്ത് നിന്ന് മുൻകാലുകൾ ഇണ യുടെ പുറത്ത് കയറ്റിവച്ചശേഷമാണ് സംഭോഗത്തിൽ ഏർപ്പെടുന്നത്. ഒരു പിടിയാന മൂന്നോ നാലോ വർഷം കൂടുമ്പോഴാണ് പ്രസവിക്കുന്നത്. മിക്കവാറും ഒരു സംഘത്തിൽ ഒരാനക്കുട്ടിയുണ്ടായിരിക്കും.

ആനയുടെ ഗർഭകാലം 19–22 മാസമാണ്. പ്രസവം നടക്കുന്നത് പാറയും മരക്കുറ്റികളുമൊന്നുമില്ലാത്ത, ജലാശയതീരങ്ങളിലും പുൽമേടുകളിലുമായിരിക്കും. പ്രസവസമയത്ത് മറ്റൊരാന സഹായത്തിന് നിൽക്കും. പ്രസവം രാത്രിയും പകലും നടക്കാറുണ്ട്. ജനിച്ചുവീഴുന്ന അവസരത്തിൽ കുഞ്ഞിന് 90–130 കിലോഗ്രാം തൂക്കമുണ്ടാകും. കുഞ്ഞിന് ഇളംചുവപ്പ് കലർന്ന തവിട്ടുനിറമായിരിക്കും. ധാരാളം രോമങ്ങളുണ്ടാവും. വേഗത്തിൽ ഇവ എഴുന്നേറ്റു നില്ക്കും. അപ്പോൾത്തന്നെ അമ്മയുടെ പാൽ കുടിക്കുകയും ചെയ്യും. വായ്കൊണ്ടാണ് പാൽ കുടിക്കുക. എന്നാൽ, വെള്ളം കുടിക്കുന്നത് തുമ്പികൊണ്ടാണ്. എഴുന്നേൽക്കാനും പാലുകുടിക്കാനും അമ്മ സഹായിക്കും. മൂന്ന്- നാല് വയസ്സാകുന്നതു വരെ ഇവ പാൽ കുടിക്കും. അതോടൊപ്പം പുല്ലും മറ്റും കഴിക്കുകയും ചെയ്യും. കുട്ടിയാനയുടെ ദേഹത്ത് നരച്ച ചെമ്പൻ നിറത്തിലുള്ള രോമ ങ്ങളുണ്ടാവും. കുട്ടിയാനകളെ കടുവ, സിംഹം, കാട്ടുനായ്ക്കൾ എന്നിവ ആക്രമിക്കാറുണ്ട്. (കാട്ടുനായ്ക്കൾ കുട്ടിയാനയെ ആക്രമിക്കുമെന്നത് എങ്ങും രേഖപ്പെടുത്തി കണ്ടിട്ടില്ല. കാട്ടുനായ്ക്കൾ ആനക്കുട്ടിയെ ആക്ര മിക്കാൻ ശ്രമിക്കുന്നത് ഇതിലെ രചയിതാക്കളിൽ ഒരാളായ ആർ. വിനോദ്കുമാർ പെരിയാർ കടുവാസങ്കേതത്തിലെ താനിക്കുടിയിൽ വച്ച് 2012 മാർച്ച് മാസം നേരിട്ട് കണ്ടിട്ടുണ്ട്.)

ആന ഒരു സമ്പൂർണ്ണ സസ്യഭുക്കാണ്. മുളയും ഈറയും മരക്കൊമ്പു കളും വേരുകളും കിഴങ്ങുകളും പുല്ലുകളുമാണ് ഇവയുടെ പ്രധാന ആഹാരം. ആഹാരം തേടി പകലും രാത്രിയും ഇവ വനത്തിൽ സഞ്ചരി ക്കാറുണ്ട്. ദിവസം 25–40 കിലോമീറ്റർ ദൂരമാണ് തീറ്റതേടി ഇവ യാത്ര ചെയ്യുക. ഉച്ചയ്ക്ക് വിശ്രമിക്കും. വിശ്രമവും ഉറക്കവും മിക്കവാറും നിന്നു കൊണ്ടാണ്. പ്രായപൂർത്തിയായ ഒരാനയ്ക്ക് ദിവസം ശരാശരി 140 ലിറ്റർ വെള്ളവും 200– 400 കി. ഗ്രാം ആഹാരവും വേണ്ടിവരും.

വനത്തിൽ ആന മറ്റു മൃഗങ്ങളെ പോലെ ഓടാൻ കഴിവുള്ളവരാണ്. ഭാരിച്ച ശരീരവും വച്ച് ഇവ നന്നായി ഓടും. സാധാരണ രീതിയിൽ, മണിക്കൂറിൽ 18-20 കി.മീ. വേഗത്തിൽ ഓടുന്ന ഇവയുടെ വേഗം അത്യാവശ്യമെങ്കിൽ 30 കി.മീ. വരെയെത്തും. കാട്ടിൽ വച്ച് മനുഷ്യഗന്ധം ലഭിച്ചാൽ ആനക്കൂട്ടം ഒഴിഞ്ഞുപോകുകയാണ് പതിവ്. അക്രമാസക്തമാകുന്നത് വിരളമായിട്ടാണ്. ചില പ്രത്യേക സാഹചര്യങ്ങളിൽ മനുഷ്യരെ ഇവ ഓടിക്കാറുണ്ട്. ആ സമയത്ത് ഇവ 30 കി.മീ.വരെ വേഗത കൈവരിക്കും. എന്നാൽ തുടർച്ചയായി 200-400 മീറ്ററിലധികം ആനകൾ ഓടാറില്ല.

പ്രായപൂർത്തിയായ ആനകൾക്കുണ്ടാകുന്ന ഒരുതരം ഉന്മാദാവസ്ഥയാണ് മദം. ഇത് നാട്ടാനകളിലാണ് കൂടുതലായി കണ്ടുവരുന്നത്. മഞ്ഞുകാലത്തിന്റെ അവസാനം മുതൽ വേനൽക്കാലത്തിന്റെ അന്ത്യം വരെ ഇത് പ്രകടമാകാം. ആനയുടെ കവിളിൽ കണ്ണിനും ചെവിക്കും ഇടയിലാണ് ഇതിന്റെ സ്ഥാനം. ഈ സമയത്ത് ആന കൂടുതൽ അപകടകാരികളാകും. മദത്തിന്റെ യഥാർത്ഥ കാരണം ഇനിയും കണ്ടെത്തിയിട്ടില്ല.

പല്ലുകളും ചെവിയുടെ മടക്കുകളുടെ എണ്ണവും നോക്കിയാണ് ആനയുടെ പ്രായം തിട്ടപ്പെടുത്തുന്നത്. കാട്ടിൽ നിന്ന് ആനകളെ പിടികൂടി ഇണക്കി വളർത്തുന്നുണ്ടെങ്കിലും നാട്ടാനകൾ പ്രജനനം നടത്തി പുതിയ തലമുറ ഉണ്ടാകാത്തതിനാൽ ഇന്നും ഇവയെ വന്യമൃഗമായിത്തന്നെയാണ് കണക്കാക്കുന്നത്.

മെരുക്കി വളർത്താൻ പ്രയാസം കുറഞ്ഞ ഒരു മൃഗമാണ് ആന. കേരളത്തിൽ നാട്ടാന പരിപാലന നിയമം നിലവിൽ വന്നത് 2003-ലാണ്. ഈ നിയമപ്രകാരം കേരളത്തിൽ 700-ഓളം നാട്ടാനകളുണ്ട്. ഇപ്പോൾ നാട്ടാനകളെ വാങ്ങാനോ വില്ക്കാനോ പാടില്ല. കേരളത്തിൽ ഏറ്റവും കൂടുതൽ നാട്ടാനകളുള്ളത് തൃശൂർ ജില്ലയിലാണ്-164 എണ്ണം. കാടുകളിൽ കൊമ്പന്മാർ വളരെ കുറഞ്ഞിരിക്കുകയാണ്. എന്നാൽ നാട്ടാനകളിൽ അധികവും കൊമ്പന്മാരാണ്.

ആനയുടെ ഉത്ഭവത്തെപ്പറ്റി വാല്മീകിരാമായണത്തിൽ ഒരു സൂചനയുണ്ട്. ബ്രഹ്മാവിന്റെ പുത്രനായ മരീചിക്ക് കശ്യപൻ എന്ന പുത്രൻ ജനിച്ചു. കശ്യപൻ ദക്ഷപ്രജാപതിയുടെ പുത്രിമാരായ എട്ട് പേരെ വിവാഹം കഴിച്ചു. അവരിൽ ക്രോധവശയ്ക്കു പത്തു പെൺമക്കളുണ്ടാകുന്നു. അവരിൽ ഒരാളായ മാതംഗിയുടെ പുത്രന്മാരാണ് ആനകൾ. മാതംഗിയുടെ പുത്രന്മാരായതിനാൽ ആനയെ മാതംഗം എന്നു വിളിക്കുന്നുണ്ട്. അഗസ്ത്യന്റെ ശാപം കൊണ്ട് ഇന്ദ്രദ്യുമ്ന രാജാവ് ആനയായിത്തീർന്ന കഥ ഭാഗവതത്തിൽ പറയുന്നുണ്ട്. രാമായണത്തിലും മഹാഭാരതത്തിലും അഗ്നിപുരാണം ഉൾപ്പെടെ ചില പുരാണങ്ങളിലും ആനയെക്കുറിച്ച് പരാമർശിക്കുന്നുണ്ട്. പക്ഷെ ഇതിലൊന്നിലും തിടമ്പേറ്റാനുള്ള മൃഗമായി ഇതിനെ വിശേഷിപ്പിക്കുന്നില്ല. സിന്ധുനദീതട സംസ്കാരം മുതൽ ആനയുടെ ചരിത്രം രേഖപ്പെടുത്തിയിരിക്കുന്നു.

ചരിത്രാതീതകാലത്തെ ആനകൾ

വമ്പന്മാരായ ആനകൾ പണ്ടും നമ്മുടെ ഭൂമിയിൽ ഉണ്ടായിരുന്നതായി ചരിത്രം പറയുന്നു. മാമത്ത് (Mammoth), മോറിത്തീരിയം (Moeritherium), ഫിയോമിയ (Phiomia), പാലിയോമാസ്റ്റഡോൺ (Paleomastodon), ഗോംഫോത്തീരിയം (Gomphotherium), മാസ്റ്റോഡോൺ (Mastodon), സ്റ്റീഗോഡോൺ (Stegodon), വൂളിമാമത്ത് (WooliMammoth) എന്നിവയെല്ലാം ചരിത്രാതീതകാലത്തെ ആനകളാണ്. ഇവയുടെ ഫോസിലുകൾ നമുക്കു പ്രധാനമായും ലഭിച്ചത് സൈബീരിയയിൽ നിന്നാണ്. ഇപ്പോഴും സൈബീരിയയിൽ ആനകളുടെ ഫോസിലുകൾ മഞ്ഞിൽ പുതഞ്ഞു കിടപ്പുണ്ടെന്ന് പഠനങ്ങൾ സൂചിപ്പിക്കുന്നു. ചില ഫോസിലുകളിൽ നിന്നും ലഭിക്കുന്ന സൂചന ഇവ നൂറ്റാണ്ടുകൾക്ക് മുമ്പുവരെ ഭൂമിയിൽ ജീവിച്ചിരുന്നു എന്നതാണ്. വമ്പന്മാർ മാത്രമായിരുന്നില്ല, ചെറിയ ആനകളും ഇവിടെ വാണിരുന്നതായി പറയുന്നുണ്ട്. മാമത്തുകളിലെ കുള്ളന്മാരായിരുന്നു വൂളിമാമത്തുകൾ. ഇതിനു വെറും 91 സെ.മീ. ഉയരമാണ് ഉണ്ടായിരുന്നത്. ഇവയെക്കാൾ ചെറിയവയാണത്രെ മാസ്റ്റോഡോൺ ആനകൾ.

കഴിഞ്ഞ ഒരുദശലക്ഷം വർഷങ്ങൾക്കിടയിൽ എട്ടു തവണ ഹിമപാതം ഉണ്ടായതായി ശാസ്ത്രജ്ഞന്മാർ അഭിപ്രായപ്പെടുന്നു. ഇതിൽ അവസാനത്തെ ഹിമപാതകാലത്ത് ഭൂമിയിലെ മിക്ക മൃഗങ്ങളും നശിച്ചുപോയതായാണ് നിഗമനം. ആ സമയത്തായിരിക്കും ആനകളിലെ വമ്പന്മാർക്ക് വംശനാശം വന്നതെന്ന് കരുതുന്നു. സൈബീരിയയിലെ മഞ്ഞ് മാറ്റിനോക്കിയാൽ ഇപ്പോഴും പല ജാതി മാമത്തുകളെ കാണാമെന്ന് ഇതുമായി ബന്ധപ്പെട്ടവർ അഭിപ്രായപ്പെടുന്നുണ്ട്. ഇത്തരത്തിലുള്ള മാമത്തുകളുടെ മാംസം ഇന്നും അഴുകിയിട്ടില്ല എന്നതാണ് ഒരു സവിശേഷത. കാരണം മഞ്ഞുതന്നെയാണ്. നൂറ്റാണ്ടുകൾക്കു മുമ്പ് വാണിരുന്ന ഇവയുടെ വയറ്റിൽ അവസാനം കഴിച്ച ഭക്ഷണം പോലും വ്യക്തമായി കാണാൻ കഴിയും എന്നും ശാസ്ത്രജ്ഞന്മാർ പറയുന്നുണ്ട്.

മാമത്ത് - Mammoth

4500 വർഷങ്ങൾക്കു മുമ്പ് ഭൂമിയിൽ നിന്നും അപ്രത്യക്ഷമായ ആന വംശമാണ് മാമത്തുകൾ. ഏതാണ്ട് 48 ലക്ഷം വർഷം മുമ്പാണ് ഇവ ഭൂമിയിൽ ജനിച്ചത്. ആദ്യത്തെ മാമത്തുകൾ ആഫ്രിക്കയിലാണ് ജനിച്ചതെന്ന് പഠനങ്ങൾ സൂചിപ്പിക്കുന്നു. പിന്നീട് ഇവ ഏഷ്യയിലും യൂറോപ്പിലും എത്തി. എന്നാൽ അന്റാർട്ടിക്കയിലും ഓസ്ട്രേലിയയിലും ഇവയുടെ സാന്നിദ്ധ്യം കണ്ടെത്തിയിട്ടില്ല. ഏഷ്യൻ ആനകൾ ഉൾപ്പെടുന്ന എലിഫാസ് എന്ന ജനുസിലാണ് മാമത്തുകളെയും ഉൾപ്പെടുത്തിയിരിക്കുന്നത്. ഇവയുടെ ഒരു പ്രത്യേകത ദേഹം മുഴുവനും വലിയരോമങ്ങളാൽ മൂടപ്പെട്ടിരുന്നു എന്നതാണ്. കൊമ്പുകൾ നീണ്ടുവളഞ്ഞതായിരുന്നു. പ്രാചീനകാലത്തെ ഗുഹാചിത്രങ്ങളിലെല്ലാം മാമത്തുകളെ കാണാവുന്നതാണ്. ഇവയിൽ മിക്കവയ്ക്കും സാധാരണ ആനയോളമേ

ഉയരം ഉണ്ടായിരുന്നുള്ളൂ. തണുപ്പുമേഖലയിൽ ജീവിച്ചിരുന്ന ഇവയുടെ രോമത്തിന് ഒന്നരയടിയോളം നീളമുണ്ടായിരുന്നത്രെ. തലയുടെ മുകൾ ഭാഗം കൂർത്തതായിരുന്നു. ആനകളുടെ പൂർവ്വികർ മാമത്തുകളല്ലെന്ന് ചില അഭിപ്രായങ്ങളുണ്ട്.

ഇക്കൂട്ടരിൽ വമ്പന്മാരും ഉണ്ടായിരുന്നതായി ഫോസിൽ പഠനങ്ങൾ സൂചിപ്പിക്കുന്നു. മാമത്തുകളിൽ വമ്പനാണ് ഇമ്പീരിയൽ മാമത്ത്. ഏതാണ്ട് 17 അടിയോളം ഉയരമുണ്ടായിരുന്ന ഇവയിൽ ചിലതിനു 12,000 കിലോവരെ ഭാരമുണ്ടായിരുന്നതായും അഭിപ്രായമുണ്ട്.

മോറിത്തീരിയം - Moeritherium

ഇക്കോസീൻ കാലഘട്ടത്തിൽ ജീവിച്ചിരുന്ന ഒരു ഗജപൂർവ്വികനാണിത്. പന്നിയെപ്പോലെ തോന്നിപ്പിച്ചിരുന്ന ഇവ 35-37 ദശലക്ഷം വർഷങ്ങൾക്ക് മുമ്പാണ് ഭൂമിയിൽ വസിച്ചിരുന്നത്. മൃദുവായ ജലസസ്യങ്ങളായിരുന്നു ഇവയുടെ ഭക്ഷണം. തുമ്പിക്കൈ ഉണ്ടായിരുന്നില്ല. എന്നാൽ വഴക്കമുള്ളതും വീതിയുള്ളതുമായ മേൽച്ചുണ്ടുണ്ടായിരുന്നു. ഈ ആനയുടെ പരിണാമദിശയിലേക്കു നയിച്ച ആദ്യ ഫോസിൽ ഈജിപ്തിലെ മോറിത്തീസ് തടാകത്തീരത്ത് നിന്ന് ലഭിച്ചതിനാലാണ് അതുമായി ബന്ധപ്പെട്ട പേരിൽ ഇതറിയപ്പെടുന്നത്. ടപ്പീർ പന്നിയുടെ ഛായയുണ്ടായിരുന്ന ഇവയുടെ ദേഹം കൊഴുത്തതായിരുന്നു. ഭാരിച്ച ശരീരമുള്ള ഇവയ്ക്ക് കട്ടിയുള്ള ത്വക്കും ചതുപ്പുകളിൽ സഞ്ചരിക്കാനുള്ള കഴിവും പ്രത്യേകതകളായിരുന്നു. സസ്യഭോജിയായിരുന്നു. കൊമ്പുകൾ വളരാനുള്ള ആരംഭം കാണിച്ചിരുന്നു. എന്നാൽ തുമ്പിക്കൈ രൂപപ്പെട്ടിരുന്നോ എന്ന കാര്യത്തിൽ അവ്യക്തത തുടരുന്നു. തലയോടിന്റെ പിൻഭാഗത്ത് വായു അറകൾ കണ്ടിരുന്നു.

ഫിയോമിയ - Phiomia

ആനയോട് സാമ്യമുള്ള വന്യജീവിയായിരുന്നു ഇത്. ആനയുടെ ആകൃതി ആദ്യമായി കൈവരിച്ച ജീവി. യഥാർത്ഥ ആനയുടെ ദേഹപ്രകൃതി ആരംഭിക്കുന്നത് ഇവയിൽ നിന്നാണ്. ഇന്ത്യയിലെ ശിവാലിക് മലകളിൽ (ഉത്തരാഖണ്ഡ് സംസ്ഥാനത്തിലെ ഹരിദ്വാറിൽ ഗംഗാതടം മുതൽ വടക്ക് ബിയാസ് നദി വരെ നീളുന്ന പ്രദേശം) നിന്നും ഈജിപ്തിലെ ഒലിഗോസീൻ നിക്ഷേപങ്ങളിൽ നിന്നും ഇവയുടെ ഫോസിലുകൾ കണ്ടെടുത്തിട്ടുണ്ട്. തുമ്പിയും കൊമ്പും കാലുകളും മസ്തകവും ഇന്നത്തെ കരിവീരന്മാരുടെതു പോലെയായിരുന്നു. ഇവയ്ക്ക് കോമ്പല്ലുകളില്ലായിരുന്നു. തുമ്പിക്കൈക്ക് നീളം കുറവായിരുന്നു. മേൽത്താടിയിൽ നീളം കുറഞ്ഞ 2 കൊമ്പുകളും കീഴ്ത്താടിയിൽ കോരിക പോലെ പരന്ന കൊമ്പുകളുമുണ്ടായിരുന്നു.

പാലിയോമാസ്റ്റഡോൺ - Paleomastodon

ഈജിപ്തിൽ നിന്ന് കണ്ടെടുത്ത മറ്റൊരു ആനഫോസിൽ. 36-35 ദശലക്ഷം വർഷങ്ങൾക്കു മുമ്പാണിത് ജീവിച്ചിരുന്നത്. കഴുത്ത് കുറുകി

കാണപ്പെട്ടിരുന്നു. തുമ്പിക്കൈക്ക് നീളം കുറവായിരുന്നു. വാലും കൊമ്പുകളും നീണ്ട് കാണപ്പെട്ടിരുന്നു. ഇവയ്ക്ക് സസ്യങ്ങൾ പിഴുതെടുക്കാൻ സാധിക്കുമായിരുന്നു. രണ്ടുമീറ്ററോളം ഉയരവും രണ്ടു ടൺ ഭാരവും ഇവയ്ക്കുണ്ടായിരുന്നു.

ഗോംഫോത്തീരിയം - Gomphotherium

പ്രൊബോസിഡേ കുടുംബത്തിലെ വംശനാശം വന്ന ഒരു വന്യമൃഗമാണിത്. ഇന്നത്തെ ഇന്ത്യൻ, ആഫ്രിക്കൻ ആനകളുടെ പൂർവികരെന്ന് കരുതുന്ന വന്യജീവി. വടക്കേ അമേരിക്കയിൽ 10 ദശലക്ഷം വർഷങ്ങൾക്ക് മുമ്പാണിവയെ കണ്ടിരുന്നത്. അവിടെ നിന്ന് ഏഷ്യയിലേക്കും യൂറോപ്പിലേക്കും ആഫ്രിക്കയിലേക്കും കുടിയേറിയതായി കണക്കാക്കുന്നു. ഇവയുടെ അവശിഷ്ടങ്ങൾ ഫ്രാൻസ്, ജർമ്മനി, ആസ്ട്രിയ, പാക്കിസ്ഥാൻ, കെനിയ എന്നിവിടങ്ങളിൽ നിന്ന് ലഭിച്ചിട്ടുണ്ട്.

ഇന്ത്യൻ ആനയുടെ വലുപ്പമുണ്ടായിരുന്ന ഇവയ്ക്ക് നീണ്ട കീഴ്ത്താടി രൂപപ്പെട്ടിരുന്നു. ഇവയുടെ ഒരു സവിശേഷത മേൽത്താടിയിലും കീഴ്ത്താടിയിലും കൊമ്പുകളുണ്ടായിരുന്നു എന്നതാണ്. അതായത് നാല് കൊമ്പുകൾ. ഇവയ്ക്ക് ഒരേ വലുപ്പമായിരുന്നതായി അനുമാനിക്കുന്നു. ഇവയിൽ താഴേത്താടിയിലെ രണ്ടു കൊമ്പുകൾ സമാന്തരമായി, പരന്ന് കോരിക പോലെയായിരുന്നു. ഇവ ഭക്ഷണം കുഴിച്ചെടുക്കാൻ ഉപയോഗിച്ചിരുന്നതായി അനുമാനിക്കുന്നു. തുമ്പിക്ക് നീളം കുറവായിരുന്നതിനാൽ ഇവ സസ്യങ്ങളും മറ്റും മണ്ണിൽ നിന്നും കുഴിച്ചെടുക്കുകയായിരുന്നത്രെ. ചതുപ്പുകൾക്ക് സമീപമുള്ള സസ്യസമൃദ്ധമായ പ്രദേശങ്ങളായിരുന്നു ഇവയുടെ ആവാസമേഖലകൾ.

മാസ്റ്റഡോൺ - Mastodon

വടക്കേ അമേരിക്കയിലും മധ്യഅമേരിക്കയിലും വസിച്ചിരുന്ന ഒരു ഗജ പൂർവ്വികനായിരുന്നു ഇത്. ഏഷ്യൻ ആനകളുമായി സാമ്യമുണ്ടായിരുന്ന ഒരു ഗജപൂർവികനാണിത്. കാനനവാസികളായിരുന്ന ഇവ കൂട്ടമായാണ് കഴിഞ്ഞിരുന്നത്. ചതുപ്പുകളുടെ അടുത്തായിരുന്നു ഇവയുടെ വാസം. മാമത്തുകളിലെ കുള്ളന്മാരായ വൂളിമാമത്തുകളെക്കാൾ ചെറിയവയായിരുന്നു മാസ്റ്റഡോൺ ആനകൾ. ആധുനികകാലത്തെ ആനകളെ അപേക്ഷിച്ച് ഉയരം കുറഞ്ഞ ഇവ ഏതാണ്ട് 40 ലക്ഷം വർഷം മുമ്പാണ് ഭൂമിയിൽ ജന്മം കൊണ്ടത്. മൂന്ന് മീറ്ററോളം ഉയരവും ഏതാണ്ട് അഞ്ചു ടൺ ഭാരവും ഉണ്ടായിരുന്നതായി കണക്കാക്കുന്നു. മസ്തകത്തിൽ ധാരാളം വായു അറകളുണ്ടായിരുന്നു. കീഴ്ത്താടിയിൽ ഉളിപ്പല്ലുകൾ ഇല്ലായിരുന്നു. ചെറിയ ചെവികളും ഓരോന്നായി മുളയ്ക്കുന്ന അണപ്പല്ലുകളും ഇവയുടെ സവിശേഷതകളായിരുന്നു. നീണ്ടുതടിച്ച ശരീര പ്രകൃതമായിരുന്നു ഇവയ്ക്ക്. അണപ്പല്ലുകൾക്കു സമാന്തരമായി നീണ്ടു മുകളിലേക്കു വളഞ്ഞ മേൽക്കൊമ്പുകളും ഇവയ്ക്കുണ്ടായിരുന്നു. അവസാന ഹിമയുഗം വരെ ഇവ നിലനിന്നിരുന്നു. 10,000 വർഷം മുമ്പ് ഭൂമിയിൽ നിന്നും

ഈ സസ്യഭുക്കുകൾ അപ്രത്യക്ഷമായി. ഇന്നത്തെ ആനയുടെ ആരംഭ മായിരുന്നു ഇത്.

സ്റ്റീഗോഡോൺ - Stegodon

ഏഷ്യയുടെ തെക്കുകിഴക്ക് മേഖലകളിലും ആഫ്രിക്കയുടെ തെക്കും മധ്യഭാഗങ്ങളിലും വടക്കേ അമേരിക്കയിലും ജീവിച്ചിരുന്ന ഗജപൂർവ്വി കരായിരുന്നു ഇവ. ആധുനിക ആനകളുടെ മുൻഗാമികൾ ഇവയായി രുന്നു എന്ന് കരുതുന്നു. ഇവയുടെ മേൽ-കീഴ്ത്താടികൾ ചെറുതാ യിരുന്നു. കൊമ്പുകൾ മുകളിലേക്കു വളഞ്ഞിരുന്നു. വലുപ്പക്കൂടുതലു ണ്ടായിരുന്ന ഇവ പലരീതിയിൽ പരിണാമം സംഭവിച്ചാണ് മാമത്ത്, ഏഷ്യൻ, ആഫ്രിക്കൻ ഇനം ആനകളുണ്ടായതെന്ന് ശാസ്ത്രലോകം കരുതുന്നു. പ്ലിസ്റ്റോസീൻ കാലഘട്ടത്തിലാണ് ഇവ ജീവിച്ചിരുന്നത്.

വൂളിമാമത്ത് - WooliMammoth

ആധുനിക ആനകളുമായി സാമ്യമുണ്ടായിരുന്ന ഒരു ഗജപൂർവിക നാണ് വൂളിമാമത്ത്. ഇവ ഉത്തരാർദ്ധ ഗോളത്തിലെ തണുത്തുറഞ്ഞ മേഖലകളിൽ കൂട്ടമായാണ് വസിച്ചിരുന്നത്. മാമത്തസ് പ്രൈമിജീനിയസ് Mammuthus primigenius എന്നാണ് ഇവയുടെ ശാസ്ത്രസംജ്ഞ. ക്രി.പി. 1700 വരെ ഇവ നിലനിന്നിരുന്നതായി സൂചനകളുണ്ട്. ഇവയിൽ പ്രായ പൂർത്തിയെത്തിയ അംഗങ്ങൾക്ക് 4 മീറ്റർ വരെ ഉയരവും 8 ടണ്ണിലധികം ഭാരവുമുണ്ടായിരുന്നതായി കണക്കാക്കുന്നു. 60-80 വർഷം വരെയായി രുന്നു ഇവയുടെ ആയുസ്സ്.

അസാധാരണ വലുപ്പമുള്ളതും മുകളിലേക്ക് വളഞ്ഞതുമായ കൊമ്പു കളും നീണ്ട കട്ടിരോമങ്ങൾ മൂടിയ ദേഹവുമായിരുന്നു ഇവയുടെ സവി ശേഷതകൾ. കൊമ്പുകൾക്ക് 5 മീറ്റർ വരെ നീളമുണ്ടായിരുന്നത്രെ. മണ്ണ് കുഴിക്കാനും തീറ്റ തേടാനും ഇത് സഹായിച്ചിരുന്നു. പൂർണ്ണമായും സസ്യ ഭോജികളായിരുന്നു ഇവ. ചെറിയ ചെവികളും കുറിയ വാലുമായിരുന്നു. ചെവിക്ക് പരമാവധി 30 സെ.മീ. നീളം മാത്രമാണുണ്ടായിരുന്നത്. പിടിയാ നകൾ കൊമ്പന്മാരെക്കാൾ ഉയരത്തിലും ഭാരത്തിലും പിന്നിലായിരുന്നു.

പ്രൊജക്ട് എലിഫന്റ് - Project Elephant

1992-ൽ കേന്ദ്ര വനം-പരിസ്ഥിതി വകുപ്പ് ആനകളുടെ സംരക്ഷ ണാർത്ഥം നടപ്പാക്കിയ പദ്ധതി. ആനകളെ അവയുടെ സ്വാഭാവിക ആവാസഭൂമിയിൽ സംരക്ഷിക്കുക, ഇവയ്ക്കു നേരെയുണ്ടാകുന്ന അതി ക്രമങ്ങൾ തടയുക. ഇവയുടെ പ്രജനനം ഉറപ്പുവരുത്തുക എന്നിവയാണ് ഇതിന്റെ ലക്ഷ്യം. വംശനാശ ഭീഷണി നേരിടുന്ന വന്യജീവി എന്ന രീതിയിൽ സംരക്ഷണനിയമത്തിന്റെ ഒന്നാം പട്ടികയിലാണ് ആനയെ ഉൾപ്പെടുത്തിയിരിക്കുന്നത്. ഇന്ത്യയിൽ 29 ആനസംരക്ഷണമേഖല കളുണ്ട്. ഇതിൽ കേരളത്തിൽ നാലെണ്ണമുണ്ട്.

1. വയനാട് എലിഫന്റ് റിസർവ്

വയനാട് വന്യജീവിസങ്കേതം, ആറളം വന്യജീവിസങ്കേതം, ഉത്തര വയനാട് ഫോറസ്റ്റ് ഡിവിഷൻ, ദക്ഷിണവയനാട് ഫോറസ്റ്റ് ഡിവിഷൻ,

കോഴിക്കാട് ഫോറസ്റ്റ് ഡിവിഷൻ, കണ്ണൂർ ഫോറസ്റ്റ് ഡിവിഷൻ തുടങ്ങിയവയാണ് മുഖ്യമായും ഇതിൽ ഉൾപ്പെടുന്നത്.

2. നിലമ്പൂർ എലിഫന്റ് റിസർവ്

സൈലന്റ് വാലി ദേശീയോദ്യാനം, നിലമ്പൂർ സൗത്ത് ഫോറസ്റ്റ് ഡിവിഷൻ, നിലമ്പൂർ നോർത്ത് ഫോറസ്റ്റ് ഡിവിഷൻ, പാലക്കാട് ഫോറസ്റ്റ് ഡിവിഷൻ, കോഴിക്കോട് ഫോറസ്റ്റ് ഡിവിഷൻ തുടങ്ങിയവയാണ് ഇതിൽ ഉൾപ്പെടുന്നത്.

3. ആനമുടി എലിഫെന്റ് റിസർവ്

ഇരവികുളം ദേശീയോദ്യാനം. പറമ്പിക്കുളം കടുവാസങ്കേതം, പീച്ചി വന്യജീവിസങ്കേതം, ചിമ്മിനി വന്യജീവിസങ്കേതം, ഇടുക്കി വന്യജീവി സങ്കേതം, തട്ടേക്കാട് പക്ഷിസങ്കേതം, ചിന്നാർ വന്യജീവിസങ്കേതം, ചാലക്കുടി ഫോറസ്റ്റ് ഡിവിഷൻ, നെന്മാറ ഫോറസ്റ്റ് ഡിവിഷൻ, വാഴച്ചാൽ ഫോറസ്റ്റ് ഡിവിഷൻ, തൃശൂർ ഫോറസ്റ്റ് ഡിവിഷൻ, മൂന്നാർ ഫോറസ്റ്റ് ഡിവിഷൻ, കോതമംഗലം ഫോറസ്റ്റ് ഡിവിഷൻ. മലയാറ്റൂർ ഫോറസ്റ്റ് ഡിവിഷൻ, മാങ്കുളം ഫോറസ്റ്റ് ഡിവിഷൻ, കോതമംഗലം ഫോറസ്റ്റ് ഡിവിഷൻ തുടങ്ങിയവയാണ് ഇതിൽ ഉൾപ്പെടുന്നത്.

4. പെരിയാർ എലിഫന്റ് റിസർവ്

പെരിയാർ ഫോറസ്റ്റ് ഡിവിഷൻ, കോട്ടയം ഫോറസ്റ്റ് ഡിവിഷൻ, റാന്നി ഫോറസ്റ്റ് ഡിവിഷൻ, കോന്നി ഫോറസ്റ്റ് ഡിവിഷൻ, ഷെന്തുരുണി ഫോറസ്റ്റ് ഡിവിഷൻ, നെയ്യാർ- പേപ്പാറ വന്യജീവി സങ്കേതം, അച്ചൻകോവിൽ ഫോറസ്റ്റ് ഡിവിഷൻ, പുനലൂർ ഫോറസ്റ്റ് ഡിവിഷൻ, തെന്മല ഫോറസ്റ്റ് ഡിവിഷൻ, തിരുവനന്തപുരം ഫോറസ്റ്റ് ഡിവിഷൻ, അഗസ്ത്യവനം ഫോറസ്റ്റ് ഡിവിഷൻ തുടങ്ങിയവയാണ് ഇതിൽ ഉൾപ്പെടുന്നത്.

ആഫ്രിക്കൻ ആനകൾ ഇപ്പോൾ കാണപ്പെടുന്ന രാജ്യങ്ങൾ

അംഗോള, ഇക്വറ്റോറിയൽ ഗയ, ഉഗാണ്ട, എത്യോപ്യ, എറിട്രിയ, കാമറൂൺ, കോംഗോ, കോട്ട്ഡ് വോയിർ, കെനിയ, ഘാന, ഗാംബോൺ, ഗ്വാനിയ, ബെനിൻ, ബോറ്റ്സ്വാന, ബർക്കിനാഫാ സോ, ചാട്, ലൈബീരിയ, മാലാവി, മാലി, മൊസാംബിക്, നമീബിയ, നൈജീരിയ, നൈജർ, സോമാലിയ, സൗത്ത് ആഫ്രിക്ക, സുഡാൻ, സ്വാസിലാന്റ്, ടാൻസാനിയ, ടോംഗോ, സാമ്പിയ, സിംബാവേ, റുവാൻഡ.

ഇവയ്ക്ക് വംശനാശം സംഭവിച്ച രാജ്യങ്ങൾ: ഗാംബിയ, ബുറുണ്ടി. മൗറിറ്റാനിയ.

വാരിക്കുഴി

കാട്ടാനകളെ പിടികൂടാനായി കാട്ടിൽ ഒരുക്കിയിരുന്ന വലിയ കുഴികളാണ് വാരിക്കുഴികൾ. ആനയുടെ സഞ്ചാരപാതയിലാണ് ഇവയുണ്ടാകുക. ഇവയുടെ ഉപരിതലത്തിൽ ഇല്ലിക്കമ്പുകളും ഇലകളും നിരത്തി,

കുഴിയാണെന്ന് തോന്നാത്ത വിധമായിരിക്കും ഇത് തയ്യാറാക്കുന്നത്. കുഴിയാണെന്ന് മനസ്സിലാക്കാതെ നടന്നു വരുന്ന ആന അടിതെറ്റി അകത്ത് വീഴും. ആനയ്ക്ക് സ്വയം കരയ്ക്ക് കയറി രക്ഷപ്പെടാനാവാത്ത വിധമായിരിക്കും കുഴിയൊരുക്കുന്നത്. പിന്നീട് പരിശീലനം ലഭിച്ചിട്ടുള്ള നാട്ടാനകളുടെ സഹായത്തോടെ ഇവയെ കുഴിയിൽ നിന്ന് കരയ്ക്ക് കയറ്റി മെരുക്കിയെടുക്കുന്നു. പരീശീലനം ലഭിച്ച ആനയെ താപ്പാന എന്നാണ് വിളിക്കുന്നത്.

ആനയുടെ മറ്റു വിശേഷങ്ങൾ ഒറ്റനോട്ടത്തിൽ

കൊമ്പില്ലാത്ത ആണാനയാണ് മോഴ.

പുരാണത്തിലെ വെളുത്ത ആനയാണ് ഐരാവതം.

വെള്ളാനകൾക്ക് യഥാർത്ഥത്തിൽ ചാരനിറമാണ്.

ഏഷ്യൻ ആനയുടെ ഒരു ജോടി കൊമ്പിന് 50 കി.ഗ്രാമോളം തൂക്കം വരും.

1986-മുതൽ ഇന്ത്യയിൽ ആനക്കൊമ്പിന്റെ ആഭ്യന്തര വിപണനം നിരോധിച്ചു.

കൊമ്പിനു വേണ്ടി ഏറ്റവുമധികം വേട്ടയാടപ്പെടുന്ന വന്യജീവിയാണ് ആന.

ബീഹാറിലെ പാറ്റ്നയ്ക്കടുത്തുള്ള സോണാപ്പൂരാണ് ഇന്ത്യയിൽ അറിയപ്പെടുന്ന ആനച്ചന്ത.

കേരളത്തിലെ പ്രസിദ്ധമായ ആനത്താവളങ്ങളാണ് കോടനാട് (എറണാകുളം),കോന്നി (പത്തനംതിട്ട), കോട്ടൂർ (തിരുവനന്തപുരം), മുത്തങ്ങ (വയനാട്).

കേരളത്തിലെ ഏറ്റവും പ്രശസ്തനായ ആനയായിരുന്നു ഗുരുവായൂർ കേശവൻ. 1916-ൽ നിലമ്പൂർ രാജകുടുംബമാണ് ഈ ആനയെ ക്ഷേത്രത്തിന് നല്കിയത്.

ഇന്ത്യയിൽ ഏറ്റവും കൂടുതൽ ആനകളുള്ള ഏക ദേവാലയമാണ് ഗുരുവായൂർ ക്ഷേത്രം.

ആഗസ്റ്റ് 12 ആനദിനമായി ആചരിക്കുന്നു.

ആനയുമായി ബന്ധപ്പെട്ട ചൊല്ലുകൾ

ആനവായിൽ അമ്പഴങ്ങ പോലെ.

ആനവായിൽ അമ്പഴങ്ങ, എന്റെ വായിൽ കുമ്പളങ്ങ

ആനക്കാര്യത്തിനിടയ്ക്കു ചേനക്കാര്യം.

അടിതെറ്റിയാൽ ആനയും വീഴും.

ആനച്ചോറ് കൊലച്ചോറ്

ആന കൊടുത്താലും ആശ കൊടുക്കരുത്.

ആന മെലിഞ്ഞാൽ തൊഴുത്തിൽ കെട്ടുമോ?

കാട്ടിലെ മരം, തേവരുടെ ആന, വലിയെടാ വലി.

ആനപ്പുറത്തിരിക്കുന്നവന് നായയെ പേടിക്കണ്ട.

ആനയെ പേടിക്കണം ആനപ്പിണ്ടത്തെയും പേടിക്കണോ?

ആനയും ഉറുമ്പും പോലെ

നിത്യാഭ്യാസി ആനയെ എടുക്കും.

അന്ധൻ ആനയെക്കണ്ടതു പോലെ.

പോയ ബുദ്ധി ആന വലിച്ചാൽ വരുമോ?

പണം കൊടുത്ത് ആനയെ വാങ്ങിയാൽ പവൻ കൊടുത്ത് പാപ്പാനെ നിർത്തണം.

ആനമടയൻ

ആന വായ്പൊളിക്കുന്നത് കണ്ട് അണ്ണാൻ വായ് പൊളിച്ചാലോ?

അങ്ങാടിയിൽ ആന വന്ന പോലെ

അച്ഛൻ ആനപ്പുറത്ത് കയറിയാൽ മകന് തഴമ്പുണ്ടാകുമോ?

അടയ്ക്ക കട്ടാലും ആന കട്ടാലും പേര് കള്ളനെന്ന്.

അണ്ണാൻ മോഹിച്ചാൽ ആനയാകുമോ?

ആന വലിച്ചാലിളകാത്തൊരു തടി ശ്വാവിനെക്കൊണ്ട് ഗമിക്കായ് വരുമോ?

ആന മദിച്ചു വരുന്നൊരുനേരം കൂനനുറുമ്പ് തടുപ്പാനെളുതോ?

ആനയെ വയ്ക്കേണ്ടിടത്ത് പൂവെങ്കിലും വയ്ക്കണം.

ആനയ്ക്ക് പന ചക്കര.

ആനയ്ക്ക് ആനയുടെ വണ്ണമറിയില്ല.

ആനയ്ക്കതിരില്ല ആശയ്ക്കതിരില്ല.

അറിയാത്തവന് ആന പടല്.

ആനപ്പുറത്ത് പോകുകയും വേണം ആളുകൾ കാണാനും പാടില്ല.

ആനപ്പുറത്തിരുന്ന് ആരാന്റെ വേലി പൊളിക്കരുത്.

ആനയെക്കാണാനും വെള്ളെഴുത്തോ?

പാണന് ആന മൂധേവി.

അജഗജാന്തരം.

ഇത്തിൾപ്പന്നി/മദ്രാസ് ഇത്തിൾപ്പന്നി

Madars Hedgehog/Bare Bellied hedgehog

കുടുംബം: *എറിനാസിഡേ*

ശാസ്ത്രനാമം: പാരാഎക്കൈനസ് ന്യൂഡിവെൻട്രിസ് Paraechinus nudiventris Horsfield,1851.

ഇന്ത്യയിൽ കണ്ടു വരുന്ന ഒരു സസ്തനിയാണ് ഇത്തിൾപ്പന്നി. ഇന്ത്യയിൽ ഇതുവരെ മൂന്ന് ജാതി ഇത്തിൾപ്പന്നികളെ തിരിച്ചറിഞ്ഞിട്ടുണ്ട്. ഇവയിൽ കോളേർഡ് ഇത്തിൾപ്പന്നി (Collared Hedgehog). എന്ന് വിളിപ്പേരുള്ള ഹെമിഎക്കൈനസ് കോളറിസ് (Hemiechinus collaris) എന്നയിനം

രാജസ്ഥാൻ, ഗുജറാത്ത്, പൂന എന്നിവിടങ്ങളിലാണുള്ളത്. ഇന്ത്യൻ ഇത്തിൾപ്പന്നി (Indian Hedgehog) എന്നറിയപ്പെടുന്ന ഹെമിഎക്കിനെസ് മൈക്രോപ്പസ് (Hemiechinus micropus) ആന്ധ്ര, രാജസ്ഥാൻ, ഗുജറാത്ത്, കർണ്ണാടകം എന്നിവിടങ്ങളിൽ കണ്ടുവരുന്നു. പൊതുവെ ഇവയെല്ലാം വളരെ വിരളമാണ്.

തെക്കുകിഴക്കൻ ഇന്ത്യയിലെ വരണ്ട മുൾക്കാടുകളിലെ ദേശജാതിയായ ഒരിനം സസ്തനിയാണ് മദ്രാസ് ഇത്തിൾപ്പന്നി. ഇവയെ തമിഴ്നാട്ടിലും ആന്ധ്രപ്രദേശിലും ധാരാളമായിക്കാണാം. കേരളത്തിൽ അത്ര സുലഭമല്ല. ചിന്നാറിൽ പലരും ഇവയെ കണ്ടതായി പറയുന്നുണ്ട്. ഇതിനെക്കുറിച്ച് ചിത്രങ്ങൾ സഹിതമുള്ള ആദ്യവിവരങ്ങൾ നല്കിയത് യശഃശരീരനായ പരിസ്ഥിതി ഫോട്ടോഗ്രാഫർ പെരിന്തൽമണ്ണ കെ.രാമചന്ദ്രൻ ആണ്. അദ്ദേഹം ഇതിന്റെ ചിത്രമെടുത്ത് പ്രസിദ്ധീകരിച്ചിരുന്നു. പിന്നീട് അടുത്തകാലത്ത് ചില പത്രവാർത്തകൾ ഇതുമായി ബന്ധപ്പെട്ട് പുറത്ത് വന്നിരുന്നു.

പക്ഷേ, സുലഭമല്ലാത്തതിനാൽ ഇതിനെ നന്നായി കാണാനോ പഠിക്കാനോ ഇനിയും കഴിഞ്ഞിട്ടില്ല. പാറയിടുക്കുകളിലും പൊന്തകളിലെ മാളങ്ങളിലുമാണ് ഇവയുടെ വാസം. രാത്രിസഞ്ചാരിയാണ്. പകൽ ഇവ മാളത്തിലും മറ്റും കഴിഞ്ഞുകൂടും. ഇണചേരുന്ന കാലത്തൊഴികെ ഒറ്റയ്ക്കാണ് സഞ്ചാരം.

ഇവയുടെ പ്രത്യേകതകൾ, ചെറിയ ഉരുണ്ട ശരീരവും കൂർത്ത മുള്ളുകളുള്ള ദേഹവും കുഴൽ പോലെ നീണ്ട മോന്തയും നീളം കുറഞ്ഞ വാലും മറ്റുമാണ്. ശരീരത്തിന്റെ വലുപ്പം 14-23 സെ.മീ. തൂക്കം 250-400 ഗ്രാം. പാദം നിലത്തൂന്നിയാണ് സഞ്ചരിക്കുന്നത്. പാദത്തിൽ വിരലുകളുണ്ട്. കാഴ്ചയിൽ ഇന്ത്യൻ ഇത്തിൾപ്പന്നിയെക്കാൾ കൂടുതൽ ചുവപ്പുനിറമുണ്ടാവും.

ഇവ മിശ്രഭുക്കുകളാണ്. ഫലങ്ങളും, കിഴങ്ങുകളും ഉരഗങ്ങളും ഉഭയജീവികളും മുട്ടകളും മറ്റുമാണ് ഭക്ഷണം. ഘ്രാണശക്തിയിലൂടെയാണ് ഇവ ഇരയേയും ശത്രുക്കളെയും തിരിച്ചറിയുന്നത്. ആഹാരം കഴിക്കുന്നതിന് പല്ലുകളുണ്ട്.

ഇത്തിൾപ്പന്നികൾ അവയുടെ വർഗ്ഗത്തിലെ മോളുകൾ, നച്ചെലികൾ എന്നിവയിൽ നിന്നും തികച്ചും വ്യത്യസ്തരാണ്. ശരീരം മുഴുവനും പൊതിഞ്ഞിരിക്കുന്ന മുള്ളുകൾ മുള്ളൻപന്നിയുടെ മുള്ളിനേക്കാൾ ചെറുതാണ്. മുള്ളൻപന്നിയുടെ മുള്ളുകൾ പൊഴിയും. പക്ഷെ, ഇത്തിൾപ്പന്നിയുടെത് പൊഴിയാറില്ല. ശത്രുവിനെ കണ്ടാൽ ഇവ പകുതി ഉരുണ്ടു പന്തുപോലെയാകുകയും മുള്ളുകൾ എഴുന്നു നില്ക്കുകയും ചെയ്യുന്നു. ആക്രമിക്കുമ്പോൾ ചീറാനും മുള്ളുകൾ ഉയർത്തി നിർത്തി ഭയപ്പെടുത്താനും കഴിയും. ത്വക്കിനോട് ചേർന്ന് കട്ടിയുള്ള പേശികൾ ഉള്ളതിനാൽ ശരീരം വളയ്ക്കാനും ചുരുളാനും കഴിയുന്നു. ശത്രു തിരിഞ്ഞാക്രമിക്കാൻ തുനിഞ്ഞാൽ മുള്ളുകൾ കോർക്കപ്പെടും. എന്നാൽ, വിപരീത സാഹചര്യത്തിൽ വേഗത്തിൽ ഓടിയകലാനും ഇവയ്ക്ക് സാധിക്കും.

ആവാസവ്യവസ്ഥാനാശവും വേട്ടയാടലും ഇവയുടെ നിലനില്പിനു ഭീഷണി ഉയർത്തുന്നതിനാൽ വംശനാശഭീഷണി നേരിടുന്ന ഒരു വന്യ ജീവിയാണിത്.

അത്യുഷ്ണകാലത്തും അതിശൈത്യ കാലത്തും ഇവയ്ക്ക് ദീർഘ സുഷുപ്തിയിൽ പ്രവേശിക്കാൻ സാധിക്കുമെന്ന് പറയപ്പെടുന്നു. ആ സമ യത്ത് ഇവ പൂർണ്ണമായും വിശ്രമത്തിലായിരിക്കും.

ഇൻഡ്യൻ ഈനാംപേച്ചി

Indian pangolin/Thick tailed pangolin

ശാസ്ത്രനാമം: മാനിസ് ക്രാസ്സികോഡേറ്റ

Manis crassicaudata ,E.Geoffroy,1803

ഇന്ത്യാ ഉപഭൂഖണ്ഡത്തിൽ കാണപ്പെടുന്ന ഒരിനം ഈനാംപേച്ചിയാണിത്. ഈയിനത്തെ ഇന്ത്യ കൂടാതെ, ശ്രീലങ്ക, നേപ്പാൾ, ഭൂട്ടാൻ എന്നിവിട ങ്ങളിലും കാണുന്നുണ്ട്. കേരളത്തിലെ ഇലപൊഴിയും ഈർപ്പവന ങ്ങളിലും അർദ്ധനിത്യഹരിത വനങ്ങളിലുമാണ് ഇവയെ സ്വാഭാവികമായി കാണുന്നത്. വളരെ അപൂർവ്വമാണിവ. ഇപ്പോൾ വംശനാശ ഭീഷണി നേരി ടുന്നു.

ഇതിന്റെ ശരീരം നിറയെ നല്ല കട്ടിയുള്ള ശല്ക്കങ്ങൾ അടുക്കി യിരിക്കും. ശല്ക്കങ്ങൾക്ക് മഞ്ഞ കലർന്ന തവിട്ടുനിറമാണ്. നീണ്ട് തടിച്ച വാലുണ്ട്. വാലടക്കം 85–125 സെ.മീ. നീളമുണ്ടാകും. ശരീരത്തിന്റെ പകു തിയോളം നീളം വാലിനു മാത്രം വരും. 35–45 സെ.മീ. നീളമാണ് വാലിനു ണ്ടാവുക. തൂക്കം 9–14 കിലോഗ്രാം. പെണ്ണിന് വലുപ്പം താരതമ്യേന കുറ വാണ്. തല തീരെ ചെറുതും ത്രികോണാകൃതിയിലുള്ളതുമാണ്. തടിച്ചു കുറുകിയ നാല് കാലുകൾ. കാലുകളിൽ അഞ്ച് വിരലുകളും മുൻകാലു കളിൽ നീണ്ടു കൂർത്ത നഖങ്ങളുമുണ്ട്. നാവിന് നല്ല നീളമുണ്ടാവും. ശരീരത്തിന്റെ പകുതിയോളം നീളമുണ്ടാകുമെന്നാണ് നിഗമനം. പല്ലുകളില്ല.

ഇവ ഏകാന്തവാസികളാണ്. വളരെ ഗോപ്യമായി ജീവിക്കാൻ ഇഷ്ടപ്പെടുന്നതിനാൽ ഇവയെ കണ്ടെത്താൻ വലിയ ബുദ്ധിമുട്ടാണ്. ഓടാനും മരം കയറാനും ഇവയ്ക്ക് കഴിയും. പകൽ മരങ്ങളിലോ പാറ യിടുക്കുകളിലോ മാളങ്ങളിലോ വിശ്രമിക്കും. അത്യാവശ്യം വന്നാൽ, രണ്ടു കാലിൽ എഴുന്നേറ്റു നിൽക്കും. വാൽ മരത്തിൽ ചുറ്റി തൂങ്ങിക്കിട ക്കാറുമുണ്ട്. രാത്രികാലങ്ങളിലാണ് പുറത്തിറങ്ങുക.

ഇതൊരു മാംസഭുക്കാണ്. രാത്രിയാണ് ഇരതേടുക. ഉറുമ്പുകളും ചിതലുകളുമാണ് മുഖ്യ ഇരകൾ. മറ്റു കീടങ്ങളെയും ഭക്ഷിക്കാറുണ്ട്. ശല്ക്കങ്ങളുടെ ആരോഗ്യത്തിന് ഉറുമ്പുകളുടെ ശരീരത്തിലെ ഫോർമിക്ക് ആസിഡ് ആവശ്യമായതിനാൽ, ഉറുമ്പുകളെത്തിന്നാതെ ഇവയ്ക്ക്

ജീവിക്കാൻ ബുദ്ധിമുട്ടാണ്. മണ്ണിൽ കുഴിച്ചും മരത്തിൽ കയറിയും ആഹാരം തേടും. വാൽ ഉപയോഗിച്ചും ഇരതേടാറുണ്ട്. തലയോ, കൈയോ കടക്കാത്ത, മരങ്ങളിലെ ചെറിയ വിടവുകളിൽ വാലിന്റെ കൂർത്തയഗ്രം കയറ്റി ഉറുമ്പുകളെയോ, ചിതലുകളെയോ പ്രകോപിപ്പിച്ച് പുറത്ത് ചാടിക്കും. എന്നിട്ട്, അവയുടെ ഇടയിലേക്ക് നാവ് നീട്ടിവയ്ക്കും. നാവിൽ പശിമയുള്ളതിനാൽ ഇരകൾ അതിൽ ഒട്ടിയിരിക്കും. ഉടനെ നാവ് പിൻവലിച്ച് ഇരകളെ വായ്ക്കകത്താക്കും. മിന്നൽ വേഗത്തിലാണിവ നാക്ക് നീട്ടുന്നതും പിൻവലിക്കുന്നതും.

ഇവ കുഞ്ഞുങ്ങളെ പ്രസവിക്കുകയാണ് ചെയ്യുക. വർഷത്തിൽ ഒരിക്കൽ മാത്രമേ ഇണ ചേരുകയുള്ളൂ. ഗർഭകാലം 120–150 ദിവസമാണ്. മരപ്പൊത്തുകളിലോ മണ്ണിലെ മാളങ്ങളിലോ ആണ് പ്രസവം നടക്കുന്നത്. ഒരു പ്രസവത്തിൽ ഒന്നോ രണ്ടോ കുട്ടികൾ ഉണ്ടാവും. ജനിക്കുന്ന കുഞ്ഞിനും ശല്ക്കങ്ങളുണ്ടായിരിക്കും. വളരെ മൃദുവായ ഈ ശല്ക്കങ്ങൾ 2–3 ദിവസം കഴിയുമ്പോൾ ദൃഢമാകാനാരംഭിക്കും. ശിശുപരിപാലനം പെൺ ഈനാംപേച്ചിയുടെ ചുമതലയാണ്. ആദ്യനാളുകളിൽ കുഞ്ഞുങ്ങൾ ഇഴയുകയാണ് പതിവ്. ഇവ വലുതാകാൻ മാസങ്ങൾ വേണ്ടിവരും.

ശത്രുവിനെ കാണുമ്പോൾ ഓടി രക്ഷപ്പെടാൻ ഇവയ്ക്ക് ബുദ്ധിമുട്ടാണ്. അതിനാൽ, പെട്ടെന്ന് അട്ട ചുരുളുന്നതു പോലെ ചുരുണ്ട് സാമാന്യം നല്ല വേഗത്തിൽ ഉരുണ്ട് മാറുകയാണ് പതിവ്. കുഞ്ഞുണ്ടെങ്കിൽ അതിനെ ശരീരത്തിന്റെ അടിവശത്താക്കി തള്ള ചുരുണ്ട് കിടക്കും.

ഇരുണ്ട വരയണ്ണാൻ

Nilgiri striped squirrel

ശാസ്ത്രനാമം: ഫ്യൂണാംബുലസ് സബ്ലീനിയേറ്റസ്
*Funambulus sublineatus Waterhouse,*1838.

ലോകത്ത് നമ്മുടെ പശ്ചിമഘട്ടത്തിൽ മാത്രം കാണപ്പെടുന്ന ഒരു അപൂർവ്വയിനം അണ്ണാനാണ് ഇരുണ്ട വരയണ്ണാൻ. പശ്ചിമഘട്ടത്തിലെ 700 മുതൽ 2100 മീറ്റർ വരെ ഉയരമുള്ള മലനിരകളിലെ മഴക്കാടുകളിലും ഇടതൂർന്ന ഈർപ്പവനമേഖലകളിലും ഈറ്റക്കാടുകളിലുമാണ് ഇവയുടെ ആവാസകേന്ദ്രങ്ങൾ. കേരളത്തിൽ കാണപ്പെടുന്ന അണ്ണാൻ വർഗ്ഗക്കാരിൽ ഏറ്റവും ചെറുത് ഇതാണെന്ന് കരുതുന്നു. കരണ്ടുതീനികളുടെ വംശജനായ ഈ സസ്തനിയെ വളരെ വിരളമായേ കാണാറുള്ളൂ. വംശനാശഭീഷണിയുടെ വക്കിലെത്തി നിൽക്കുന്നതായി വിലയിരുത്തപ്പെടുന്നു.

ഇതിന് 10–15 സെ.മീ നീളവും 40 ഗ്രാം ഭാരവും വരും. ഇവയുടെ ശരീരം രോമാവൃതമാണ്. ഇരുണ്ട തവിട്ടുനിറം. മൃദുവായ ശരീരത്തിന്റെ

ഉപരിഭാഗത്ത് മൂന്ന് അവ്യക്തമായ വരകളുണ്ടായിരിക്കും. അടിഭാഗം ചാര നിറമോ മങ്ങിയ നിറമോ ആയിരിക്കും. വാലിൽ വരകളുണ്ടാവില്ല. ഒറ്റ നോട്ടത്തിൽ ശരീരമാകെ ഇരുണ്ട തവിട്ടുനിറമായി കാണപ്പെടും.

ഇതൊരു വൃക്ഷവാസിയായ അണ്ണാനാണ്. നിലത്തിറങ്ങാറുണ്ടെന്ന് പറയപ്പെടുന്നുണ്ടെങ്കിലും വിരളമാണ്. വളരെ വേഗത്തിലാണ് ഇവയുടെ സഞ്ചാരം. ഏറെക്കുറെ നിശ്ശബ്ദമായിട്ടാണ് സഞ്ചരിക്കുക. ഇണയോടൊപ്പമോ ചെറുകൂട്ടമായോ ആണ് സഞ്ചരിക്കുന്നത്. ഒറ്റയ്ക്കും കാണാറുണ്ട്. ഈറ്റക്കാടുകളിലൂടെയും വൃക്ഷശാഖകളിലൂടെയും ദ്രുതഗതിയിൽ സഞ്ചരിക്കുന്ന ഇവ ആഹാരം കഴിക്കുന്ന അവസരങ്ങളിൽപ്പോലും ശരീരം വിറപ്പിക്കുന്നതായി തോന്നാറുണ്ട്. സസ്യഭോജികളായ ഇവയുടെ ഭക്ഷണം തളിരിലകളും കായ്കളും പഴങ്ങളുമാണ്. മറ്റ് കാട്ടണ്ണാന്മാരുടെയത്ര ഭംഗിയൊന്നും ഇല്ലാത്ത ഇവയുടെ സഞ്ചാരവും ആഹാര സമ്പാദനവുമെല്ലാം കൗതുകം ജനിപ്പിക്കുന്നതാണ്. ചിലയിനം ചിലപ്പൻ പക്ഷികളുടെ പിന്നാലെ ഇവ സഞ്ചരിക്കുമെന്ന് പറയപ്പെടുന്നു.

ഇവയുടെ മറ്റു കാര്യങ്ങളൊന്നും വ്യക്തമല്ല. കൊടുംകാടുകളിൽ വസിക്കുന്ന ഇവയെക്കുറിച്ച് പഠനങ്ങൾ നടന്നുവരികയാണ്. പൊതുവെ എണ്ണത്തിൽ വളരെക്കുറവായ ഇവയ്ക്ക് മികച്ച സംരക്ഷണം ആവശ്യമാണ്. ആവാസവ്യവസ്ഥയിലുണ്ടാകുന്ന മാറ്റങ്ങൾ പ്രതിരോധിക്കാൻ ഇവയ്ക്ക് സാധിക്കില്ലെന്നാണ് അഭിപ്രായം.

കടുവ - Tiger

ശാസ്ത്രനാമം: പാന്തെറാ ടൈഗ്രിസ്
*Panthera tigris Linnaeus,*1758
കുടുംബം: *ഫെലിഡേ*

ലോകത്താകമാനമുള്ള പൂച്ചവർഗ്ഗക്കാരെ വലിയ പൂച്ചകളെന്നും ചെറിയ പൂച്ചകളെന്നും രണ്ടായി തിരിച്ചിട്ടുണ്ട്. ലോകത്ത് ആകെയുള്ള ഏഴ് വലിയ പൂച്ചവർഗ്ഗക്കാരിൽ ആറെണ്ണവും ഇന്ത്യയിലുണ്ട്. കടുവ, സിംഹം, പുള്ളിപ്പുലി, ഹിമപ്പുലി, മേഘപ്പുലി, വംശനാശം വന്ന ചീറ്റപ്പുലി. ഇതിൽ ഇന്ത്യയുടെ ദേശീയ മൃഗമാണ് കടുവ. 1972-ലാണ് കടുവയെ ഇന്ത്യയുടെ ദേശീയ മൃഗമായി പ്രഖ്യാപിക്കുന്നത്. അതിനു മുമ്പ് സിംഹമായിരുന്നു നമ്മുടെ ദേശീയമൃഗം. സിംഹങ്ങളില്ലാത്ത വനങ്ങളിൽ കടുവയാണ് രാജാവ്. ശക്തിയിൽ സിംഹത്തെ പോലും തോല്പിക്കുന്ന ഇവ അക്ഷരാർത്ഥത്തിൽ കാട്ടിലെ കരുത്തനാണ്. പ്രൗഢഗംഭീരമായ ഈ മൃഗത്തെ ഇന്ത്യയിലെ മിക്ക വനങ്ങളിലും വിരളമായിട്ടെങ്കിലും കണ്ടുവരുന്നുണ്ട്. എന്നാൽ ഇവ എണ്ണത്തിൽ വളരെക്കുറവാണ്. ബംഗ്ലാദേശിന്റെ ദേശീയ

മൃഗം കൂടിയാണ് കടുവ. ഇന്ത്യ, നേപ്പാൾ, മ്യാൻമാർ, ഭൂട്ടാൻ, റഷ്യ, ബംഗ്ലാദേശ്, തായ്‌ലന്റ്, ലാവോസ്, കമ്പോഡിയ, വിയറ്റ്നാം, മലേഷ്യ, ഇന്തോനേഷ്യ, സുമാത്ര, ചൈന തുടങ്ങിയ രാജ്യങ്ങളിൽ കടുവയെ കാണാവുന്നതാണ്. ലോകത്ത് കടുവകൾക്കു ഒരേയൊരു ശത്രുമാത്രമേ യുള്ളു. അത് മനുഷ്യനാണ്.!

റോമാക്കാരാണ് കടുവയെ 'ടൈഗ്രിസ്' എന്നു ആദ്യമായി വിളിച്ചത്. അമ്പിന്റെ വേഗത്തെ സൂചിപ്പിക്കുന്ന 'ടൈഗ്രാ' എന്ന പേർഷ്യൻ പദത്തിൽ നിന്നാണ് ടൈഗർ എന്ന പേരു ഉണ്ടായത്. കടുവകളില്ലാത്ത പ്രമുഖ വനമേഖലകളാണ് ആഫ്രിക്കൻ കാടുകൾ.

വംശനാശഭീഷണി നേരിടുന്ന കടുവ, മാർജ്ജാരവംശത്തിൽ ഉൾപ്പെടുന്ന ഏറ്റവും വലിയ ജീവിയാണ്. സൈബീരിയയാണ് ഇവയുടെ ജന്മദേശം. ഏഷ്യൻ രാജ്യങ്ങളിലാണ് സാധാരണയായി കടുവകളുള്ളത്. (ശ്രീലങ്കയിലെ വനങ്ങളിൽ കടുവകൾ ഇല്ലത്രെ. മുമ്പ് ഉണ്ടായിരുന്നെന്നും പിന്നീട് വംശനാശം വന്നതാണെന്നും പറയപ്പെടുന്നു.) ലോകത്ത് ഇന്ന് അവശേഷിക്കുന്ന കടുവകളുടെ നാല്പതു ശതമാനവും ഇന്ത്യൻ കാടുകളിലാണെന്നാണ് ഏറ്റവും പുതിയ കണക്ക്. കേരളത്തിലെ കാടുകളിലും കടുവകളുണ്ട്.

സ്ഥലകാലഭേദമനുസരിച്ച് കടുവകളെ പലതായി തരംതിരിച്ചിരിക്കുന്നു. സൈബീരിയൻ, മലയൻ, സുമാത്രൻ, ബംഗാൾ, ചൈനീസ്, ഇന്തോചൈനീസ്. ബാലിയൻ, കാസ്പിയൻ, ജാവൻ എന്നിവയാണിത്. ഇവയിൽ ഒടുവിലത്തെ മൂന്ന് വിഭാഗം വംശനാശം സംഭവിച്ചതാണ്. ലോകത്ത് ഇന്നു കാണുന്നവയിൽ ഏറ്റവും വലുപ്പമുള്ളത് സൈബീരിയൻ കടുവകളാണ്. ഏഷ്യയുടെ തണുപ്പു കൂടിയ ഭാഗങ്ങളിലാണ് ഇവയുള്ളത്. ഇവയുടെ ശരീരത്തിനു പുറത്ത് നീണ്ടുവളർന്ന് നില്ക്കുന്ന രോമാവരണം ഒരു വിശേഷതയാണ്. എണ്ണത്തിൽ നന്നേ കുറഞ്ഞ ഇവ കടുവകളുടെ പൂർവികർ ആണെന്നാണ് ശാസ്ത്രനിഗമനം.

ഇന്തോനേഷ്യയിലെ ജാവയിൽ ജീവിച്ചിരുന്നവയാണ് ജാവൻകടുവകൾ. ഇവയുടെ ഒരു പ്രത്യേകത, കടുത്തനിറമുള്ള ശരീരത്തിൽ കറുത്തവരകൾ ധാരാളമായി ഉണ്ട് എന്നതാണ്. സുമാത്രൻ കടുവകളുള്ളത് സുമാത്രദ്വീപുകളിലാണ്. വംശനാശത്തിന്റെ വക്കിലെത്തിയിരിക്കുന്ന ഇവ ഇന്ന് എണ്ണത്തിൽ വളരെ കുറഞ്ഞിരിക്കുകയാണ്.

ഇന്ത്യൻ ഉപഭൂഖണ്ഡം, നേപ്പാൾ, ബംഗ്ലാദേശ്, എന്നിവിടങ്ങളിലാണ് ബംഗാൾ കടുവകൾ ജീവിക്കുന്നത്. കഠിനമായ ചൂടിനെയും തണുപ്പിനെയും അതിജീവിക്കാൻ ഇവയ്ക്കു സാധിക്കും എന്നത് ഒരു സവിശേഷതയാണ്. ലോകത്തുള്ള മറ്റു കടുവയിനങ്ങളിൽ എണ്ണത്തിൽ മുന്നിൽ നില്ക്കുന്നതും ഇവയാണ്. ഇവയിലെ ഒരിനമാണ് വെള്ളക്കടുവകൾ, വെള്ളക്കടുവയെ മറ്റിടങ്ങളിൽ കാണപ്പെടുന്നില്ല.

കടുത്ത വംശനാശഭീഷണി നേരിടുന്ന ഒരു മൃഗമാണ് ചൈനീസ് കടുവകൾ. കിഴക്കൻ ചൈനയിലാണ് ഇവയെ കണ്ടുവരുന്നത്. ചില മരുന്നുകളുടെ നിർമ്മാണത്തിനു വേണ്ടി വൻ തോതിൽ ഇവയെ പിടികൂടി

കൊന്നിരുന്നു. തന്മൂലം ചൈനീസ് കടുവകൾ ഇന്ന് വളരെ കുറഞ്ഞിരിക്കുന്നു. ലോകത്ത് ഏറ്റവും കുറച്ച് കടുവകളുള്ളത് ചൈനയിലാണ്.

എണ്ണത്തിൽ രണ്ടാം സ്ഥാനത്ത് നിൽക്കുന്ന കടുവകളാണ് ഇന്തോ ചൈനീസ്. മലേഷ്യ, മ്യാൻമാർ, വിയറ്റ്നാം, തായ്‌ലൻഡ്, കംബോഡിയ എന്നിവിടങ്ങളിൽ കണ്ടുവരുന്ന ഇവയും വംശനാശത്തിന്റെ വക്കിൽ തന്നെയാണ്. വലുപ്പത്തിൽ മറ്റു കടുവകളെ അപേക്ഷിച്ച് ചെറുതായ ഇവയ്ക്കു കടുത്തനിറമാണുള്ളത്.

പൂർണമായും വംശനാശം സംഭവിച്ച രണ്ടിനം കടുവകളാണ് കാസ്പിയൻ, ബാലിനീസ് കടുവകൾ, സുമാത്രയിലും മറ്റുമാണ് ബാലിനീസിനെ കണ്ടുവന്നത്. 1937-ൽ ഇവ പൂർണ്ണമായി നാമാവശേഷമായി. കാസ്പിയൻ കടുവകളെ കണ്ടുവന്നത് ടർക്കി, അഫ്ഗാനിസ്ഥാൻ, റഷ്യ, ഇറാൻ, എന്നിവിടങ്ങളിലായിരുന്നു. 1970-കളിൽ ഇവയും നാടുനീങ്ങി. അങ്ങനെ നോക്കുമ്പോൾ ഇന്ന് ലോകത്ത് ആറിനം കടുവകളേ ജീവിച്ചിരിപ്പുള്ളൂ. ലോകത്ത് ഇന്ന് വംശനാശം നേരിടുന്ന ജീവികളിൽ മുൻപന്തിയിൽ നില്ക്കുന്ന മൃഗമാണ് കടുവ.

കടുവയുടെ ചരിത്രം ആരംഭിക്കുന്നത് ഹിമയുഗത്തിൽ നിന്നാണത്രെ. ആദ്യകാലങ്ങളിൽ യൂറോപ്പിലും മറ്റും ധാരാളമായി കണ്ടുവന്നിരുന്ന കടുവകൾ ഇന്ന് ഏതാനും രാജ്യങ്ങളിൽ- പ്രദേശങ്ങളിൽ- മാത്രമായി ചുരുങ്ങി. സൈബീരിയയാണ് ഇവയുടെ ജന്മദേശമെന്ന് സൂചിപ്പിച്ചല്ലോ, ശൈത്യഭൂഭാഗമായ ജന്മദേശത്തേക്കാൾ ഇവയ്ക്ക് താല്പര്യം വനമേഖലയാണ്. ഏതാണ്ട് അയ്യായിരം വർഷങ്ങൾക്കു മുമ്പ് കടുവകൾ ഇന്ത്യയിൽ എത്തിയതായി അനുമാനിക്കുന്നു. സിന്ധുനദീതടസംസ്കാരത്തിന്റെ കാലം മുതൽ കടുവകൾ ഇന്ത്യയിൽ ഉണ്ടായിരുന്നതായി പഠനങ്ങൾ സൂചിപ്പിക്കുന്നുണ്ട്. ഇന്ത്യയിലെ മിക്ക വനമേഖലകളും കടുവകൾക്കു അഭയസ്ഥാനമാണ്. പക്ഷേ അത്യുഷ്ണം ഇവയ്ക്ക് താങ്ങാൻ കഴിയില്ല. അത്യുഷ്ണമുള്ള വനമേഖലയിൽ പകൽ ആഴം കുറഞ്ഞ പുഴയിലും മറ്റുമാണ് ഇവയുടെ വാസം. വിവിധ രാജ്യങ്ങളിലെ കടുവകൾ തമ്മിൽ നേരിയ വ്യത്യാസങ്ങളുണ്ട്. ഇത് നിറത്തിലോ, കഴുത്തുഭാഗത്തുള്ള രോമത്തിന്റെയോ, മറ്റുമായിരിക്കും. ശൈത്യപ്രദേശങ്ങളിലെ കടുവകൾക്ക് കട്ടിയേറിയതും ഒതുക്കമില്ലാത്തതുമായ രോമങ്ങളാണുള്ളത്. എന്നാൽ മറ്റു പ്രദേശങ്ങളിലെ കടുവകൾക്ക് ഒതുങ്ങിയ നീളം കുറഞ്ഞ രോമങ്ങളാണുള്ളത്. അതിശൈത്യം നേരിടാൻ കഴിയും വിധത്തിലാണ് ഇവിടങ്ങളിൽ പ്രകൃതി കടുവകളെ അനുഗ്രഹിച്ചിരിക്കുന്നത്. കടുവകൾക്ക് സിംഹത്തിനെ പോലെ കുഞ്ചിരോമം കാണാറില്ല. എന്നാൽ സിംഹത്തെക്കാൾ ഗതിവേഗമുള്ള മൃഗമാണിത്.

സാധാരണക്കാർക്ക് കടുവകളെ വനത്തിൽ കാണാൻ സാധ്യമല്ല. മിക്കവാറും ഇവ ഇടതൂർന്ന കാട്ടിലോ, പാറയിടുക്കിലോ, ആഴം കുറഞ്ഞ ജലാശയത്തിലോ, ഇതുപോലുള്ള മറ്റു ഒളിത്താവളത്തിലോ ആയിരിക്കും പാർക്കുക.

അതിമനോഹരമായ ഓറഞ്ച് നിറത്തിൽ കറുത്ത വീതി കൂടിയ വരകളാണ് കടുവകളുടെ രോമക്കുപ്പായത്തിനുള്ളത്. ഏറെ ആകർഷണീയമായ ഈ നിറത്തോടൊപ്പം വെളുപ്പും ചുവപ്പും നിറങ്ങളും ഇവയിൽ കണ്ടു വരുന്നുണ്ട്. ശരീരത്തിന്റെ അടിഭാഗം, പാദങ്ങൾ എന്നിവിടങ്ങളിൽ ഈ നിറങ്ങളാണുള്ളത്. കറുത്ത ചെവികൾക്ക് പിന്നിൽ വെള്ളപ്പൊട്ടുണ്ട്. വാലിൽ വരകളുണ്ടാവും. കടുവകൾക്ക് ഏതാണ്ട് എട്ടടിയോളം നീളമുണ്ടാകും. വാൽ ഉൾപ്പെടെയുള്ള അളവാണിത്. ശരീരത്തിന്റെ മൂന്നിലൊന്ന് വാലിന്റെ നീളമാണ്. 180 മുതൽ 260 കിലോ വരെ ഭാരമുണ്ടാകും. പെൺകടുവകൾക്ക് ആണിനെക്കാൾ 25-40 സെ.മീറ്ററും നീളവും 40-60 കി.ഗ്രാം ഭാരവും കുറഞ്ഞിരിക്കും.

അനായാസമായി നീന്താനും കരയിലൂടെ വേഗത്തിൽ ഓടാനും ഒപ്പം ചാടാനും ഇവയ്ക്ക് കഴിയും. പക്ഷേ, വലിയ മരങ്ങളിൽ കയറാൻ കടുവയ്ക്കാവില്ല. മാർജ്ജാരവംശത്തിൽപ്പെടുന്ന വന്യജീവിയാണെങ്കിലും പുലിയും പുലിപ്പൂച്ചയും ഉൾപ്പെടെയുള്ള മറ്റു മൃഗങ്ങൾ ബുദ്ധിമുട്ടുകളില്ലാതെ വലിയ മരങ്ങളിൽ കയറുമ്പോൾ കടുവയ്ക്ക് അതിന് സാധിക്കാതെ വരുന്നത് ഇവയുടെ ശരീരഭാരമാണെന്ന് അഭിപ്രായമുണ്ട്. എങ്കിലും ചെറുവൃക്ഷങ്ങളിൽ ഇവ കയറാൻ ശ്രമിക്കാറുണ്ട്. പക്ഷേ കുത്തനെയുള്ള മരങ്ങളിൽ ഇവ കയറുന്നത് വിരളമാണ്. ചരിഞ്ഞുനില്ക്കുന്ന മരത്തിലാണ് കടുവകൾ സാധാരണയായി കയറുന്നത്. വനത്തിലെ കരിയിലക്കൂട്ടത്തിലൂടെ നടക്കുമ്പോഴും അവയുടെ പാദപതന ശബ്ദം കേൾക്കാറില്ല. അതിനാൽ മറ്റു മൃഗങ്ങൾക്കു കടുവ അടുത്തെത്തുമ്പോൾ മാത്രമേ അപകടം മനസ്സിലാക്കാൻ കഴിയൂ. അവയ്ക്കു രക്ഷപ്പെടലും അസാധ്യമാകും.

കടുവകൾക്ക് കാഴ്ച ശക്തിയെക്കാൾ ഘ്രാണശക്തിയും ശ്രവണശക്തിയുമാണ് കൂടുതൽ. പുള്ളിമാൻ, മ്ലാവ്, കാട്ടുപന്നി, കുരങ്ങ്, കാട്ടുപോത്ത് തുടങ്ങിയ മൃഗങ്ങളെയാണ് കടുവകൾ വേട്ടയാടുന്നത്. പതുങ്ങിയിരുന്ന് ഇരയെ കണ്ടെത്തിയാൽ അതിനെ പിൻതുടർന്ന് അവയുടെ മേൽ ആക്രമണം നടത്തുകയാണ് ഇവയുടെ രീതി. എന്നാൽ ഇരയുടെ പിന്നാലെ ഏറെ ദൂരം ഓടി അതിനെ കീഴ്പ്പെടുത്തുന്ന സ്വഭാവം കടുവയ്ക്കില്ല. മുന്നിലൂടെ ആക്രമിക്കുന്ന പതിവും ഇവയ്ക്കില്ല. കടുവയ്ക്ക് കൂടുതൽ ഇഷ്ടം മ്ലാവിനെയും നീലക്കാളയെയും (കേരളത്തിൽ നീലക്കാള ഇല്ല.) മറ്റുമാണ്. ചെറിയ ജീവികളെ കടുവ ഒഴിവാക്കും. ഒരാക്രമണത്തിൽ ലഭിക്കുന്ന ഇര വയറുനിറച്ച് കഴിക്കാൻ ഉള്ളതാകണം. അതിനു പറ്റിയത് മ്ലാവും നീലക്കാളയും കാട്ടുപോത്തുമാണ്. എന്നാൽ ഇന്ന ഭക്ഷണം തന്നെ വേണമെന്ന് നിർബന്ധമില്ല. കിട്ടുന്ന എന്തിനെയും അകത്താക്കും. ഭക്ഷണം ജലാശയത്തോട് ചേർന്ന ഏതെങ്കിലും ഒളിത്താവളത്തിൽവച്ച് കഴിക്കാനാണ് ഇവയ്ക്ക് താത്പര്യം. അതിനാൽ മിക്കവാറും ഉൾവനത്തിലെ ജലാശയപ്രദേശങ്ങളിൽ കടുവയുണ്ടാവും.

മാൻ, മ്ലാവ്, കാട്ടുപന്നി, കാട്ടുപോത്ത് എന്നിവ ഇല്ലാത്ത വനങ്ങളിൽ കടുവകൾ കാണുകയില്ലെന്ന് പറയപ്പെടുന്നു. ഒരിരയെ കിട്ടിയാൽ രണ്ടു മൂന്ന് മണിക്കൂർ കഴിച്ചാലെ കടുവയ്ക്ക് തൃപ്തി വരികയുള്ളൂ. പച്ച

മാംസത്തിനോടാണ് ഇവയ്ക്ക് പ്രിയം. എന്നാൽ അപൂർവ്വമായി അഴുകിയ മാംസവും കഴിക്കുന്നതായി നിരീക്ഷകർ പറയുന്നുണ്ട്. ഒരു ദിവസം 20-40 കിലോ മാംസം ഭക്ഷിക്കാറുണ്ട്. വിശക്കുമ്പോൾ മാത്രമേ കടുവ ഇരതേടി ഇറങ്ങാറുള്ളൂ. ഇരയെക്കിട്ടിക്കഴിഞ്ഞാൽ ആദ്യം അതിനെ സുരക്ഷിതമായ ഒരു സ്ഥലത്ത് കടിച്ചു കൊണ്ടുപോയിവയ്ക്കും. ഭക്ഷണം കഴിക്കുന്ന സമയത്ത് മറ്റു മൃഗങ്ങളുടെ ശല്യം ഉണ്ടാകാതിരിക്കാനാണ് ഇപ്രകാരം ചെയ്യുന്നത്. ആഹാരം ബാക്കിവന്നാൽ പിന്നീട് കഴിക്കാൻ വേണ്ടി കരിയിലയിട്ട് മൂടിവയ്ക്കുന്ന രീതിയുമുണ്ടത്രെ. പല്ലുകളാണ് ഇരയെ കീറിമുറിക്കാൻ സഹായിക്കുന്നത്. ഇവയ്ക്ക് 30 പല്ലുകൾ ഉണ്ട്.

ഭക്ഷണദൗർലഭ്യം ഉണ്ടായാലും കടുവകൾ മനുഷ്യവാസമുള്ള പ്രദേശങ്ങളിൽ ഇറങ്ങാനും കന്നുകാലികളെ മോഷ്ടിക്കാനും തുനിയാറില്ല. വനത്തോട് ചേർന്നുള്ള ഗ്രാമങ്ങളിൽ പുലിയിറങ്ങിയതായാണ് സാധാരണ കേൾക്കുന്നത്. കടുവ നാട്ടിലിറങ്ങിയ വാർത്തകൾ അത്യപൂർവ്വമാണ്. അതിനു കാരണം മനുഷ്യനുമായി അകന്ന് കഴിയാനാണ് ഇവ ശ്രമിക്കുന്നത് എന്നതാണ്.

ഒരു ദിവസം കുറഞ്ഞത് ഒരു പ്രാവശ്യമെങ്കിലും ഇവയ്ക്കു വെള്ളം കുടിക്കാതെ കഴിയാൻ സാധിക്കില്ല. ഭക്ഷണം കഴിച്ചാൽ വെള്ളം കുടിക്കുന്ന പതിവുണ്ട്. ദഹം ശമിപ്പിക്കാൻ വേണ്ടിമാത്രമല്ല, ഇടയ്ക്കിടെ വെള്ളത്തിലിറങ്ങി ശരീരം തണുപ്പിക്കാനും ഇവയ്ക്കു ഉത്സാഹമാണ്. പൂച്ചയുടെ വർഗ്ഗത്തിലെ മറ്റൊരു ജന്തുവിനും ഇല്ലാത്തത്ര വെള്ളക്കൊതിയാണ് കടുവകൾക്ക്.

കടുവകൾ പലതരം ശബ്ദങ്ങൾ പുറപ്പെടുവിക്കാറുണ്ട്. ഇണചേരുമ്പോഴും ആക്രമിക്കുമ്പോഴും പ്രതിഷേധിക്കുമ്പോഴും ഇവ ശബ്ദം പുറപ്പെടുവിക്കുന്നു. ഇതിൽ മുരൾച്ച മുതൽ ഗർജ്ജനം വരെ ഉൾപ്പെടുന്നു. സാധാരണ രീതിയിൽ ആൺകടുവയാണ് ഗർജ്ജിക്കുന്നത്. പെൺകടുവ ഗർജ്ജിക്കാറില്ല. മുറിവേറ്റാലും വലിയ ശബ്ദമെന്നും പെൺകടുവ പുറപ്പെടുവിക്കാറില്ല. ആൺകടുവകളുടെ ഗർജ്ജനം 1-2 കി.മീ ദൂരത്തിൽ വരെ കേൾക്കാൻ സാധിക്കും.

ഏകാന്ത ജീവികളായിട്ടാണ് പലപ്പോഴും കടുവകളെ കാണപ്പെടുന്നത്. കടുവകൾ പരസ്പരം മറ്റുള്ള കടുവകളുടെ ആവാസസ്ഥലത്തേക്കു കടന്നു കയറാറില്ല. അതിർത്തികൾ ഇവയ്ക്ക് അറിയാം. വേട്ടയാടുന്നതും ഒറ്റയ്ക്കുതന്നെയാണ്. ഇണചേരൽസമയത്തു മാത്രമാണിവ ഏകാന്തവാസം അവസാനിപ്പിക്കുന്നത്. വിവിധ രാജ്യങ്ങളിലുള്ള കടുവകൾ ഇണചേരുന്നത് പല കാലങ്ങളിലാണ്. ഇന്ത്യയിൽ പോലും അത് വ്യത്യസ്തമായിരിക്കുമെന്ന് അഭിപ്രായമുണ്ട്. പെൺകടുവ മൂന്ന് വയസ്സ് കഴിയുമ്പോൾ പ്രത്യുത്പാദനശേഷി നേടുന്നു. ഇണയെ കണ്ടെത്താനായി ആൺ കടുവകൾ ചിലപ്പോൾ ബലപരീക്ഷണത്തിൽ ഏർപ്പെടാറുണ്ട്. ഇതിൽ ഒന്ന് പരാജയപ്പെട്ട് പിൻവാങ്ങുകയോ മരണപ്പെടുകയോ ചെയ്യാം. ഇണയെ ലഭിച്ചാൽ ഒരു ദിവസം പലവട്ടം ഇണചേരുന്ന സ്വഭാവം ആൺ കടുവയ്ക്കുണ്ട്. ഒരു തവണ ഇണചേരുന്നത് ഏതാനും സെക്കൻഡുകൾ മാത്രമാണത്രെ.

മൂന്നു വർഷം കൂടുമ്പോഴാണ് സാധാരണയായി കടുവകൾ പ്രസവിക്കുന്നത്. കുഞ്ഞുങ്ങൾ വലുതാകുന്നതുവരെ ഇവ കൂട്ടമായി കഴിയുന്നു. ഗർഭകാലം 100– 115 ദിവസമാണ്. ഒരു പ്രസവത്തിൽ 2–4 കുഞ്ഞുങ്ങൾ ഉണ്ടാവും. കടുവകൾക്കിടയിൽ ശിശുമരണം സാധാരണമാണ്. അതിനാൽ കുഞ്ഞുങ്ങളുടെ എണ്ണം കൂടിയിരുന്നാലും പ്രായപൂർത്തി എത്തുന്നവ ഒന്നോ രണ്ടോ മാത്രമായിരിക്കും. ജനിച്ചയുടനെ കുഞ്ഞുങ്ങൾക്കു കണ്ണുകാണാൻ കഴിയില്ല. നരച്ച നിറമുള്ള ഇവയുടെ ശരീരം രോമാവൃതമായിരിക്കും. രണ്ടാഴ്ച കഴിയുമ്പോൾ കുഞ്ഞുങ്ങൾ മിഴിതുറക്കും. പിന്നീട് ഇവയുടെ വളർച്ച വളരെ പെട്ടെന്നാണ്.

ആദ്യകാലങ്ങളിൽ അമ്മയുടെ മുലപ്പാൽ മാത്രം കുടിച്ച് വളരുന്ന കുട്ടികൾ ഏതാണ്ട് രണ്ടര മാസമാകുമ്പോൾ അമ്മ കൊടുക്കുന്ന മാംസാഹാരവും കഴിച്ചുതുടങ്ങും. 7 മാസമാകുമ്പോൾ കുട്ടികൾ സ്വയം ഇര തേടാൻ കഴിവുനേടും. പിന്നെ അമ്മയോടൊപ്പം വേട്ടയ്ക്കിറങ്ങും. ഈ കൂട്ടായ വേട്ട ഏതാണ്ട് രണ്ടുവർഷം തുടരും. പൂച്ച കരയുന്നതുപോലെ 'മ്യാവൂ' എന്ന ശബ്ദത്തിലാണ് കടുവക്കുട്ടികൾ കരയുന്നത്. ഒരു വയസു വരെ കടുവകൾ ഈ ശബ്ദമുണ്ടാക്കുമെന്ന് നിരീക്ഷകർ പറയുന്നുണ്ട്.

കുഞ്ഞുങ്ങളുടെ വളർച്ച അദ്ഭുതകരമാണ്. ജനിക്കുമ്പോൾ വെറും 1.3–1.5 കിലോ മാത്രമുണ്ടായിരിക്കുന്ന ഇവ കേവലം ഒമ്പതുമാസം കൊണ്ട് 40–45 കിലോ ആയി മാറുന്നു. കുഞ്ഞുങ്ങളെ സംരക്ഷിക്കുന്നത് അമ്മക്കടുവയാണ്. ആൺകടുവകൾ കുട്ടികളെ തിന്നാറുണ്ട്. അതിനാൽ പ്രസവശേഷം അമ്മക്കടുവയും കുഞ്ഞുങ്ങളും മാത്രമേ സാധാരണ കാണുകയുള്ളു. ഒന്നരവർഷം പ്രായമായ കുഞ്ഞുങ്ങളെ മുതിർന്നവയിൽ നിന്ന് തിരിച്ചറിയാൻ ബുദ്ധിമുട്ടാണ്. ഈ അവസ്ഥയിൽ കുഞ്ഞുമായി നടക്കുന്ന കടുവയെ കാണുമ്പോൾ അത് അച്ഛനും അമ്മയും കുഞ്ഞുങ്ങളുമടങ്ങിയ കുടുംബമെന്ന് തെറ്റിദ്ധരിക്കാറുണ്ട്. അപ്രകാരം കടുവ കുടുംബമായി കഴിയുന്ന ജീവിയാണ് എന്നൊരു തെറ്റിദ്ധാരണയും ഉണ്ടായിട്ടുണ്ട്. എന്നാൽ കടുവകൾ ഏകാന്തജീവികളാണ്. കുഞ്ഞുങ്ങൾ സ്വന്തമായി വേട്ടയ്ക്ക് പ്രാപ്തിനേടുമ്പോൾ ഇവ വീണ്ടും ഒറ്റപ്പെടും. വേർപിരിയുന്ന കാലമാകുമ്പോൾ കടുവാക്കുട്ടികൾ ഒന്നിച്ചു നടക്കാതെയാകും. അടുത്തടുത്തിരിക്കുന്നതും വിരളമാകും. ചിലപ്പോൾ പരസ്പരം ദേഷ്യത്തോടെ പല്ലിളിച്ച് കാണിക്കും. 13–18 വർഷമാണ് ഇവയുടെ ആയുസ്സ്. കടുവയ്ക്ക് വർഗ്ഗശത്രുക്കൾ കുറവാണ്. വംശനാശത്തെ അഭിമുഖികരിക്കുന്ന കടുവകളുടെ പ്രധാന ശത്രു മനുഷ്യനാണ്. മനുഷ്യരോട് ഇണങ്ങാൻ ഇവയ്ക്ക് ഒട്ടും തന്നെ താത്പര്യമില്ലെന്നാണ് ഗവേഷകരുടെ അഭിപ്രായം. വേട്ടയും ആവാസവ്യവസ്ഥയുടെ നാശവുമാണ് ഇവ ഇന്ന് നേരിടുന്ന വലിയ പ്രശ്നം.

ഇന്ത്യയിൽ കടുവകൾ സംരക്ഷിതമൃഗമാണ്. ഭാരതത്തിൽ വിവിധ സംസ്ഥാനങ്ങളിലായി നിരവധി കടുവാസംരക്ഷണകേന്ദ്രങ്ങളുണ്ട്. കേരളത്തിലും രണ്ടു കടുവാ സംരക്ഷണ കേന്ദ്രങ്ങളുണ്ട്. പെരിയാറും പറമ്പിക്കുളവും. എന്നാൽ ഈ സംരക്ഷണമേഖലകളിലും മനുഷ്യനെന്ന ഇരുകാലിമൃഗത്തിന്റെ കടന്നുകയറ്റം ഉണ്ടാകുന്നത് ഇവയുടെ വംശവർദ്ധനവിനെ തടയുകയാണ്. ഇക്കാര്യത്തിൽ അധികാരികൾ കൂടുതൽ

ജാഗ്രത പാലിക്കണം. അല്ലെങ്കിൽ വരും തലമുറയ്ക്ക് സിംഹത്തിന്റെ ഗതി കടുവകൾക്കും ഉണ്ടാകുന്നത് കാണേണ്ടിവരും.

കടുവാ സംരക്ഷണ പദ്ധതി - Project Tiger

കടുത്ത വംശനാശഭീഷണി നേരിടുന്ന ഒരു വന്യജീവിയാണ് കടുവ. ആവാസവ്യവസ്ഥയുടെ കോട്ടം, കാട്ടുതീ, കാടിനോട് ചേർന്നുള്ള കൃഷി ഭൂമി വ്യാപിപ്പിക്കൽ, വേട്ട തുടങ്ങിയവ കടുവയുടെ ജീവന് വൻ ഭീഷണി യാണ് ഉയർത്തുന്നത്.

ഇന്ത്യയിൽ കടുവകളെ സംരക്ഷിക്കാൻ സർക്കാർ പുതിയ പദ്ധതി കൊണ്ടുവന്നത് 1973-ലാണ്. പ്രോജക്റ്റ് ടൈഗർ എന്ന് ഈ പദ്ധതി അറി യപ്പെടുന്നു. ലോകം മുഴുവൻ അറിയപ്പെടുന്ന പ്രസിദ്ധ പരിസ്ഥിതി സംര ക്ഷണ സംഘടനയായ വേൾഡ് വൈഡ് ഫണ്ട് ഫോർ നേച്ചർ World Wide Fund for Nature (W.W.F) -റിന്റെ സഹായത്തോടെയാണ് സർക്കാർ കടുവകളെ സംരക്ഷിക്കാൻ ഈ പദ്ധതി നടപ്പിൽവരുത്തിയത്. ഇതിന്റെ ഭാഗമായി ഇന്ത്യയിൽ ഇന്ന് 53 കടുവാസംരക്ഷണ കേന്ദ്രങ്ങളുണ്ട്. ഇതിനു ഏതാണ്ട് 53,547 ചതുരശ്ര കിലോമീറ്റർ വിസ്തൃതിയുണ്ട്.

2014-ലെ കണക്കനുസരിച്ച് ഇന്ത്യയിലെ വനങ്ങളിൽ 2226 കടുവക ളെയുള്ളൂ. വംശനാശഭീഷണി നേരിടുന്ന കടുവകളെ സംരക്ഷിക്കാൻ ആദ്യ ശ്രമം നടത്തിയത് 1969-ൽ രാജസ്ഥാൻ ഫോറസ്റ്റ് ഓഫീസറായി രുന്ന കൈലാഷ്സംഖ്ലയാണ്. 1970-ൽ കടുവാ വേട്ട ഇന്ത്യയിൽ നിരോ ധിച്ചു. തുടർന്നാണ് പ്രോജക്റ്റ് ടൈഗർ എന്നപേരിൽ പുതിയ പദ്ധതി നിലവിൽ വരുന്നത്.

ഇന്ത്യയിലെ ആദ്യ കടുവാസംരക്ഷണ കേന്ദ്രമാണ് ഹെയ്‌ലി നാഷ ണൽ പാർക്ക്. പിന്നീട് ഇതിനു ജിം കോർബെറ്റ് നാഷണൽ പാർക്ക് എന്ന പേര് നല്കി. 1939-ൽ രൂപീകൃതമായ ഇതുതന്നെയാണ് ഇന്ത്യയിലെ ആദ്യത്തെ നാഷണൽ പാർക്ക്. ഇപ്പോൾ ഉത്തരാഖണ്ഡ് സംസ്ഥാന ത്താണ് ഇതിന്റെ സ്ഥാനം. ഏറ്റവും കൂടുതൽ കടുവകൾ ഉള്ള സംസ്ഥാനം മധ്യപ്രദേശാണ്. ഇന്ത്യയിലെ ഏറ്റവും വലിയ കടുവാ സംരംക്ഷണ കേന്ദ്രമാണ് ആന്ധ്രാപ്രദേശിലെ നാഗാർജ്ജുൻ സാഗർ ടൈഗർ റിസർവ്. ഏറ്റവും ചെറിയ സംരക്ഷണമേഖല മഹാരാഷ്ട്രയിലെ പെഞ്ചാണ്.

കടുവാസംരക്ഷണമെന്ന ആശയം പ്രചരിപ്പിക്കുന്നതിനായി ജൂലൈ 29 അന്തർദ്ദേശീയ കടുവാദിനമായി ആചരിച്ചുവരുന്നു. 2010 മുതലാണ് ഈ ദിനാചരണം ആരംഭിച്ചത്.

കടുവകളുടെ പാദമുദ്രകൾ (പഗ്മാർക്ക്) നോക്കിയാണ് ഇവയുടെ എണ്ണം കണക്കാക്കുന്നത്. നേരിട്ട് എണ്ണമെടുക്കാൻ സാധിക്കില്ല. ഇപ്രകാരം ലഭിക്കുന്ന കാല്പാടുകൾ ഓരോ കടുവയ്ക്കും വെവ്വേറെ യായിരിക്കും. ഇതിൽ നിന്നും ആൺകടുവയെയും പെൺകടുവയെയും തിരിച്ചറിയാനും സാധിക്കും. കടുവകളുടെ പാദവും വിരലുകളും നിലത്തു പതിഞ്ഞുകിടക്കും. ആൺകടുവയുടെ പാദചിഹ്നം ചതുരാകൃതിയിലാ യിരിക്കും. പെൺകടുവയുടേത് ദീർഘചതുരമാണ്. മാത്രവുമല്ല, ചെറിയ

കാല്പാട് പെണ്ണിന്റേത് ആയിരിക്കും. കുട്ടിക്കടുവകളുടെ എണ്ണം അറിയാനും വഴിയുണ്ട്. കുട്ടിക്കടുവകൾ അമ്മയുടെ കൂടെയാണ് സഞ്ചരിക്കുന്നത്. അപ്പോൾ ഒന്നിലേറെ കാല്പാടുകൾ ഉണ്ടാവും. ഒന്നിലേറെ കാല്പാടുകൾ കണ്ടെത്തിയാൽ അത് അമ്മയുടേതും കുട്ടിയുടേതുമെന്ന് അനുമാനിക്കാം. പ്രായപൂർത്തിയാകുമ്പോൾ മാത്രമാണ് ഇവ പിരിയുന്നത്. ലോകത്ത് കടുവകളുടെ കണക്കെടുപ്പിൽ ഏറ്റവുമധികം ശ്രദ്ധ പുലർത്തുന്ന ഏക രാജ്യമാണ് ഇന്ത്യ.

വെള്ളക്കടുവകൾ - White Tiger

കടുവകളിലെ ഒരപൂർവ്വതയാണ് വെള്ളക്കടുവകൾ. ബംഗാൾ കടുവകളുടെ ഒരു വകഭേദമാണിത്. നിറത്തിൽ മാത്രമാണ് ഇവ വ്യത്യസ്തം. ഇന്ത്യയിൽ ഇവയുണ്ട്. പൊതുവെ ആകർഷകമാണിവ. തൊലിയുടെ നിറം തൂവെള്ള. വരകൾക്കു നേരിയ കറുപ്പു നിറം. മുഖത്തെ പാടുകൾക്കു ചാരവും കറുപ്പും കലർന്നനിറം. കണ്ണുകളും ചെവിയും ഭംഗിയുള്ളവയാണ്. സാധാരണ കടുവകളെക്കാൾ വലുപ്പമുള്ളവയാണ് വെള്ളക്കടുവകൾ. മൃഗശാലകളിലാണ് സാധാരണരീതിയിൽ വെള്ളക്കടുവയെ കാണപ്പെടുന്നത്. എന്നാൽ ഇവ എണ്ണത്തിൽ കുറയുന്നതായി പഠനങ്ങൾ സൂചിപ്പിക്കുന്നു. ബംഗാൾ കടുവകൾ തമ്മിൽ ഇണചേരുമ്പോൾ ഒരു വെള്ളക്കടുവ ഉണ്ടാകാൻ 15,000-ൽ ഒരു സാധ്യത മാത്രമേയുള്ളത്രെ.

വെള്ളക്കടുവകൾക്ക് കീർത്തികേട്ട വനമേഖലയാണ് മധ്യപ്രദേശിലെ ബാന്ധവഗഢ് ദേശീയോദ്യാനം. ആദ്യമായി വെള്ളക്കടുവകളെ കണ്ടെത്തിയത് ഇവിടെയാണത്രെ. ഇപ്പോഴും ചില സംസ്ഥാനങ്ങളിൽ ഇവയെ കാണപ്പെടുന്നുണ്ട്. 1951-ലാണ് അവസാനമായി വെള്ളക്കടുവകളെ പിടികൂടിയത്. വനത്തിൽ നിന്ന് യാദൃച്ഛികമായി കിട്ടിയ വെള്ളക്കടുവകളാണ് ഇന്ന് ലോകം മുഴുവനുമുള്ള കാഴ്ചബംഗ്ലാവുകളിൽ കാണുന്നത്. മൃഗശാലകളിൽ ഇവ ഇണചേർന്ന് കുഞ്ഞുങ്ങൾ ഉണ്ടാകുന്നതിനാൽ ഇവയുടെ നിലനില്പിന് ആശങ്കയില്ലെന്ന് അഭിപ്രായമുണ്ട്. എന്നാൽ സ്വാഭാവിക ആവാസമേഖലകളിൽ എണ്ണം കുറയുന്നതായി ഗവേഷകർ സൂചിപ്പിക്കുന്നു.

കരടി - Sloth Bear

ശാസ്ത്രനാമം: മെലർസസ് അർസിനസ്

*Melursus ursinus Shaw,*1791

കുടുംബം: *അർസിഡേ*

ലോകത്ത് പലതരം കരടികൾ കാണപ്പെടുന്നുണ്ട്. ഭൂമധ്യരേഖയുടെ വടക്കുള്ള പ്രദേശങ്ങളിലാണ് കരടികൾ കൂടുതലായുള്ളത്. ഏഷ്യ, യൂറോപ്പ്, വടക്കേ അമേരിക്ക, ആർട്ടിക്ക്പ്രദേശം എന്നിവിടങ്ങളിലും

കരടികളെ കണ്ടുവരുന്നു. എന്നാൽ ആഫ്രിക്ക, അന്റാർട്ടിക്ക, ഓസ്ട്രേലിയ എന്നിവിടങ്ങളിലെ വനങ്ങളിൽ കരടികളില്ല. ഇന്ത്യയിൽ നാലിനം കരടികൾ കാണപ്പെടുന്നുണ്ട്. തവിട്ടുകരടി, ചെറുകരടി, മടിയൻ കരടി, കരിങ്കരടി. ഇവയിൽ ഏറ്റവും വലുപ്പം കൂടിയത് തവിട്ടുകരടിയാണ്. വംശനാശഭീഷണി ഏറ്റവും കൂടുതലനുഭവിക്കുന്നത് ചെറുകരടിയാണ്. ഹിമക്കരടിയാണ് കരയിലെ ഏറ്റവും വലിയ മാംസഭുക്ക്. റഷ്യയുടെയും ഫിൻലാൻഡിന്റെയും ദേശീയമൃഗമാണ് കരടി.

ലോകത്തിലെ വിവിധ ഭാഗങ്ങളിലെ കരടികൾ തമ്മിൽ നിറത്തിലും രൂപത്തിലും വ്യത്യാസമുണ്ടായിരിക്കും. കറുപ്പോ ചാരനിറമോ, തവിട്ടോ മഞ്ഞകലർന്ന വെള്ളനിറമോ ഉള്ള ഇനങ്ങളെ കാണാറുണ്ട്. ഏഷ്യൻ കരടികളിൽ നീണ്ട മുഖത്തിന്റെ അഗ്രഭാഗത്ത് വെള്ളനിറവും കഴുത്തിനു താഴെ നെഞ്ചിലായി ക്രീം നിറമുള്ള ഒരു ചന്ദ്രക്കലയും കാണാറുണ്ട്. കേരളത്തിലെ കരടികളെ മടിയൻ കരടി (സ്ളോത്ത് കരടി. Sloth bear) എന്നാണ് വിളിക്കുന്നത്. പേര് സൂചിപ്പിക്കും പോലെ ഇവ മടിയന്മാരല്ല. എന്നാൽ പൊതുവെ അലസൻമാരാണുതാനും. പന്നിക്കരടി എന്ന പേരിലും ഇവ അറിയപ്പെടുന്നുണ്ട്. കേരളത്തിലെ പല കാടുകളിലും ഇവയുണ്ട്. എന്നാലിവ എണ്ണത്തിൽ കുറവാണ്. ഇന്ത്യയിൽ ജീവിക്കുന്ന ആകെയുള്ള നാലു സ്പീഷീസുകളിൽ കൂടുതൽ പ്രദേശങ്ങളിൽ കാണപ്പെടുന്നതും ഈ ജാതിക്കാരാണ്.

ഇലപൊഴിയും കാടുകളും പുൽമേടുകളും പാറകളും മറ്റുമുള്ള വരണ്ട വനങ്ങളിലെ കുറ്റിക്കാടുകളുമാണ് ഇവയുടെ ആവാസകേന്ദ്രങ്ങൾ. ഉൾവനങ്ങളിലാണ് കരടികളുടെ വാസം. പൊതുവെ നിശാസഞ്ചാരിയായിട്ടാണ് അറിയപ്പെടുന്നത്. എന്നാൽ പകലും യഥേഷ്ടം സഞ്ചരിക്കാൻ ഇവയ്ക്ക് മടിയില്ല.

കരടിയുടെ ഭാരം കൂടിയ കറുത്ത ഉടൽ രോമാവൃതമാണ്. പൊതുവെ നീളമുള്ള രോമങ്ങളാണ് ഇവയ്ക്കുള്ളത്. ഇവയുടെ നെഞ്ചിൽ U ആകൃതിയിൽ ഒരടയാളം കാണും. മീശരോമങ്ങളില്ലാത്ത വെളുത്ത നീണ്ട മുഖവും, നീളം കുറഞ്ഞ വാലും ചെറിയ കണ്ണുകളും ബലിഷ്ഠമായ കാലുകളും നീണ്ട വെളുത്ത നഖങ്ങളുള്ള വിരലുകളും കരടികളുടെ സവിശേഷതകളാണ്. പാദങ്ങളിൽ അഞ്ചു വിരലുകളുണ്ട്. ഇവയിലെ നീണ്ടു കൂർത്ത നഖങ്ങൾ സുദൃഢമാണ്. നിലം കുഴിക്കാനും മരം കയറാനും തേൻകൂട് പൊളിക്കാനും നഖങ്ങൾ സഹായിക്കുന്നു. മുൻകാലുകളിലെ നഖങ്ങൾ ഉപയോഗിച്ചാണ് നിലം കുഴിച്ച് കിഴങ്ങും മറ്റും ശേഖരിക്കുന്നത്.

മോന്തയുടെ അഗ്രഭാഗത്താണ് വായും മൂക്കും. വായിൽ 42 പല്ലുകളുണ്ട്. ഇതിൽ 14 ഉളിപ്പല്ലുകളും 4 കോമ്പല്ലുകളും ഉൾപ്പെടുന്നു. ഘ്രാണശക്തിയിൽ മുമ്പിലാണ് കരടികൾ. കാറ്റിലൂടെ എത്തുന്ന ഗന്ധം പെട്ടെന്ന് പിടിച്ചെടുക്കാൻ ഇവയ്ക്കു സാധിക്കും. പക്ഷേ കാഴ്ചശക്തി കുറവാണ്. സാധാരണയായി 30 അടി ദൂരെ വരെ മാത്രമേ കാഴ്ചയുള്ളൂ. അതിനാൽ ശത്രുസ്ഥാനവും ഇരയും സ്ഥാനവും മറ്റും തിരിച്ചറിയുന്നത് ഘ്രാണശക്തിയിലൂടെയാണ്.

മറ്റു ജീവികളിൽ നിന്നും തികച്ചും വ്യത്യസ്തമായാണ് ഇവയുടെ നടത്തം. പാദം പൂർണ്ണമായും നിലത്തുറപ്പിച്ച് ആടിയാടി സാവധാനമാണ് കരടികൾ നടക്കുന്നത്. പിൻകാലുകളിൽ അനായാസേന എഴുന്നേറ്റു നില്ക്കാനും ഇവയ്ക്കു കഴിയും. മനുഷ്യരുടെ കാൽപ്പാടുമായി കരടിയുടെ കാൽപ്പാടുകൾക്കു സാമ്യമുണ്ട്. എഴുന്നേറ്റു നിൽക്കുമ്പോൾ ഇവയ്ക്ക് 5-6 അടിയോളം ഉയരം വരും. 125 മുതൽ 175 കിലോ വരെ ഭാരമുണ്ടാകും. ശരീരത്തിന്റെ നീളം 130–160 സെ.മീ. ആണ്. ആൺകരടികൾക്ക് പെൺകരടികളെകാൾ വലുപ്പം കൂടുതലാണ്.

ഇവ മിശ്രഭുക്കുകളാണ്. മാംസാഹാരത്തോടൊപ്പം സസ്യാഹാരവും ഭക്ഷിക്കാറുണ്ട്. തേൻ, ഇല, കിഴങ്ങുകൾ, മുട്ട, പഴം തുടങ്ങിയവയും മീനുകൾ, ചിതലുകൾ, മറ്റ് ഷഡ്പദങ്ങൾ ഉൾപ്പെടെയുള്ള മാംസാഹാരവും ഇവയ്ക്ക് ഇഷ്ടമാണ്. തേൻ കുടിക്കാൻ വേണ്ടി മരങ്ങളിൽ വലിഞ്ഞ് കയറാറുണ്ട്. തേൻ കുടിച്ച് ചിലപ്പോൾ മത്ത് പിടിച്ച് മരങ്ങളിൽ നിന്ന് വീഴാറുണ്ട്. ശക്തമായ ഒഴുക്കു വെള്ളത്തിൽ ഇറങ്ങിനിന്ന് മീൻ പിടിക്കാൻ അസാധാരണമായ കഴിവാണ്. ചെറിയ മൃഗങ്ങളെയാണ് കരടി മിക്കവാറും വേട്ടയാടുന്നത്. ഇര തേടുമ്പോൾ മുരളുകയും അമറുകയും ചെയ്യും. കാലാവസ്ഥയും താമസിക്കുന്ന ചുറ്റുപാടുകളുടെ പ്രത്യേകതയും നോക്കി ഇവ ഭക്ഷണകാര്യത്തിൽ മാറ്റങ്ങൾ വരുത്താറുണ്ട്.

താമസിക്കാനും ഇരതേടാനും ഇവയ്ക്ക് പ്രത്യേകമായ പ്രദേശങ്ങളുണ്ട്. ജലസ്രോതസുകളുള്ള ഭൂവിഭാഗം പർവ്വതനിരകളിലെ ജലസ്രോതസ്സുകളുള്ള കാടുകളും പുൽമേടുകളും കരടികൾക്കു പ്രിയമാണ്. ഇവയ്ക്ക് മരം കയറാനും നീന്താനും സാധിക്കും. കടുവ, പുലി തുടങ്ങിയ ജന്തുക്കളിൽ നിന്ന് വ്യത്യസ്തമായി ഇവ പെട്ടെന്ന് പ്രകോപിതരാകും. യാതൊരു പ്രകോപനവും കൂടാതെ ആക്രമിക്കാറുണ്ട്.

കരടികൾ സസ്തനികളാണ്. സഞ്ചാരം ഒറ്റയ്ക്കാണ്. ഇണചേരൽ സമയത്തു മാത്രമേ ഇവ സഹജീവിയെ ഒപ്പം കൂട്ടുകയുള്ളൂ. വേനൽക്കാലത്താണ് സാധാരണ ഇണചേരൽ നടക്കുന്നത്. ഈ സമയത്ത് ഇവ ലോലമായ ഒരു കൂവൽ ശബ്ദം പുറപ്പെടുവിക്കാറുണ്ട്. ഇത് പൊതുവെ സന്ധ്യാസമയം മുതൽ രാത്രി വരെ നീണ്ടു നിൽക്കും. ശക്തനായ പുരുഷനാണ് ഇണചേരാൻ അവസരം ലഭിക്കുന്നത്. ഗർഭകാലം 6–7 മാസമാണ്. ഒരു പ്രസവത്തിൽ രണ്ട് കുഞ്ഞുങ്ങളാണ് പതിവ്. പ്രസവത്തോടെ ആൺകരടി വീണ്ടും ഏകാന്തവാസം ആരംഭിക്കും.

സുരക്ഷിതമായ സ്ഥലത്താണ് പ്രസവം നടക്കുന്നത്. ഗുഹകളോ, പാറക്കെട്ടുകളിലെ ഇടുങ്ങിയ സ്ഥലങ്ങളോ ഇതിനായി തിരഞ്ഞെടുക്കും. ജനനസമയത്ത് കറുത്ത നിറമോ രോമമോ കുഞ്ഞിനുണ്ടാവില്ല. ജനിച്ചയുടനെ കുഞ്ഞുങ്ങൾ കണ്ണുകൾ തുറക്കാറില്ല. ഏതാനും ആഴ്ചകൾക്ക് ശേഷമാണ് കരടിക്കുഞ്ഞുങ്ങളുടെ മിഴികൾ തുറക്കുന്നത്. ഇക്കാലത്ത് അമ്മക്കരടി ആഹാരം തേടിപ്പോലും പോകാതെ കുഞ്ഞിനോടൊപ്പം കഴിയുമെന്നാണ് ഗവേഷകരുടെ നിഗമനം. ഇക്കാലത്ത് സ്വന്തം ശരീരത്തിൽ ശേഖരിച്ച് വച്ചിരിക്കുന്ന കൊഴുപ്പ് ഊർജ്ജത്തിന്റെ ആവശ്യങ്ങൾ

നിറവേറ്റും. ആദ്യകാലത്ത് പാൽ മാത്രം കുടിച്ചുവളരുന്ന കുഞ്ഞുങ്ങൾ സാവധാനമാണ് വേട്ടക്കാരാകുന്നത്. ഏതാണ്ട് രണ്ട്, മൂന്നു വയസ്സുവരെ അമ്മയാണ് കുഞ്ഞുങ്ങളെ സംരക്ഷിക്കുന്നത്. ഇക്കാല മത്രയും മറ്റാരെയും അമ്മക്കരടി അടുപ്പിക്കാറില്ല. അപ്രകാരം നോക്കുമ്പോൾ കരടികളുടെ ഇണചേരലും പ്രസവവും എല്ലാം മൂന്ന്, നാല് വർഷം കൂടുമ്പോൾ മാത്ര മാണ് നടക്കുന്നത് എന്നു കാണാം. കുഞ്ഞുങ്ങളെ പുറത്ത് കയറ്റി സഞ്ചരി ക്കുന്ന പതിവ് ഇവയ്ക്കുണ്ട്. ഇവയിൽ ശിശുമരണം സാധാരണമാണ്.

നിലനില്പിനായും ഇണയ്ക്കുവേണ്ടിയും കരടികൾ തമ്മിൽ പോര് നടത്താറുണ്ട്. ഇവ പലപ്പോഴും ശക്തമായിരിക്കും. നിലത്തുനിന്ന് എന്ന പോലെ വൃക്ഷങ്ങളിൽ നിന്നും പോരു നടത്താൻ ഇവയ്ക്കു പ്രയാസമില്ല. കരടികളുടെ ഏറ്റവും വലിയ ശത്രു മനുഷ്യനാണ്. ആവാസവ്യവസ്ഥയുടെ ശോഷണവും വേട്ടയും ഇവയുടെ നിലനില്പിനെ ബാധിക്കുന്നുണ്ട്.

കരിങ്കുരങ്ങ്/കരിമന്തി

Nilgiri langur/John's langur/Black leaf monkey/ Hooded leaf monkey

ശാസ്ത്രനാമം: *ട്രാക്കിപിത്തെക്കസ് ജോണിയൈ*
*Trachypithecus johnii Fischer,*1829
പ്രെസ്ബൈറ്റിസ് ജോണിയൈ
*Presbytis johnii Fischer,*1829
കുടുംബം: *സെർക്കോപിത്തെസിഡേ*

ലോകത്ത് നമ്മുടെ പശ്ചിമഘട്ടത്തിൽ മാത്രം കാണപ്പെടുന്ന ഒരിനം കുരങ്ങാണ് കരിങ്കുരങ്ങ്. പശ്ചിമഘട്ടത്തിന്റെ തെക്കു ഭാഗത്തുള്ള സഹ്യാ ദ്രിയിലെ കാടുകളിൽ കണ്ടു വരുന്നു. നിത്യഹരിത വനങ്ങളിലെ മലഞ്ചെരി വുകളാണ് ഇവയ്ക്ക് പ്രിയം. എന്നാൽ, അർദ്ധ നിത്യഹരിത വനങ്ങളിലും ചോലക്കാടുകളിലും ഇലപൊഴിയും ഈർപ്പവനങ്ങളിലും നദീതീര വന ങ്ങളിലുമൊക്കെ ഇവയെ കണ്ടെത്തിയിട്ടുണ്ട്.

തിളക്കമുള്ള രോമങ്ങൾ നിറഞ്ഞ കറുത്ത ദേഹം ഇവയെ മറ്റു കുരങ്ങുകളിൽ നിന്നും ഭിന്നരാക്കുന്നു. ഇവയുടെ ഉടലിന് 70-80 സെ.മീറ്ററോളം നീളം കാണും. ഏതാണ്ട് അത്രതന്നെയോ ചിലപ്പോൾ അതിലധികമോ നീളം വാലിനും കാണും. ശരാശരി ഭാരം 10-15 കിലോ ഗ്രാമാണ്. പെൺകുരങ്ങുകൾ താരതമ്യേന ചെറുതാണ്. ഇവയ്ക്ക് ശരാ ശരി 60 സെ.മീറ്റർ നീളമുള്ള ശരീരവും 75 സെ.മീറ്റർ നീളമുള്ള വാലും കാണും. ഭാരം 9-13 കി.ഗ്രാം. ഇവയുടെ മറ്റൊരു പ്രത്യേകത തലയിൽ ക്കാണുന്ന നരച്ച മഞ്ഞരോമങ്ങളും തോൾഭാഗത്തുള്ള നരച്ച രോമ ങ്ങളുമാണ്. പെൺകുരങ്ങുകൾക്ക് തുടകളുടെ അകവശത്തായി വെള്ള

രോമങ്ങളുള്ള ഒരു ഭാഗം കാണാം. ഈ സവിശേഷത പെൺകുട്ടിക്കുരങ്ങുകളിൽ 10 ദിവസം പ്രായമാകുമ്പോൾ മുതൽ കാണാവുന്നതാണ്.

മിക്കവാറും മരങ്ങളിൽത്തന്നെയാണിവ കഴിച്ചുകൂട്ടുക. ചെറു സംഘങ്ങളായാണ് സഞ്ചാരം. ഒരു സംഘത്തിൽ 3–25 അംഗങ്ങൾ കണ്ടേക്കാം. ശരാശരി 8–9 അംഗങ്ങളാണ് പതിവ്. കൂട്ടത്തിൽ കരുത്തുള്ള ആൺകുരങ്ങായിരിക്കും സംഘത്തലവൻ. ഓരോ സംഘത്തിനും പ്രത്യേകം പ്രത്യേകം വിഹാരമേഖലകളുണ്ട്. ഇത് ഏതാണ്ട് 3–5 ച.കി.മീ. ആണ്. കടന്നുകയറ്റക്കാരെ ഇവ ആക്രമിച്ചോടിക്കും. രാവിലെ ഹൂ..ഹൂ.. എന്ന രീതിയിൽ ശബ്ദമുണ്ടാക്കാറുണ്ട്. ചിലപ്പോൾ വൈകുന്നേരങ്ങളിലും ഇത്തരം ശബ്ദം പുറപ്പെടുവിക്കും. പ്രതികൂല സമയങ്ങളിൽ പലതരം ശബ്ദങ്ങൾ പുറപ്പെടുവിക്കാറുണ്ട്. ശത്രുഭയമുണ്ടായാൽ കഴിവതും ഓടി രക്ഷപ്പെടാനാണ് ശ്രമിക്കുക. ചിലപ്പോൾ, വായ തുറന്ന് കോമ്പല്ല് ഇളിച്ചുകാട്ടി ഭയപ്പെടുത്താൻ ശ്രമിക്കാറുമുണ്ട്. മരങ്ങളിലൂടെയും നിലത്തിറങ്ങിയാൽ മണ്ണിലൂടെയും വളരെ വേഗത്തിൽ സഞ്ചരിക്കാൻ ഇവയ്ക്ക് കഴിയും. നിലത്തിലൂടെ മണിക്കൂറിൽ 25–35 കി.മീ. വേഗത്തിൽ ഓടും.

പൂർണ്ണമായും സസ്യഭുക്കുകളായ ഇവ പഴങ്ങളും വിത്തുകളും പൂക്കളും മൊട്ടുകളും തളിരിലകളും തണ്ടുകളും മരത്തൊലിയും മറ്റുമാണ് തിന്നുന്നത്. മണ്ണ് തിന്നാറുള്ളതായും പറയപ്പെടുന്നു. ഇരതേടൽ പകൽസമയത്താണ്. രാവിലെയും വൈകുന്നേരവും തീറ്റ തേടിയിറങ്ങുന്ന ഇവ ഉച്ചസമയത്ത് വിശ്രമിക്കും. രാത്രി പൂർണ്ണമായും വിശ്രമത്തിലായിരിക്കും.

വർഷത്തിൽ ഒരു തവണയാണ് പ്രസവം. ആൺകുരങ്ങിന് ഒന്നിലേറെ ഇണകളുണ്ടാവും. ഇവ പ്രേമചേഷ്ടകൾ കാണിക്കാറില്ല. ഗർഭകാലം 5–6 മാസം. മിക്കവാറും ഒരു കുഞ്ഞാണുണ്ടാവുക. കുഞ്ഞിനെ സംരക്ഷിക്കുന്നത് അമ്മയാണ്. ജനിക്കുമ്പോൾ കുഞ്ഞിന് ചാരം കലർന്ന ചുവപ്പുനിറമായിരിക്കും. ആദ്യത്തെ ഏതാനും ആഴ്ചകൾ ഇവ മുലപ്പാൽ മാത്രമാണ് കുടിക്കുന്നത്. മാസങ്ങൾ കഴിഞ്ഞേ കുഞ്ഞ് സ്വയം ഇര തേടാനാരംഭിക്കൂ. കുഞ്ഞിനെ അമ്മയോടൊപ്പം സംഘത്തിലെ മറ്റ് അംഗങ്ങളും സംരക്ഷിക്കാറുണ്ട്.

ഔഷധഗുണമുണ്ടെന്ന ധാരണയാൽ ഏറ്റവുമധികം വേട്ടയാടപ്പെടുന്ന ഒരു കുരങ്ങിനമാണ് കരിങ്കുരങ്ങ്. ആവാസവ്യവസ്ഥാനാശം മൂലവും ഇവ വംശനാശ ഭീഷിണി നേരിടുന്നുണ്ട്. മഴക്കാടുകൾ ശിഥിലീകരിക്കപ്പെടുന്നതും അവയുടെ തുടർച്ച നഷ്ടപ്പെടുന്നതും സൈ്വരസഞ്ചാരത്തിനും ജീവിതത്തിനും തടസ്സമായതിനാൽ ഇവയുടെ എണ്ണത്തിൽ വളരെ കുറവു വന്നിട്ടുണ്ട്. വനനശീകരണം മൂലം ഭക്ഷണസ്രോതസ്സുകളിൽ കൂടി കുറവു വന്നതോടെ ഇവ കടുത്ത വംശനാശഭീഷണിയിലാണ്. ശക്തമായ സംരക്ഷണ നടപടികൾ സ്വീകരിച്ചില്ലെങ്കിൽ അവശേഷിക്കുന്ന കരിങ്കുരങ്ങുകളുടെ ജീവൻ കൂടി അപകടത്തിലാകും.

കരിനായ്/കഫനായ്
Smooth Coated Otter

ശാസ്ത്രനാമം: ല്യൂട്രോഗേൽ പേഴ്സ്പിസില്ലേറ്റ
*Lutrogale perspicillata Geoffroy,*1826

കുടുംബം: *മസ്റ്റെല്ലിഡേ*

ഇന്ത്യ, ചൈന, മ്യാൻമാർ, മലയ എന്നീ രാജ്യങ്ങളിൽ കാണപ്പെടുന്ന ഒരു നീർനായയാണിത്. ഇൻഡ്യയിൽ രാജസ്ഥാൻ, ഗുജറാത്ത് എന്നിവിടങ്ങളിൽ ഒഴികെ മറ്റ് പല പ്രദേശങ്ങളിലും ഇവയുടെ സാന്നിധ്യമുണ്ട്. എന്നാൽ കേരളം പോലുള്ള ചില സ്ഥലങ്ങളിൽ ഇവ വളരെ വിരളമാണ്. കുന്നിൻപുറങ്ങളിലെയും സമതലപ്രദേശങ്ങളിലെയും പുഴകളിലും കായലോരങ്ങളിലും ഇവയുടെ സാന്നിധ്യമുണ്ടാകും.

ശരീരം രോമാവൃതമാണ് ദേഹത്തിന് തവിട്ടുനിറം. പട്ടിനോട് സാമ്യമുള്ള ഇവയുടെ രോമങ്ങൾ ആകർഷകമാണ്. ദേഹത്തിന്റെ അടിവശം നരച്ച വെള്ളനിറം. കാൽപാദം ഇരുണ്ട തവിട്ടുനിറം.

ശരീരത്തിന്റെ പകുതിയോളം നീളമുള്ള വാലിന്റെ അഗ്രം നീണ്ട് കൂർത്തിരിക്കും. ജലയാത്രയ്ക്ക് ഇവയെ സഹായിക്കുന്നത് വാലാണ്. ദൃഢമായ കുറുകിയ കാലുകൾക്ക് നല്ല ബലമുണ്ടാകും. മുൻകാലുകൾ ചെറുതും പിൻകാലുകൾ വലുതുമാണ്. പാദങ്ങളിലെ അഞ്ച് വിരലുകളും താറാവിന്റേതു പോലെ ചർമ്മങ്ങൾ കൊണ്ട് ബന്ധിപ്പിച്ചിരിക്കും. വിരലുകളിൽ നഖങ്ങളും, മുഖത്ത് മീശ രോമങ്ങളുമുണ്ടാവും. ശരീരത്തിന് 65 –79 സെ.മീറ്റർ നീളവും വാലിന് 40–45 സെ.മീറ്റർ നീളവും ഉണ്ടാവും. ഭാരം ഏതാണ്ട് 6–10 കിലോഗ്രാം.

ഇതിന് ശരീരം എപ്പോഴും വൃത്തിയാക്കി വയ്ക്കുന്ന സ്വഭാവമുണ്ട്. ചെറുസംഘമായിട്ടാണ് ഇരതേടുന്നത്. കൂട്ടത്തിൽ ആണും പെണ്ണും കുഞ്ഞുങ്ങളും ഉണ്ടാവും. എന്നാൽ വിരളമായി ഒറ്റയ്ക്കും കണ്ടെത്തിയിട്ടുണ്ട്. ജലത്തിലൂടെ വേഗത്തിൽ നീന്താനും ദ്രുതഗതിയിൽ ആഴങ്ങളിൽ മറയാനും ഇവയ്ക്ക് സാധിക്കും. വെള്ളത്തിൽ മുങ്ങുമ്പോൾ നാസാരന്ധ്രങ്ങളും ചെവിയും അടയാറുണ്ട്. അതിനാൽ വെള്ളം കയറാറില്ല.

ഇവ മാംസഭോജികളാണ്. ജലത്തിലും കരയിലും സഞ്ചരിക്കാറുണ്ട്. മത്സ്യങ്ങളാണ് മുഖ്യാഹാരം. ഞണ്ട്, കക്ക, തവളകൾ, ഒച്ച്, ചെറിയ മൃഗങ്ങൾ എന്നിവയേയും ആഹരിക്കും. ചില പ്രദേശങ്ങളിൽ ഇവയെ ഇണക്കി വളർത്തി മീൻപിടിക്കാൻ ഉപയോഗിക്കാറുണ്ട്.

ഇവയ്ക്ക് ഒരിണയാണ് കാണുക. ഏതാണ്ട് രണ്ടു മാസ മാണ് ഗർഭകാലം. ഒരു പ്രസവത്തിൽ 2–4 കുട്ടികളുണ്ടാകാറുണ്ട്. കുട്ടികളുടെ സംരക്ഷണം പൂർണമായും മാതാവിനാണ്.

മാംസത്തിനും മറ്റുമായി ഇവയെ ധാരാളമായി കൊന്നൊടുക്കുന്നുണ്ട്. ഇവ കടുത്ത വംശനാശ ഭീഷണി നേരിടുന്നതായി ശാസ്ത്രലോകം അഭിപ്രായപ്പെടുന്നു. ദീർഘദൂരം ഇരതേടിപ്പോകാൻ അണക്കെട്ടുകൾ തടസ്സമാകുന്നതും ജലസ്രോതസ്സുകൾ വറ്റുമ്പോൾ കരയിലൂടെ സഞ്ചരിക്കുമ്പോൾ ഉണ്ടാകുന്ന ജീവഹാനിയും ആവാസവ്യവസ്ഥയുടെ ശിഥിലീകരണവും ജലമലിനീകരണവും എല്ലാം ഇവയുടെ നിലനില്പിനെ ബാധിക്കുന്നുണ്ട്. കടുത്ത സംരക്ഷണം നല്കിയില്ലെങ്കിൽ ഇവയുടെ വേരറ്റുപോകാൻ സാധ്യത കൂടുതലാണെന്ന് ശാസ്ത്രലോകം മുന്നറിയിപ്പ് നല്കുന്നുണ്ട്.

കരിമ്പുലി - Black Panther

ശാസ്ത്രനാമം: പാന്തെറാ പാർഡസ്
Panthera Pardus Linnaeus, 1758
കുടുംബം: *ഫെലിഡേ*

വനങ്ങളിലെ ഒരപൂർവ്വയിനം പുലിയാണ് കരിമ്പുലി. ഇത് യഥാർത്ഥത്തിൽ പുള്ളിപ്പുലിതന്നെയാണ്. എന്നാൽ പേര് സൂചിപ്പിക്കും പോലെ ഇതിന് കറുത്ത നിറമാണ്. ആഫ്രിക്കയിലും ഏഷ്യയിലെ ഇന്ത്യ ഉൾപ്പെടെ ഏതാനും രാജ്യങ്ങളിലും വളരെ വിരളമായി ഇവയെ കണ്ടുവരുന്നു. എണ്ണത്തിൽ ഇവ വളരെ കുറവാണ്. കേരളത്തിൽ ഇടുക്കി ജില്ലയിലാണ് ആദ്യമായി ഇവയെ കണ്ടെത്തിയതെന്ന് പറയപ്പെടുന്നു.

ജനിതക പ്രതിഭാസമാണ് നിറത്തിന് കാരണം. സാധാരണ പുലികളുടെ ദേഹത്തുള്ള ഓറഞ്ച് നിറത്തിനു കാരണമായ ഫിയോമെലാനിൻ കരിമ്പുലിയുടെ ദേഹത്തിൽ കാണപ്പെടുന്നില്ല. ജനിതകമായ കാര്യങ്ങളിൽ ഇതിനു വ്യത്യാസം സംഭവിച്ച് യൂമെലാനിൻ എന്ന കറുത്ത വർണ്ണവസ്തുവിന്റെ ഉല്പാദനം കൂടുതലായി ഉണ്ടാകുന്നതിനാലാണ് ഇവയ്ക്ക് കറുത്ത നിറമുണ്ടാകുന്നത്. എങ്കിലും ത്വക്കിൽ ഓറഞ്ച് നിറത്തിലുള്ള പുള്ളികളുമുണ്ട്. അത് പുലിയെ നല്ല പ്രകാശത്തിൽ അടുത്ത് കാണുമ്പോൾ വ്യക്തമാകും.

വനങ്ങളിലെ ഉൾപ്രദേശങ്ങളിലാണ് ഇവയുടെ ആവാസകേന്ദ്രങ്ങൾ. കടുവയേയും പുള്ളിപ്പുലിയേയും പോലെ അവയെ വേഗത്തിൽ കണ്ടുകിട്ടുകയില്ല. ഇരുളടഞ്ഞ വള്ളിക്കുടിലിലോ, പാറയിടുക്കിലോ കഴിയുകയാവും പകൽ. ഏറെക്കുറെ നിശാസഞ്ചാരിയാണിവ. മറ്റ് ജീവിത രീതികൾ എല്ലാം പുള്ളിപ്പുലിയെ പോലെയാണ്. കരിമ്പുലി ഇണയായി പുള്ളിപ്പുലികളേയും സ്വീകരിക്കാറുണ്ട്. ഒരു കരിമ്പുലി പുള്ളിപ്പുലിയുമായി ഇണചേരുമ്പോൾ ജനിക്കുന്നത് പുള്ളിപ്പുലിയോ കരിമ്പുലിയോ ആകാം. എന്നാൽ രണ്ടു കരിമ്പുലികൾക്ക് ജനിക്കുന്നത് കരിമ്പുലി തന്നെയാകും.

കാട്ടുനായ
Indian Wild Dog/Wild Dog

ശാസ്ത്രനാമം: ക്യൂവോൺ ആൽപ്പൈനസ്
Cuon alpinus Pallas, 1811

കുടുംബം: *കാനിഡേ* • ഉപകുടുംബം: *കാനിനേ*

ദക്ഷിണേഷ്യയിൽ ജന്മമെടുത്ത ഒരു വന്യജീവിയാണിത്. ഇന്ത്യയിൽ കേരളം, കർണാടകം, തമിഴ്നാട്, ഗോവ, മഹാരാഷ്ട്ര, ആന്ധ്ര, മധ്യ പ്രദേശ്, ഒഡീഷ, ഹിമാചൽ പ്രദേശ്, ഉത്തരാഞ്ചൽ, മറ്റ് വടക്കു കിഴക്കൻ സംസ്ഥാനങ്ങൾ എന്നിവിടങ്ങളിലെ വനമേഖലകളിൽ കണ്ടുവരുന്ന ഒരു മാംസഭോജിയാണ് കാട്ടുനായ്. നാട്ടുനായയുടെ പൂർവ്വികരാണിവയെന്ന് പറയപ്പെടുന്നു. കേരളത്തിലെ വയനാട്, പെരിയാർ, പറമ്പിക്കുളം, നെയ്യാർ, പേപ്പാറ, തട്ടേക്കാട്, ചെന്തുരുണി, ആറളം, സൈലന്റ് വാലി, ചിന്നാർ, പീച്ചി-വാഴാനി തുടങ്ങിയ സംരക്ഷണമേഖലകളിൽ ഇവയുടെ സാന്നിധ്യമുണ്ട്. സംരക്ഷണമേഖലകൾക്ക് പുറത്തുള്ള വനമേഖലകളിലും വിരളമായി ഇവയെ കാണപ്പെടുന്നുണ്ട്. മരങ്ങളും പുൽമേടുകളും ഇടകലർന്ന പ്രദേശങ്ങളാണ് ഇവയുടെ ഇഷ്ടതാവളങ്ങൾ.

ചെങ്കല്ലിന്റെ നിറമാണിവയുടെ രോമാവൃതമായ ശരീരത്തിന്. തടിച്ച് ഇടതൂർന്ന വാലിന് കറുപ്പ് നിറമാണ്. എന്നാൽ വാലിന്റെ ആരംഭം ചെങ്കൽ നിറമാണ്. മോന്തയുടെ അഗ്രവും മൂക്കും കറുപ്പ് നിറമാണ്. ആക്രമണത്തിനു പറ്റിയ ഒതുങ്ങിയ ഉടലും നീണ്ട മോന്തയും പ്രത്യേകതയാണ്. ഓടാനും ചാടാനും അനുയോജ്യമായ കാലുകൾ, ഇവയുടെ മണം പിടിക്കാനുള്ള അസാമാന്യ കഴിവ്, തങ്ങളെക്കാൾ വലിയ മൃഗങ്ങളെപ്പോലും നേരിടാനുള്ള ധൈര്യം, സംഘം ചേർന്നുള്ള ആക്രമണം, ഇതെല്ലാം കാട്ടുനായ്ക്കളെ കാനനത്തിലെ വേറിട്ട വേട്ടക്കാരാക്കുന്നു.

ശരീരത്തിന് 120–135 സെ.മീ. നീളമുണ്ടാകും. വാലിന് 35–50 സെ.മീ., ഉയരം 60 സെ.മീറ്റർ. ഭാരം 16–20 കിലോഗ്രാം. പെൺ മൃഗത്തിന് വലുപ്പവും തൂക്കവും അല്പം കുറഞ്ഞിരിക്കും. മാംസാഹാരം ഭക്ഷിക്കാൻ സഹായിക്കും വിധമാണ് പല്ലുകൾ സജ്ജീകരിച്ചിരിക്കുന്നത്. 42 പല്ലുകളുണ്ട്. അതിൽ കോമ്പല്ലുകൾക്ക് മൂർച്ച കൂടിയിരിക്കും. മുൻ–പിൻകാലുകളിൽ വിരലുകളുണ്ട്.

വിവിധതരം മാനുകൾ, കാട്ടുപോത്ത്, കാട്ടുപന്നി, വരയാട്, കുരങ്ങുകൾ, കാട്ടുകോഴി തുടങ്ങിയവയാണ് ഇരയായി സ്വീകരിക്കുന്നത്. സംഘമായിട്ടാണ് ഇവ ജീവിക്കുന്നതും ഇരതേടുന്നതും. വലിയ മൃഗങ്ങളെ പിന്തുടർന്ന് അവ തിരിച്ച് ആക്രമിക്കില്ലെന്ന് ഉറപ്പാകുമ്പോഴാണ് യഥാർത്ഥ പോരാട്ടം പുറത്തെടുക്കുന്നത്. ഇരയെ ഓടിച്ചു തളർത്തുന്ന ഒരു സ്വഭാവവും ഇവയ്ക്കുള്ളതായി പറയുന്നുണ്ട്. പിന്നിൽ നിന്നാണ് ഇവ ആക്രമിക്കുന്നത്. ഇപ്രകാരം പിന്നിൽ കടിച്ചു തൂങ്ങുന്ന കാട്ടുനായ പിടിമുറുക്കി കഴിഞ്ഞാൽ ഇരമൃഗം ഓടിയാലും ഇവ പിടിവിടില്ല. അപ്രകാരം പ്രാണരക്ഷാർത്ഥം ഓടുന്ന ഇരമൃഗത്തിന്റെ പുറത്ത് കടിച്ചുതൂങ്ങുന്ന മൃഗങ്ങളെ നിരീക്ഷകർ കണ്ടെത്തിയിട്ടുണ്ട്.

ഇരയുടെ ശ്വാസം നിലയ്ക്കുന്നതിന് മുമ്പേ അവയെ കാട്ടുനായ ഭക്ഷിച്ചു തുടങ്ങും. പകുതി ഭക്ഷിച്ചു കഴിയുമ്പോഴാകും ഇര ചാകുന്നത്. രക്തം വാർന്നാണ് ഇവയുട മരണം സംഭവിക്കുന്നത്. വളരെ വേഗത്തിൽ ഇരയെ തിന്നു തീർത്തിരിക്കും. ഒരു സംഘത്തിൽ ആണും പെണ്ണും അടക്കം 7-20 എണ്ണമുണ്ടാവും. രാത്രിയും പകലും സജീവമാണ്. ഉച്ചസമയം മിക്കവാറും വിശ്രമത്തിലായിരിക്കും. കുറ്റിക്കാടുനിറഞ്ഞ പാറയിടുക്കിലോ, പുൽമേട്ടിലോ ആണ് വാസം. വേട്ടയാടുമ്പോൾ ചൂളമടിക്കുന്ന പോലെ ചെറിയ ശബ്ദങ്ങൾ പുറപ്പെടുവിക്കും.

ആഹാരമില്ലാതെയും ഏതാനും ദിവസങ്ങൾ കഴിഞ്ഞുകൂടാൻ ഇവയ്ക്ക് സാധിക്കും. എന്നാൽ ഭക്ഷണം കിട്ടിയാൽ വയറുനിറച്ചു കഴിക്കുന്ന സ്വഭാവവുമുണ്ട്. നവംബർ-ഏപ്രിൽ ആണ് ഇവയുടെ പ്രജനന കാലം. ഒരു പ്രസവത്തിൽ ഒന്നിലേറെ കുഞ്ഞുങ്ങളുണ്ടാവും. പ്രസവം ഒളിത്താവളങ്ങളിലായിരിക്കും. ജനിക്കുന്ന എല്ലാ കുട്ടികളും പ്രായപൂർത്തിയാകാറില്ല. ശിശുമരണം ഇവയിൽ സഹജമാണ്. ജനിക്കുമ്പോൾ ഇവയ്ക്ക് തവിട്ടുനിറമാണ്. മൂന്ന് മാസമാകുമ്പോൾ ചുവപ്പ് നിറമായി തുടങ്ങും. ശിശുസംരക്ഷണം മാതാപിതാക്കൾ രണ്ടു പേരും ഏറ്റെടുക്കും. ഒന്നര മാസത്തോളം പാൽ മാത്രം കുടിച്ചു. വളരുന്ന കുട്ടികൾ പിന്നീട് മാംസാഹാരങ്ങൾ ഭക്ഷിച്ചു തുടങ്ങും. ഏതാണ്ട് ഒൻപത് മാസമാകുമ്പോൾ പ്രായപൂർത്തിയാകും. എന്നാൽ ജനിച്ച് രണ്ടുമാസം കഴിയുമ്പോൾ തന്നെ ഇവ മാതാപിതാക്കളോടൊപ്പം വേട്ടയ്ക്കിറങ്ങാറുണ്ട്. ഇത് കുട്ടികളുടെ പെട്ടെന്നുള്ള വളർച്ചയെയാണ് സൂചിപ്പിക്കുന്നത്. അംഗങ്ങളുടെ എണ്ണം കൂടുമ്പോൾ സംഘം പിരിഞ്ഞ് പുതിയ സംഘത്തിന് രൂപം നൽകുക പതിവാണ്. എന്നാൽ ഇവ എണ്ണത്തിൽ ഇവ കുറവാണ്. ഇവയുടെ നിലനില്പ് ഇപ്പോൾ ആശങ്കപ്പെടുത്തുന്നതാണെന്ന് ശാസ്ത്രലോകം പറയുന്നു. ഇരമൃഗങ്ങളുടെ കുറവും വനഭൂമിയുടെ വിസ്തൃതി കുറയുന്നതും എല്ലാം ഇവയുടെ ജീവന് ഭീഷണിയാകുന്നുണ്ട്.

കാട്ടുനായ്ക്കൾ കാടുവിട്ട് പുറത്തിറങ്ങാറില്ല. ഇവയെ ചെന്നായ് എന്ന് ചിലർ വിളിക്കാറുണ്ട്. എന്നാൽ കേരളത്തിലെ വനങ്ങളിൽ ചെന്നായ് ഇല്ല. ചെന്നായും കാട്ടുനായും രണ്ടും രണ്ടാണ്.

കാട്ടുപന്നി

Indian Wild Boar/Wild Swine

ശാസ്ത്രനാമം: *സസ് സ്ക്രോഫ*

Sus scrofa Linnaeus, 1758

കുടുംബം: *സ്വീയിഡേ*

നമ്മുടെ വനങ്ങളിൽ കണ്ടുവരുന്ന ഒരു സസ്തനിയാണ് കാട്ടുപന്നി. ഇന്ത്യ, ശ്രീലങ്ക, നേപ്പാൾ, മ്യാൻമാർ, തായ്‌ലന്റ്, ജപ്പാൻ, ചൈന, റഷ്യ,

യൂറോപ്പ്. ഉത്തര ആഫ്രിക്ക തുടങ്ങി ലോകത്താകമാനമായി 18 ഇനം പന്നികളെ കാണപ്പെടുന്നുണ്ട്. ഇവയിൽ പത്തിലധികം ജാതികൾ കടുത്ത വംശനാശത്തിന്റെ വക്കിലാണെന്ന് ശാസ്ത്രലോകം മുന്നറിയിപ്പ് നല്കുന്നുണ്ട്.

ഏതാണ്ട് 9000 വർഷങ്ങൾക്ക് മുമ്പ് പരിണാമം പ്രാപിച്ചുവന്ന ജീവികളാണത്രെ കാട്ടുപന്നികൾ. നാട്ടുപന്നികളുടെ മുൻഗാമികളാണ് ഇവയെന്ന് കരുതുന്നു. ഇന്ത്യയിൽ രാജസ്ഥാൻ, ഹിമാലയപ്രദേശങ്ങൾ, ഗുജറാത്ത് എന്നിവിടങ്ങൾ ഒഴികെ ഏറെക്കുറെ എല്ലാ പ്രദേശങ്ങളിലും ഇവയുണ്ട്.

ഇലപൊഴിയും വനങ്ങളിലും വൃക്ഷനിബിഡമായ പ്രദേശങ്ങളിലും ചെറിയ കുറ്റിക്കാടുകളിലും ചതുപ്പുകളിലും വെള്ളമുള്ള പുൽമേടുകളിലും ഇവയുടെ സാന്നിധ്യമുണ്ടാകും. കേരളത്തിലെ മിക്കവാറും വനമേഖലകളിൽ കാണാവുന്നതാണ്. പെരിയാർ, പറമ്പിക്കുളം, വയനാട് തുടങ്ങിയ ഭാഗങ്ങളിൽ സാധാരണ കാഴ്ചയാണിവ. ഇടതൂർന്ന വനങ്ങളിൽ കാട്ടുപന്നി വസിക്കില്ല. ചതുപ്പിലോ, വെള്ളക്കെട്ടിലോ കിടന്നുരുളുന്ന ഒരുസ്വഭാവം ഇവയ്ക്കുണ്ട്. കൃമി-കീടങ്ങളെ പ്രതിരോധിക്കാനാണ് ഇപ്രകാരം ചെയ്യുന്നതത്രെ.

തടിച്ച് വലുപ്പമുള്ള ഇവയുടെ ശരീരത്തിന് ഇരുണ്ട ചാരനിറമോ തവിട്ടുനിറമോ ആണ്. ശരീരം രോമാവൃതമാണ്. നെറ്റിയിൽ നിന്ന് മുതുകിലേക്ക് നീളുന്ന മധ്യഭാഗത്തുള്ള രോമനിര ഇവയുടെ ഒരു സവിശേഷതയാണ്. മുന്നോട്ട് നീണ്ടതാണ് മോന്ത. മോന്തയുടെ അഗ്രഭാഗത്താണ് നാസിക. നേർത്ത വാലിന്റെ അഗ്രഭാഗത്ത് രോമക്കൂട്ടമുണ്ടാകും. കാലുകൾ മെലിഞ്ഞതായിരിക്കും. തലയിൽ നിന്നും ഉടലിലേക്ക് വളർന്ന് നില്ക്കുന്ന കുഞ്ചിരോമങ്ങൾ കാട്ടുപന്നിയുടെ പ്രത്യേകതയാണ്. മോന്തയുടെ മധ്യത്തിൽ വായിൽ പൊങ്ങി നില്ക്കുന്ന ഭാഗങ്ങളോട് കൂടിയ അണപ്പല്ലുകൾ ഇവയുടെ തേറ്റകളായി അറിയപ്പെടുന്നു. പന്നിയുടെ ഒരു പ്രത്യേകതയാണ് തേറ്റകൾ. ശത്രുവിനെ ആക്രമിക്കാൻ തേറ്റകൾ ഉപയോഗിക്കുന്നു. അതിവേഗം പാഞ്ഞുവന്ന് തേറ്റകൾ കൊണ്ട് ഇടിക്കുകയാണ് പതിവ്. തേറ്റയ്ക്ക് 23-32 സെ. മീറ്റർ നീളമുണ്ടാവും.

നീണ്ട തല തരുണാസ്ഥിനിർമ്മിതവും അനക്കാവുന്നതുമായ മോന്തയിൽ അവസാനിക്കുന്നു. ഇതിലാണ് നാസാരന്ധ്രങ്ങൾ സ്ഥിതി ചെയ്യുന്നത്. കണ്ണുകൾ ചെറുതാണ്. ചെവികൾ മുകളിലേക്ക് ഉയർന്നിരിക്കും. 44 പല്ലുകളാണ് ഇവയ്ക്കുള്ളത്. ദുർഗ്ഗമമായ ഇടുങ്ങിയ കുറ്റിക്കാടുകളിൽ പോലും ഇവ കടന്നു ചെല്ലും. കട്ടിയുള്ള തൊലിയാണ് ഇതിനു സഹായകമാകുന്നത്. ശൈത്യകാലത്ത് ത്വക്കിനു കട്ടി കൂടുതലായിരിക്കും. ഘ്രാണശക്തിയും ശ്രവണശക്തിയും അപാരമാണ്. 60-115 സെ.മീ. ഉയരവും 70 -270 കി.ഗ്രാം ഭാരവുമുണ്ടാകും. വാലിന് 28-40 സെ.മീ. നീളമുണ്ടാകും. ആണിനെ അപേക്ഷിച്ച് പെണ്ണിന് വലുപ്പം കുറവായിരിക്കും.

കാട്ടുപന്നികൾ പലപ്പോഴും അപകടകാരികളാകാറുണ്ട്. അപ്രകാരം സംഭവിച്ചാൽ ഇവ വലിയ മൃഗങ്ങളെക്കാൾ നാശം വിതയ്ക്കുമെന്ന് ഗവേഷകർ പറയുന്നു. പ്രതികൂല സാഹചര്യത്തിൽ ഇവ ശക്തമായി

ആക്രമിക്കും. സംഘത്തലവനാകും ആക്രമണത്തിനു മുന്നിൽ നിൽക്കുന്നത്. മനുഷ്യരെ ആക്രമിക്കാനും മടിക്കാറില്ല. ഈ സമയം മുതുകിലെ രോമങ്ങൾ എഴുന്നേറ്റ് നില്ക്കും. അതിവേഗത്തിൽ ഓടാൻ ഇവയ്ക്ക് സാധിക്കും.

പകലും രാത്രിയും യഥേഷ്ടം സഞ്ചരിക്കുന്ന ഇവ മിശ്രഭുക്കുകളാണ്. തേറ്റകൾ ഉപയോഗിച്ച് മണ്ണ് തുരന്ന് കായ്കളും വിത്തുകളും ശേഖരിക്കും. നിലത്തു വീണുകിടക്കുന്ന പഴങ്ങൾ, വിത്തുകൾ, മുകുളങ്ങൾ, സസ്യങ്ങളുടെ വേരുകൾ, മണ്ണിര, ചെറിയ പാമ്പുകൾ, പല്ലി, അരണ, ഓന്ത്, പക്ഷികളുടെ മുട്ടകൾ, ചെറു സസ്തനികൾ തുടങ്ങി എന്തും കഴിക്കുന്ന ശീലമുണ്ട്. കാടിനോടു ചേർന്ന ഗ്രാമങ്ങളിൽ തീറ്റതേടി ഇറങ്ങാറുണ്ട്. നാട്ടിലിറങ്ങി കാർഷിക വിളകൾ നശിപ്പിക്കുന്നു. അങ്ങനെയിവ കർഷക വിരോധം സമ്പാദിച്ചിട്ടുണ്ട്. കഴിക്കുന്നതിനെക്കാൾ കൂടുതൽ വിളകൾക്ക് നാശം വിതയ്ക്കുന്ന സ്വഭാവമുണ്ട്. മിക്കവാറും കൂട്ടത്തോടെയായിരിക്കും സഞ്ചാരം. എന്നാൽ മുതിർന്ന ആൺപന്നികൾ ഒറ്റപ്പെട്ടാണ് സഞ്ചരിക്കുന്നത്.

വർഷത്തിൽ ഒരു തവണയാണ് പ്രസവം. ഇവയ്ക്ക് പ്രത്യേക പ്രജനനകാലമില്ല. എങ്കിലും പൊതുവെ ഡിസംബർ– ജനുവരി മാസത്തിലാണ് ഇണചേരൽ നടക്കുന്നത്. ഇണയ്ക്കുവേണ്ടി ആൺപന്നികൾ പോരടിക്കാറുണ്ട്. വിജയിക്കുന്ന ആണിന് ഇണയെ ലഭിക്കും. ഇണചേരൽ കഴിഞ്ഞാൽ ആൺ മൃഗം പതിവു പോലെ ഒറ്റപ്പെടും. എന്നാൽ പെൺപന്നി കൂട്ടം വിട്ട് പോകാറില്ല. 110–125 ദിവസമാണ് ഗർഭകാലം. ശത്രുഭയം ഇല്ലാത്ത ഒളിത്താവളത്തിലാവും പ്രസവം. കുളമ്പുള്ള സസ്തനികളിൽ ഒന്നോ രണ്ടോ കുഞ്ഞുങ്ങൾ ജനിക്കുമ്പോൾ പന്നികളിൽ ശരാശരി ഏഴ് എന്ന കണക്കിലാണ് കാണപ്പെടുന്നത്. ആദ്യപ്രസവത്തിൽ കുട്ടികൾ കുറവായിരിക്കും. പിന്നീട് എണ്ണം കൂടും. തവിട്ടു നിറമുള്ള കുഞ്ഞുങ്ങളുടെ ദേഹത്ത് നരച്ച വെള്ളവരകൾ നീളത്തിൽ കാണും. കുട്ടികളുടെ വളർച്ച പെട്ടെന്നാണ്. രണ്ടാഴ്ച വരെ പാൽ മാത്രം കുടിച്ച് വളരുന്ന കുട്ടികൾ പിന്നീട് അമ്മയോടൊപ്പം ഭക്ഷണം തേടി സഞ്ചരിക്കും. ഒരു മാസം വരെ മുലകുടി തുടരും. ഏതാനും മാസങ്ങൾ കഴിയുമ്പോൾ ശരീരത്തിലെ വരകൾ മാഞ്ഞ് പോകും. രണ്ടു വർഷം കഴിയുമ്പോഴാണ് തേറ്റകൾ രൂപപ്പെടുന്നത്. കുട്ടികളുടെ സംരക്ഷണം അമ്മയ്ക്കാണ്. കൂട്ടത്തോടെ കഴിയുന്നതിനാൽ മുറ്റുള്ളവയും വിരളമായി സംരക്ഷണച്ചുമതല ഏറ്റെടുക്കാറുണ്ട്. പുൽമേടുകളിലോ നദീതീരങ്ങളിലോ ചതുപ്പുകളിലോ ആണ് വിശ്രമം.

പന്നികൾക്ക് കാട്ടിൽ ശത്രുക്കൾ ഏറെയുണ്ട്. പുലിയും കടുവയും കാട്ടുനായും മലമ്പാമ്പും എല്ലാം ഇവയെ ഭക്ഷണമാക്കുമ്പോൾ കുഞ്ഞിനെ കുറുക്കനും കാട്ടുപൂച്ചയും വെരുകും മരപ്പട്ടിയും ഉൾപ്പെടെയുള്ള മൃഗങ്ങളും തട്ടിയെടുക്കുന്ന പതിവുണ്ട്. മനുഷ്യന്റെ വേട്ടയും മറ്റൊരു ഭീഷണിയാണ്. കേരളത്തിലെ വനങ്ങളിൽ ഏറ്റവുമധികം

കാണപ്പെടുന്ന സസ്തനികളിൽ ഒന്നായ കാട്ടുപന്നി ഏറ്റവുമധികം മൃഗങ്ങളുടെ ഇരയായും തീരുന്നതും യാദൃച്ഛികമായിരിക്കാം.

നിരവധി പാരിസ്ഥിതിക ധർമ്മങ്ങൾ നിർവഹിക്കുന്ന ഒരു വന്യജീവിയാണ് കാട്ടുപന്നി. വിവിധ കാലങ്ങളിൽ നിരവധി ഗവേഷകർ നടത്തിയ പഠനങ്ങളിൽ ഇത് തെളിഞ്ഞിട്ടുണ്ട്. വനങ്ങളിലെ കളസസ്യങ്ങളുടെ വളർച്ചയെ കാട്ടുപന്നികൾ ഫലപ്രദമായി തടയുന്നുണ്ട്. ഇവ ഉഴുതുമറിക്കുന്ന മണ്ണിൽ കാൽസ്യം, മഗ്നീഷ്യം, കോപ്പർ, ഫോസ്ഫറസ് തുടങ്ങിയ മൂലകങ്ങളുടെ തോത് കൂടുന്നതായി തെളിയിക്കപ്പെട്ടിട്ടുണ്ട്. സസ്യങ്ങളുടെ വിത്തുവിതരണത്തിന് ഏറെ സഹായിക്കുന്ന സസ്തനികളാണിവ.

കാട്ടുപൂച്ച – Jungle Cat

ശാസ്ത്രനാമം: ഫെലിസ് ചായുസ്

Felis chaus Schreber, 1777

കുടുംബം: *ഫെലിഡേ*

വിവിധ ഏഷ്യൻ രാജ്യങ്ങൾ, യൂറോപ്പ് എന്നിവിടങ്ങളിൽ കണ്ടുവരുന്ന ഒരു സസ്തനിയാണ് കാട്ടുപൂച്ച. ഫെലിസ് എന്ന ജനുസിലെ ഏറ്റവും വലിയ അംഗമാണ് കാട്ടുപൂച്ച. ഏറെക്കുറെ ഇന്ത്യ മുഴുവനും ഇവയുടെ സാന്നിധ്യമുണ്ട്. എന്നാൽ വളരെ വിരളമാണ് താനും. നാടൻ പൂച്ചകളുടെ മുൻഗാമികളാണിവ. കാട്ടുപൂച്ചയിൽ നിന്നാണ് വളർത്തു പൂച്ചയുടെ പിറവിയെന്ന് പറയപ്പെടുന്നു. ഏറ്റവും കൂടുതൽ സമയം വിശ്രമിക്കുന്ന ഒരു ജന്തുവാണ് പൂച്ച. പൂച്ചകൾ ദിവസവും 12–16 മണിക്കൂർ ഉറങ്ങുമെന്നാണ് ശാസ്ത്രം.

വളർത്തു പൂച്ചയ്ക്ക് ശൗര്യവും ആക്രമണവാസനയും നന്നേ കുറവായിരിക്കും. എന്നാൽ ഇവയിൽ നിന്നും തികച്ചും വ്യത്യസ്തമാണ് കാട്ടുപൂച്ചകൾ. വനത്തിലെ കുറ്റിക്കാടുകളിലും വൃക്ഷങ്ങളിലെ ശാഖ പിരിയുന്നിടത്തുമാണ് ഇവയുടെ വിശ്രമം. ഇലപൊഴിയും കാടുകളിലും വരണ്ട വനങ്ങളിലും ഉയരം കുറഞ്ഞ പുല്ലുകളുള്ള പുൽമേടുകളും നിത്യഹരിതവനങ്ങളിലും ഇവയെ കണ്ടെത്തിയിട്ടുണ്ട്. രാത്രികാലത്താണ് സാധാരണയായി സജീവമാകുന്നത്. പകലും വിരളമായി സഞ്ചരിക്കാറുണ്ട്.

മഞ്ഞ കലർന്ന തവിട്ടോ ചാരനിറമോ ആണ് ഇവയുടെ ദേഹം. ആണിന് ത്വക്കിൽ നേരിയ കറുത്തവരകളും പുള്ളികളും ഉണ്ടാവും. വാലിലും പുള്ളികളോ വരകളോ ഉണ്ടാവും. വലുപ്പം കുറഞ്ഞ വാലിന്റെ അഗ്രം കറുപ്പ് നിറമായിരിക്കും. മീശ നന്നായി വളർന്നിരിക്കും. പ്രായപൂർത്തിയായവയുടെ ചെവികളുടെ ഉൾവശം നീളം കുറഞ്ഞ രോമം

നിറഞ്ഞിരിക്കും. ലിങ്ക്സ് എന്ന ജീവിയോടുള്ള സാദൃശ്യം മൂലം ഇതിനെ ജംഗിൾ ലിങ്ക്സ് എന്നും വിളിക്കുന്നുണ്ട്. ഇവയുടെ ചെവിക്ക് നരച്ച ചുവപ്പ് നിറമാണ്. മുൻകാലുകൾക്ക് നീളം കൂടുതലായിരിക്കും. മുൻകാലുകളിലെ കൂർത്ത നഖങ്ങളും പല്ലുകളും ഇവയെ വ്യത്യസ്തമാക്കുന്നുണ്ട്. കണ്ണിൽ നിന്ന് കണ്ണീർ പോലെ രണ്ട് വരകൾ കവിളിൽ എത്തിനില്ക്കുന്നത് കാണാം. ശരീരത്തിന്റെ ആകെ നീളം 60 സെ.മീ. തൂക്കം 5–7 കി.ഗ്രാം.

ഏകാന്തവാസിയാണ്. വേഗത്തിൽ ഓടാനും നിശ്ശബ്ദമായി ഇരയെ പിൻതുടരാനും ഇടത്തരം മരങ്ങളിൽ കയറാനും കാട്ടുപൂച്ചയ്ക്ക് കഴിയും. നടക്കുമ്പോൾ നിശ്ശബ്ദമായി സഞ്ചരിക്കാൻ സാധിക്കും വിധം പാദങ്ങൾ മൃദുത്വമുള്ളതാണ്. വിപരീത സാഹചര്യത്തിൽ തന്ത്രപൂർവ്വം ഒഴിഞ്ഞുമാറാൻ ഇവയ്ക്ക് അപാരകഴിവാണ്. ഇരയെ കണ്ടാൽ പതിയിരുന്ന് സാവകാശമായിരിക്കും ആക്രമണം. ഇരയെ ഓടിച്ചു പിടിക്കാനും കേമൻമാരാണ്. നേരിയ പ്രകാശത്തിൽ പോലും വ്യക്തമായി കാണാൻ കഴിയുന്ന തീക്ഷ്ണമായ കണ്ണുകളും നേർത്ത ശബ്ദം പോലും കേൾക്കാൻ കഴിയുന്ന ചെവിയും മികച്ച ഘ്രാണശക്തിയും കാട്ടുപൂച്ചകളെ കാട്ടിലെ മികച്ച വേട്ടക്കാരാക്കുന്നു.

ഇവ മാംസഭുക്കുകളാണ്. തന്നെക്കാൾ വലിയ മൃഗങ്ങളെ പോലും ആക്രമിക്കാനും കീഴ്പ്പെടുത്താനും ഇവയ്ക്ക് സാധിക്കും. കാട്ടുപന്നി മുതൽ ചെറിയ മാൻ, മുയൽ, അണ്ണാൻ, എലി, പക്ഷികൾ, ഉഭയജീവികൾ തുടങ്ങിയവയൊക്കെയാണ് ഇരകൾ. മറ്റു ജന്തുക്കൾ ഉപേക്ഷിച്ചവയും ഭക്ഷിക്കാറുണ്ട്. വിരൽത്തുമ്പിലെ അറകളിൽ സൂക്ഷിച്ചിരിക്കുന്ന കൂർത്ത നഖങ്ങളും, ഇരയെ കടിച്ചുകീറാൻ കഴിയും വിധത്തിൽ രൂപം കൊണ്ടിരിക്കുന്ന പല്ലുകളും ഇവയുടെ ആക്രമണവാസനയെ കാണിക്കുന്നു. പ്രതികൂല സാഹചര്യത്തിൽ ഓടി രക്ഷപ്പെടാനാണ് ഇവ ശ്രമിക്കുന്നത്. മനുഷ്യരെ ആക്രമിച്ചതായി എങ്ങും രേഖപ്പെടുത്തിയിട്ടില്ല. (കാട്ടുപൂച്ചയെ റാന്നി വനം ഡിവിഷനിലെ പ്ലാപ്പള്ളി ഭാഗത്ത് വച്ച് ഇതിന്റെ രചയിതാക്കളിൽ ഒരാളായ ആർ. വിനോദ്കുമാർ സന്ധ്യക്ക് നേരിട്ടു കാണുകയും ഒറ്റയ്ക്ക് പിന്തുടരുകയും ചെയ്തിരുന്നു. കണ്ടത് പുൽമേട്ടിലായതിനാൽ വ്യക്തതയുണ്ടായിരുന്നു. മനുഷ്യസാന്നിധ്യം മനസ്സിലാക്കി വേഗത്തിൽ മറഞ്ഞു.) മനുഷ്യരുമായി ഇണങ്ങാറുണ്ട്. ഇണക്കി വളർത്തിയാൽ ശൗര്യക്കൂടുതലുള്ള സന്തതികളെ ഇണചേർത്ത് എടുക്കാവുന്നതാണ്.

വർഷത്തിൽ രണ്ടുതവണ പ്രസവിക്കുമത്രെ. ഇണചേരൽ കാലത്ത് ആൺപൂച്ച പൊതുവെ ശാന്തനായിമാറും. ഏതാനും ദിവസം ഇണയോടൊപ്പമുണ്ടാവും. മൂന്ന് മാസമാണത്രെ ഗർഭകാലം. 2–3 കുഞ്ഞുങ്ങൾ ഉണ്ടാവും. കുഞ്ഞുങ്ങൾ ഏതാനും ദിവസം കഴിഞ്ഞാണ് മിഴി തുറക്കുന്നത്. കുഞ്ഞിനെ സംരക്ഷിക്കുന്നത് അമ്മയാണ്. 3–6 മാസത്തോളം അമ്മയോടൊപ്പം കുട്ടികൾ കഴിയും. ഇവയിൽ ശിശുമരണം പതിവാണ്.

ഒരു കുഞ്ഞാണ് സാധാരണ രീതിയിൽ പൂർണ്ണവളർച്ച എത്തുന്നത്. കുഞ്ഞായിരിക്കുമ്പോൾ തന്നെ മാതാവിനെ കടിക്കാനും മാന്താനും ഇവയ്ക്കാവും. മികച്ച വേട്ടക്കാരനാകുമ്പോൾ ഒറ്റതിരിയും. ശരാശരി 10 വർഷമാണ് കാട്ടുപൂച്ചയുടെ ജീവിതകാലം.

ഇവയ്ക്ക് ശത്രുക്കൾ ഏറെയുണ്ട്. കാട്ടിലെ വലിയ മൃഗങ്ങളായ കാട്ടുനായ്, പുലി, കടുവ, മലമ്പാമ്പ് തുടങ്ങിയവ ഇവയെ പിടികൂടാറുണ്ട്. രാത്രികാലത്ത് കാട്ടുറോഡിലൂടെ പോകുന്ന വണ്ടി ഇടിച്ച് അപകടത്തിൽപ്പെടുന്ന കാട്ടുപൂച്ചകളുടെ എണ്ണം കൂടുന്നതായി ചില പഠനങ്ങൾ വ്യക്തമാക്കുന്നു. തട്ടേക്കാടും ഷോളയാറിലും റോഡിൽ പുലർച്ചേ ഇത്തരം കാഴ്ചകൾ ഇതിന്റെ രചയിതാക്കളിൽ ഒരാളായ ആർ. വിനോദ് കുമാർ നേരിട്ട് കണ്ടിട്ടുണ്ട്.

കാട്ടുപോത്ത്/കാട്ടി

Gaur/Indian bison

ശാസ്ത്രനാമം: *ബോസ് ഗൗരസ്*

Bos gaurus H.Smith, 1827

കുടുംബം : *ബോവിഡേ*

ദക്ഷിണേഷ്യയിലും ദക്ഷിണപൂർവ്വേഷ്യയിലും ജന്മമെടുത്തു എന്ന് കരുതുന്ന ഒരു വന്യജീവിയാണ് കാട്ടുപോത്ത്. ഇന്ത്യ, ചൈന, നേപ്പാൾ, മ്യാൻമാർ, വിയറ്റ്നാം എന്നിവിടങ്ങളിൽ ഇവയെ കാണപ്പെടുന്നുണ്ട്. നാട്ടുപോത്തിന്റെ കുടുംബത്തിൽ ഉൾപ്പെടുന്ന ഇവ ഇന്ത്യയിലെ വിവിധ വനങ്ങളിലും കേരളത്തിലെ മിക്ക വനമേഖലകളിലും ഇവയുടെ സാന്നിധ്യമുണ്ട്. നമ്മുടെ വനമേഖലയിൽ ആന, കടുവ, പുലി എന്നിവ കഴിഞ്ഞാൽ അടുത്ത സ്ഥാനം കാട്ടുപോത്തിനാണ്. കാലിവർഗ്ഗത്തിലെ ഏറ്റവും വലിയ മൃഗമാണിത്. തെക്കേയിന്ത്യയിലാണ് ഇവയുടെ സാന്നിധ്യം കൂടുതലായുള്ളത്. ഇലപൊഴിയും കാടുകളും അർദ്ധനിത്യഹരിതവനങ്ങളും പുൽമേടുകളും ചതുപ്പുകളും നിറഞ്ഞ പ്രദേശങ്ങളാണ് ഇവയുടെ മുഖ്യതാവളങ്ങൾ. നിത്യഹരിതവനമേഖലകളിലും ഇവയെ കാണാവുന്നതാണ്.

ഇവയിൽ ആണിന് തിളക്കമുള്ള കറുപ്പ് നിറമായിരിക്കും. പെണ്ണിന് കാപ്പിനിറം. ആണിനും പെണ്ണിനും മുട്ടിന് താഴ്വശം വെള്ളനിറമാണ്. കുഞ്ഞിന് വയ്ക്കോലിന്റെ നിറം. രോമാവൃതമായ ശരീരം മാംസപേശികളാൽ ദൃഢമായിരിക്കും. വലുപ്പമുള്ള തലയിൽ അർദ്ധചന്ദ്രാകൃതിയിലുള്ള വളഞ്ഞ കൊമ്പുകളുണ്ടാവും. ഇരട്ടക്കുളമ്പുള്ള അയവിറക്കുന്ന

മൃഗമാണിത്. കാഴ്ചശക്തിയെക്കാൾ ഘ്രാണശക്തിയാണ് കൂടുതൽ. പൂർണ്ണവളർച്ച എത്തുമ്പോൾ 170–190 സെ.മീ. വരെ ഉയരവും 800–1250 കിലോഗ്രാം ഭാരവുമുണ്ടാകും.

പൊതുവെ കൂട്ടത്തോടെയാണ് ഇവയുടെ സഞ്ചാരം. ഒരു സംഘത്തിൽ ആണും ഒന്നിലെറെ പെണ്ണുങ്ങളും കുഞ്ഞുങ്ങളും ഉണ്ടായിരിക്കും. എന്നാൽ വിരളമായി ഒറ്റയ്ക്കും ഇവയെ കാണാവുന്നതാണ്. രാവിലെയും വൈകുന്നേരങ്ങളിലുമാണ് സജീവമാകുന്നത്. ഉച്ചയ്ക്ക് തണലിൽ വിശ്രമിക്കും. പൂർണ്ണമായും സസ്യഭുക്കാണ്. പുല്ലും ഇലകളും മരത്തൊലിയുമാണ് ആഹാരം. ഉണക്കപ്പുല്ലും ഭക്ഷണമാക്കാറുണ്ട്. വനത്തിൽ ആന കഴിഞ്ഞാൽ ഏറ്റവുമധികം സസ്യാഹാരം കഴിക്കുന്നത് കാട്ടുപോത്താണ്. അത്യാവശ്യത്തിന് വെള്ളവും കുടിക്കുന്നു. വെള്ളത്തിലും ചതുപ്പിലും ഇറങ്ങിക്കിടക്കുന്ന സ്വഭാവം ഇവയ്ക്കില്ല.

ഇവയ്ക്ക് പ്രത്യേകിച്ച് ഒരു താവളം ഉണ്ടാകാറില്ല. മിക്കവാറും ചതുപ്പും വെള്ളവുമുള്ള പ്രദേശങ്ങളെ ചുറ്റിയായിരിക്കും സഞ്ചാരം. പൊതുവെ ശാന്തസ്വഭാവമുള്ളവയാണ്. മനുഷ്യർ അടുത്ത് എത്തിയാൽ പോലും ഒഴിഞ്ഞുപോകുകയാണ് പതിവ്. വലിയമൃഗങ്ങളിൽ ഈ സ്വഭാവം മറ്റ് വലിയ മൃഗങ്ങൾ പ്രകടിപ്പിക്കാറില്ല. അങ്ങോട്ട് ഉപദ്രവിച്ചാലാണ് ഇവ ആക്രമിക്കുന്നത്. പ്രതികൂല സാഹചര്യത്തിൽ ശക്തമായി മുക്രയിട്ട്, ഓടിവന്ന് കുത്തുകയാണ് പതിവ്. ഇണചേരുമ്പോഴും ആക്രമിക്കുമ്പോഴും ശബ്ദങ്ങൾ പുറപ്പെടുവിക്കാറുണ്ട്.

പ്രത്യേകിച്ചൊരു പ്രത്യുത്പാദനകാലമില്ല. ശക്തനായ ആൺമൃഗമാണ് ഇണയെ സ്വന്തമാക്കുന്നത്. ഗർഭകാലം 12 മാസമാണ്. (10 മാസം എന്നൊരു അഭിപ്രായവും കാണപ്പെടുന്നുണ്ട്.) ഒരു പ്രസവത്തിൽ ഒരു കുഞ്ഞാണ് പതിവ്. പിറന്നു വീഴുന്ന കുഞ്ഞിന് ഏതാണ്ട് സ്വർണ്ണനിറമാണ്. ഈ നിറം ഏതാനും മാസം ഉണ്ടായിരിക്കും. പ്രസവിച്ച് ഏതാനും നിമിഷങ്ങൾക്കകം കുഞ്ഞ് എഴുന്നേറ്റ് നിൽക്കാനും നടക്കാനും തുടങ്ങും. ആദ്യകാലത്ത് അമ്മയുടെ പാൽ മാത്രം കുടിച്ച് വളരുന്ന കുഞ്ഞിനെ സംരക്ഷിക്കുന്ന ചുമതല അമ്മയോടൊപ്പം കൂട്ടത്തിലെ മറ്റുള്ളവയും ഏറ്റെടുക്കാറുണ്ട്. 3–5 മാസം കഴിയുമ്പോൾ പുല്ലും മറ്റും കഴിച്ചുതുടങ്ങും. എന്നാൽ തൊലിയുടെ നിറം മാറാൻ വീണ്ടും മാസങ്ങൾ കാത്തിരിക്കണം. കാട്ടുപോത്തിന്റെ പാൽ പോഷകസമൃദ്ധമാണ്.

ചില പ്രദേശങ്ങളിൽ കാട്ടുകാള എന്നും വിളിക്കപ്പെടുന്ന ഇവയുടെ ആയുസ്സ് 30 വർഷമാണ്. ആവാസവ്യവസ്ഥയുടെ കോട്ടവും കന്നുകാലി മേയ്ക്കലും വേട്ടയും ഇവയുടെ നിലനില്പിനെ ബാധിക്കാറുണ്ട്. ഇവയുടെ പ്രധാന ശത്രു മനുഷ്യനാണ്. കൊമ്പിനും മാംസത്തിനും വേണ്ടി ഇവയെ ധാരാളമായി കൊന്നൊടുക്കാറുണ്ട്. പെരിയാർ, പറമ്പിക്കുളം, വയനാട് എന്നിവിടങ്ങളിൽ ഇവയെ നന്നായി കാണാവുന്നതാണ്.

കാട്ടുമുയൽ/ചെവിയൻ

Black Naped Hare/ Indian Hare

ശാസ്ത്രനാമം : *ലെപ്പസ് നൈഗ്രികോളിസ്*

*Lepus nigricollis F.Cuvier,*1823

കുടുംബം : *ലെപ്പോറിഡേ*

ഇന്ത്യ, ശ്രീലങ്ക, ജാവ, മഡഗാസ്കർ, ആന്തമാൻ ദ്വീപുകൾ എന്നിവിടങ്ങളിൽ കാണപ്പെടുന്ന കാനനവാസിയായ ഒരു ചെറുസസ്തനിയാണ് കാട്ടുമുയൽ. കാടുകളിലും അതിനോട് ചേർന്ന ഗ്രാമങ്ങളിലും ഇവയുടെ സാന്നിധ്യമുണ്ട്. ഇലപൊഴിയും കാടുകൾ, കുറ്റിക്കാടുകൾ, പുൽമേടുകൾ, പാറകൾ നിറഞ്ഞ വരണ്ട വനങ്ങൾ എന്നിവ ഇവയുടെ ആവാസമേഖലകളാണ്. ലോകത്തിന്റെ വിവിധ പ്രദേശങ്ങളിൽ മുയലുകളുണ്ട്. ഇവ നിറത്തിലും വലുപ്പത്തിലും വ്യത്യാസപ്പെട്ടിരിക്കും. കേരളത്തിലെ മിക്ക വനങ്ങളിലും കാണപ്പെടുന്നതു കൂടാതെ ഫാമുകളിലും ഇവയെ ധാരാളമായി വളർത്തുന്നുണ്ട്. മുയൽവളർത്തൽ സാമ്പത്തികലാഭമുള്ള ഒരു വ്യവസായമായി മാറിയിരിക്കുന്നു. ബി.സി. 1000 മുതൽ മുയലുകളെ കണ്ടുവരുന്നതായി ശാസ്ത്രലോകം അവകാശപ്പെടുന്നു.

രോമാവൃതമായ ശരീരത്തിന് നരച്ച ചുവപ്പ് കലർന്ന തവിട്ടുനിറമാണ്. വയറിനടിവശം നേരിയ വെള്ളനിറം. ഉടലിന് ഉരുണ്ട ആകൃതി. പിൻകാലുകൾക്ക് നീളം കൂടുതലും മുൻകാലുകൾക്ക് നീളം കുറവുമാണ്. വേഗത്തിൽ ചാടി സഞ്ചരിക്കാൻ അനുയോജ്യമായ വിധത്തിലാണ് കാലുകളുടെ സജ്ജീകരണം. ശരീരത്തിന് യോജിക്കാത്ത നീളമുള്ള ചെവികളുള്ളതിനാൽ ചെവിയൻ എന്ന പേരും ഇവയ്ക്ക് ലഭിച്ചു. ചെവി ചലിപ്പിക്കാൻ കഴിയും. വാൽ ചെറുതാണ്. കഴുത്തിനടിയിൽ കറുത്ത വരകളുണ്ട്. കണ്ണുകളുടെ സ്ഥാനം തലയ്ക്ക് മുകളിലാണ്. ഇത് ചുറ്റുമുള്ള കാഴ്ചയ്ക്ക് സഹായിക്കും. നാസാരന്ധ്രങ്ങൾക്ക് വിടവുണ്ടാകും. മേൽച്ചുണ്ട് രണ്ടായി മുറിഞ്ഞതുപോലെയാണ്. ഇവയുടെ തലയോട്ടിക്ക് കട്ടി കുറവായിരിക്കും. ആയുഷ്കാലം മുഴവനും വളർന്നു കൊണ്ടിരിക്കുന്ന പല്ലുകൾക്ക് തേയ്മാനം ബാധിക്കാറില്ല. ഇവയ്ക്ക് കോമ്പല്ലുകൾ ഇല്ല. മൂർച്ചയേറിയ ഉളിപ്പല്ലുകൾ ആഹാരം കരണ്ടുതിന്നാൻ സഹായിക്കുന്നു. അണപ്പല്ലുകളിലാണ് ഭക്ഷണം ചവച്ചരച്ച് കഴിക്കുന്നത്. മേലണയിൽ രണ്ടു ജോടിയും കീഴണയിൽ ഒരുജോടിയും പല്ലുകളുണ്ട്. ശരീരവലുപ്പം 40-50 സെ.മീ. തൂക്കം 1.8-3.6 കി.ഗ്രാം.

പൊതുവെ ചെറുസംഘമായിട്ടാണ് വസിക്കുന്നത്. വിരളമായിട്ട് ഒറ്റയ്ക്കും കാണാറുണ്ട്. ദ്രുതഗതിയിൽ ചാടിച്ചാടിയാണ് സഞ്ചരിക്കുന്നത്. പിൻകാലുകൾ നിലത്തൂന്നി രണ്ടുകാലിൽ ഉയർന്നു നിൽക്കാൻ കഴിയും. കേൾവിശക്തിയും ഘ്രാണശക്തിയും കൂടുതലാണ്. ഇതുമൂലം

ശത്രുക്കളുടെ സാന്നിധ്യം മനസ്സിലാക്കി വേഗത്തിൽ ഒഴിഞ്ഞുമാറാൻ സാധിക്കും. വിപരീതസാഹചര്യത്തിൽ വേഗത്തിൽ ഓടുകയാണ് പതിവ്. ശത്രു സാന്നിദ്ധ്യം മനസ്സിലാക്കി പുതിയ മേച്ചിൽപുറം കണ്ടെത്താനും ഇവ മടിക്കാറില്ല.

സസ്യഭുക്കുകളാണ്. ഇലകളും പൂക്കളും ചെറുമരങ്ങളുടെ തോലുകളും കിഴങ്ങുകളും കായ്കളുമെല്ലാമാണ് ഭക്ഷണം. ഒരു സസ്യത്തിന്റെ എല്ലാ ഭാഗങ്ങളും ഭക്ഷണമാക്കാറുണ്ട്. പകലും രാത്രിയും സഞ്ചരിക്കും. മണ്ണിൽ മാളങ്ങൾ ഉണ്ടാക്കിയാണ് കഴിയുന്നത്. വർഷത്തിൽ ഒന്നിലേറെ തവണ പ്രസവിക്കാറുണ്ട്. ഒരു മാസമാണത്രെ ഗർഭകാലം. ജനിക്കുമ്പോൾ തന്നെ കുട്ടികൾക്ക് രോമം ഉണ്ടാവും. കാഴ്ചശക്തി കുറഞ്ഞിരിക്കും. അമ്മയുടെ സംരക്ഷണത്തിൽ വളരുന്ന കുട്ടികൾക്ക് ഒരാഴ്ച കഴിയുമ്പോൾ ചാടി നടക്കാൻ കഴിയും. രണ്ടാഴ്ച കൊണ്ട് ഓടിത്തുടങ്ങുകയും ഒരു മാസത്തിനുള്ളിൽ സ്വതന്ത്രരാകുകയും ചെയ്യുന്നു.

വനത്തിൽ പുലി, കാട്ടുപൂച്ച, കുറുക്കൻ, കാട്ടുനായ, വെരുക്, മരപ്പട്ടി, പരുന്ത്, പാമ്പുകൾ തുടങ്ങിയ പല ജീവികളുടെയും ഇരയാണ് മുയൽ. മനുഷ്യനും ഇവയെ ധാരാളമായി വേട്ടയാടാറുണ്ട്.

കാട്ടുവരയണ്ണാൻ/ഈഞ്ചയണ്ണാൻ

Jungle Striped Squirrel/ Western Ghats Striped Squirrel

ശാസ്ത്രനാമം: *ഫ്യൂണാംബുലസ് ട്രൈസ്ട്രയേറ്റസ്*

Funambulus tristriatus Waterhouse, 1837

കുടുംബം: *സയൂറിഡേ*

ലോകത്ത് നമ്മുടെ പശ്ചിമഘട്ടത്തിൽ മാത്രം കാണപ്പെടുന്ന ഒരപൂർവ്വ അണ്ണാനാണ് കാട്ടുവരയണ്ണാൻ. ഈഞ്ചയണ്ണാൻ എന്ന പേരിലും അറിയപ്പെടുന്ന ഇവ കേരളത്തിലെ വളരെ വിരളമായ ഒരു സസ്തനിയാണ്. കരണ്ടുതീനികളുടെ വംശജരായ ഇവയെ കേരളത്തിലെ മഴക്കാടുകളിലും ഇടതൂർന്ന വരണ്ട വനമേഖലകളിലും കാടിനോട് ചേർന്ന ഏലം, കാപ്പി, തേയില തോട്ടങ്ങളിലും കണ്ടെത്തിയിട്ടുണ്ട്. പൊതുവെ ഈഞ്ചക്കാടുകളോട് ഇവയ്ക്കൊരു ഇഷ്ടക്കൂടുതലുണ്ട്. കേരളം, തമിഴ്നാട്, കർണാടകം, മഹാരാഷ്ട്ര എന്നിവിടങ്ങളിലെ 700 മുതൽ 2100 മീറ്റർ വരെ ഉയരമുള്ള മലനിരകളിലാണ് ഇവയുടെ ആവാസം.

നാട്ടിലെ മൂവരയൻ അണ്ണാനെക്കാൾ അല്പം വലുപ്പം കുറഞ്ഞ ഇവയുടെ ശരീരത്തിന് ചുവപ്പു കലർന്ന ഇരുണ്ട തവിട്ടുനിറമാണ്. ശരീരം രോമാവൃതമാണ്. ശരീരത്തിന്റെ ഉപരിഭാഗത്ത് മൂന്ന് വരകളുണ്ടായിരിക്കും.

അടിഭാഗം ചാരനിറമോ മങ്ങിയ നിറമോ ആയിരിക്കും. പൂർണമായും വൃക്ഷവാസിയല്ല. നിലത്തിറങ്ങി ഇരതേടാറുണ്ട്. ഇവ തളിരിലകളും ഫലങ്ങളും മറ്റുമാണ് കഴിക്കുന്നത്. ശരീരവലുപ്പം 15-19 സെ.മീ നീളവും ഭാരം 150-275 ഗ്രാമുമാണ്.

കേരളത്തിലെ പേപ്പാറ, നെയ്യാർ, ചെന്തുരുണി, മലബാർ, പെരിയാർ തുടങ്ങിയ സംരക്ഷണമേഖലയിൽ ഇവയെ കണ്ടെത്തിയിട്ടുണ്ട്. ഇവയുടെ മറ്റു കാര്യങ്ങളൊന്നും വ്യക്തമല്ല. ഇവയെക്കുറിച്ച് പഠനങ്ങൾ നടന്നുവരികയാണ്. മറ്റ് കാട്ടണ്ണാന്മാരുടെയത്ര ഭംഗിയൊന്നും ഇല്ലെങ്കിലും ഇരുണ്ട വരയണ്ണാനെക്കാളും ഭംഗിയുള്ളതാണ് കാട്ടുവരയണ്ണാൻ. ഇവ എണ്ണത്തിൽ വളരെക്കുറവാണ്. മറ്റ് അണ്ണാനുകളെ പോലെ ഒറ്റയ്ക്ക് സഞ്ചരിക്കുന്ന ഇവയ്ക്കും മികച്ച സംരക്ഷണം ആവശ്യമാണ്.

ആവാസവ്യവസ്ഥയിലുണ്ടാകുന്ന മാറ്റങ്ങൾ കുറെയൊക്കെ സഹിക്കാൻ സാധിക്കുന്ന ഇവ ഇപ്പോൾ കടുത്ത വംശനാശത്തിന്റെ വക്കിലാണ്. ആവാസകേന്ദ്രങ്ങളുടെ നാശവും ആഹാരസസ്യങ്ങളുടെ കുറവും ഇവയുടെ നിലനില്പിനെ ബാധിക്കുന്ന പ്രധാന ഘടകങ്ങളാണ്.

കുട്ടിത്തേവാങ്ക് – Slender Loris

ശാസ്ത്രനാമം: *ലോറിസ് ലൈഡക്കേറിയാനസ്*
*Loris lyddekerianus Cabrera,*1908
കുടുംബം: *ലോറിഡേ*

ഇന്ത്യയിൽ കണ്ടുവരുന്ന കുരങ്ങ് വർഗ്ഗത്തിൽ ഉൾപ്പെടുന്ന ഒരു വന്യജീവിയാണ് കുട്ടിത്തേവാങ്ക്. ഇന്ത്യയിൽ ആന്ധ്ര, കർണ്ണാടക, തമിഴ്നാട്, കേരളം എന്നിവിടങ്ങളിൽ ഇവയുണ്ട്. ഇവയ്ക്ക് കുരങ്ങിൽനിന്ന് വ്യത്യസ്തമായ ചില പ്രത്യേകതകളുണ്ട്.

മനുഷ്യനും കുരങ്ങുകളും ഉൾപ്പെടുന്ന പ്രൈമേറ്റ് ഗോത്രത്തിലെ ഏറ്റവും ചെറിയ കുടുംബമാണ് ലോറിഡേ. രൂപത്തിൽ കുരങ്ങുകളിൽ നിന്ന് വ്യത്യസ്തത പുലർത്തുമ്പോഴും തലച്ചോറിന്റെയും ആന്തരികാവയവങ്ങളുടെയും കൈകാലുകളുടെയും ഘടനയിൽ ഇവ മനുഷ്യരോടും വാനരന്മാരോടും വളരെയധികം അടുപ്പം പ്രകടിപ്പിക്കുന്നുണ്ട്. ലോകത്താകമാനമായി ഏതാനും ജാതി തേവാങ്കുകൾ മാത്രമേ ഉള്ളൂ എന്നാണ് പഠനങ്ങൾ സൂചിപ്പിക്കുന്നത്. ചിലയിനങ്ങൾക്ക് ഉപജാതികളുണ്ട്. ഏഷ്യയിലും ആഫ്രിക്കയിലുമാണ് ഇവയുള്ളത്. ഇവ തമ്മിൽ ചെറിയ വ്യത്യാസങ്ങളുണ്ട്. ഇന്ത്യയിൽ രണ്ടിനങ്ങൾ കണ്ടുവരുന്നു. മൊട്ടൻ കുഞ്ഞ്, കുട്ടിസ്രാങ്ക് എന്നീ വിളിപ്പേരുകളും ഇവയ്ക്കുണ്ട്.

തവിട്ടു കലർന്ന ചുവപ്പ് നിറമുള്ള രോമങ്ങൾ നിറഞ്ഞതാണ് ശരീരം. അവിടവിടെ വെള്ളനിറം കാണും. മുന്നിലേക്കു തുറിച്ചു നോക്കുന്ന വലിപ്പം കൂടിയ ഉരുണ്ട മിഴികളും കണ്ണിനു ചുറ്റുമായി കാണപ്പെടുന്ന തവിട്ടുനിറത്തിലെ വലയവും ഇവയെ വേഗത്തിൽ തിരിച്ചറിയാൻ സഹായിക്കും. മെലിഞ്ഞ കൈകാലുകളും മുന്നോട്ട് അല്പം നീണ്ട മൂക്കും മറ്റും കുട്ടിത്തേവാങ്കിനെ വാനരജീവികളിൽ നിന്നും വ്യത്യസ്ത നാക്കുന്നു. വാലില്ല എന്നത് ഇവയുടെ സവിശേഷതയാണ്. കരയിൽ ജീവിക്കുന്ന സസ്തനികളിൽ വാലില്ലാത്ത അത്യപൂർവ്വം ജീവി കളിൽ ഒന്നാണിത്. മോന്തയ്ക്ക് നരച്ച് വെളുത്ത നിറം. അവ്യക്തമായ വര നട്ടെല്ലിലുണ്ട്. പല്ലിന് നല്ല മൂർച്ചയുണ്ട്. ശരീരത്തിന് 25–35 സെ.മീ. നീളവും 180–280 ഗ്രാം തൂക്കവും ഉണ്ടാവും. ചെവികൾക്ക് വലുപ്പ മുണ്ടാവും. നീണ്ട് വൃത്താകൃതിയിലുള്ളതാണ് ചെവി. മൂക്ക് അല്പം കൂർത്തതാണ്. ആണും പെണ്ണും തിരിച്ചറിയാൻ സാധിക്കില്ല. പക്ഷേ ആണിന് അല്പം വലുപ്പം കൂടിയിരിക്കും. ഇന്ത്യയിൽ കുരങ്ങു വർഗ്ഗത്തിൽ ഉൾപ്പെടുന്ന വന്യജീവികളിൽ രാത്രിഞ്ചരന്മാർ ഇവ മാത്ര മാണ്.

ഒരു സാധുമൃഗമാണിത്. പ്രതികൂലസാഹചര്യങ്ങളിൽ ഓടി രക്ഷ പ്പെടാനാണ് ശ്രമിക്കുന്നത്. പകൽ ഇരുണ്ട പ്രദേശങ്ങളിൽ ഒളിച്ചു കഴിയും. ഇടത്തരം മരങ്ങളിലെ ഇരുണ്ട പൊത്തുകളിലോ, വള്ളിക്കൂട്ടത്തിലോ, ഇടതൂർന്ന മരങ്ങളിലോ ആയിരിക്കും ഇവയുടെ വാസം. ഏതാണ്ട് 12–14 വർഷക്കാലമാണ് ഇവയുടെ ആയുസ്സ്.

ഏകാന്തവാസികളാണ്. ചിലപ്പോൾ ഒപ്പം ഇണകളോ, കുഞ്ഞുങ്ങളോ ഉണ്ടാവും. ഇവ മിശ്രഭുക്കുകളാണ്. പൊതുവെ ഷഡ്പദഭോജിയായിട്ടാണ് അറിയപ്പെടുന്നത്. ഇലകൾ, പൂക്കൾ, പഴങ്ങൾ, മൊട്ടുകൾ, ഷഡ്പദങ്ങൾ, മരത്തവളകൾ, ഉരഗങ്ങൾ, പക്ഷിക്കുഞ്ഞുങ്ങൾ, മുട്ടകൾ എന്നിവയാണ് ആഹാരം. ഇരയെ സാവധാനം സമീപിച്ച് രണ്ടു കൈകൊണ്ടും പൊടു ന്നനെ പിടികൂടുകയാണ് പതിവ്. പിടികൂടിയാൽ ഉടനെ ഇതിനെ വായ്ക്ക കത്താക്കും. ഇലകളിൽ പറ്റിയിരിക്കുന്ന വെള്ളം ഇവ വിരലിലാക്കി കുടി ക്കാറുണ്ട്. സഞ്ചാരം വൃക്ഷശിഖരങ്ങളിലൂടെയാണ്. അപൂർവ്വമായി നില ത്തിറങ്ങും. ആഹാരത്തിനും ഇണചേരലിനും വേണ്ടിയാണ് നിലത്തിറ ങ്ങുന്നത്.

150–163 ദിവസമാണ് ഇവയുടെ ഗർഭകാലം. വൃക്ഷങ്ങളിലെ പൊത്തു കളിലും വള്ളിക്കുടിലുകളിലും മറ്റുമാണ് കുഞ്ഞിനെ ഒളിപ്പിക്കുന്നത്. ഒരു കുട്ടിയാണ് സാധാരണ ജനിക്കുന്നത്. കുഞ്ഞിനെ സംരക്ഷിക്കുന്നത് അമ്മയാണ്. 4–5 മാസം വരെ കുഞ്ഞുങ്ങൾ അമ്മയോടൊപ്പം കാണും. മരംകേറികളായ കാട്ടുപൂച്ച, പുലി, മരപ്പട്ടി എന്നിവയുടെ ആക്രമണം കുട്ടികൾക്ക് ഭീഷണിയാണ്. അമ്മയുടെ ദേഹത്ത് പറ്റിപ്പിടിച്ചാണ് കുഞ്ഞ് സഞ്ചരിക്കുന്നത്.

ഇണചേരൽ സമയത്തും ആഹാരം തേടുമ്പോഴും മറ്റും വിവിധതരം ശബ്ദം പുറപ്പെടുവിക്കാറുണ്ട്. മനുഷ്യരുമായി ഇണങ്ങാറില്ല. ചില ആദിവാസി സമൂഹം ഇവയെ അന്ധവിശ്വാസത്തിന്റെ പേരിൽ വേട്ടയാടാറുണ്ട്. ആവാസവ്യവസ്ഥയുടെ നാശവും മലിനീകരണവും വേട്ടയുമെല്ലാം ഇവയുടെ നിലനില്പിനെ കാര്യമായി ബാധിക്കുന്നതായി ശാസ്ത്രലോകം മുന്നറിയിപ്പ് നല്കുന്നുണ്ട്. വന്യജീവിസംരക്ഷണ നിയമത്തിന്റെ ഒന്നാം പട്ടികയിൽ ഉൾപ്പെടുത്തിയാണ് ഇവയെ സംരക്ഷിക്കുന്നത്.

കുരങ്ങ്/നാടൻ കുരങ്ങ്

Bonnet Macaque

ശാസ്ത്രനാമം: *മക്കാക്ക റേഡിയേറ്റ*

*Macaca radiata E.Geoffroy,*1812

കുടുംബം: *സെർക്കോപിത്തെസിഡേ*

ദക്ഷിണേന്ത്യയിൽ സാധാരണ കാണപ്പെടുന്ന ഒരിനം കുരങ്ങാണ് നാടൻ കുരങ്ങ്. കേരളത്തിലെ വനമേഖലകളിലും അതിനോട് ചേർന്ന നാട്ടിൻ പ്രദേശങ്ങളിലും കാണപ്പെടുന്ന ഇവ ചില ക്ഷേത്രങ്ങളിലുമുണ്ട്. തെക്കേ ഇന്ത്യയിലെ ഏറ്റവും വലിയ മലയായ ആനമുടിയുടെ താഴ്വാരം മുതൽ സമുദ്രതീരം വരെ ഇവയുടെ സാന്നിധ്യമുണ്ട്. പണ്ടുകാലത്ത് നാട്ടിൻ പുറങ്ങളിൽ ധാരാളം ഉണ്ടായിരുന്നു. കാർഷികവിളകളെ പ്രത്യേകിച്ച് നാളികേരം, പച്ചക്കറികൾ എന്നിവയെ ഇവ നശിപ്പിക്കാൻ തുടങ്ങിയപ്പോൾ മനുഷ്യൻ ഇവയെ വേട്ടയാടിത്തുടങ്ങി. അതിനാൽ, നാട്ടിൻപുറങ്ങളിൽ ഇവ അപൂർവ്വമായി മാറി. മഴക്കാടുകൾ ഈ കുരങ്ങുകൾക്ക് തീരെ പിടിക്കാറില്ല. ഉഷ്ണമേഖലാ ഇലപൊഴിയും വനങ്ങളാണ് പ്രിയം. വനത്തിനെക്കാൾ ഏറെയായി വനത്തിനോട് ചേർന്ന ജനവാസ പ്രദേശങ്ങളും സർപ്പക്കാവുകളുമാണ് ഇവയുടെ വിഹാരകേന്ദ്രങ്ങൾ. അതിനാൽത്തന്നെ കേരളത്തിലെ ഉൾവനങ്ങളിൽ അപൂർവ്വമാണ്.

ഇവയുടെ ശരീരം രോമാവൃതമാണ്. തലയിൽ തൊപ്പി പോലെ രോമങ്ങൾ വളർന്നു നിൽക്കുന്നതിനാൽ തൊപ്പിക്കുരങ്ങ് എന്നൊരു വിളിപ്പേരും ഇവയ്ക്കുണ്ട്. മുഖത്ത് രോമങ്ങളില്ല. മഞ്ഞുകാലത്ത് ഇവയ്ക്ക് തിളങ്ങുന്ന തവിട്ടുനിറമായിരിക്കും. വേനൽക്കാലത്ത് നിറം മങ്ങും. അപ്പോഴിവയെ ചാരനിറത്തിലായിരിക്കും കാണുക. മുതുകിലെ ത്വക്കിന് അരണ്ട മഞ്ഞനിറമാണ്. വയറിനു മഞ്ഞകലർന്ന വെള്ളനിറവും മുഖത്ത് ചുവപ്പ്

നിറവും കാണപ്പെടുന്നു. എന്നാൽ ഇത് എപ്പോഴും ഉണ്ടാവാറില്ല. തലയിൽ ഒരു ചുഴി ഉണ്ട്. ഇവിടെ രോമങ്ങൾ ചീകി പകുത്തുവച്ചതു പോലെ തോന്നും. ഇവയുടെ ശരീരത്തിന്റെ ആകെ നീളം (തല മുതൽ ഗുദം വരെ) 35-65 സെ.മീ. ആണ്. വാലിന് 45-70 സെ.മീ. നീളം കാണും. മക്കാക്ക ജനുസിലെ അംഗങ്ങളിൽ ഏറ്റവും നീളം കൂടിയ വാൽ ഇതിനാണുള്ളത്. പ്രായപൂർത്തിയായ ആൺകുരങ്ങിന് 6-10 കി.ഗ്രാം തൂക്കം കാണും. താരതമ്യേന വലുപ്പം കുറഞ്ഞ പെൺകുരങ്ങിന്റെ തൂക്കം 3-5 കി.ഗ്രാമായിരിക്കും.

ഇവ മിശ്രഭുക്കുകളാണ്. എന്നാൽ കൂടുതലായി ഫലങ്ങളും തളിരിലകളും പൂക്കളും മുകുളങ്ങളുമാണ് കഴിക്കുന്നത്. അതിനാൽ സസ്യഭോജിയെന്ന് ചിലർ പറയാറുണ്ട്. കുറഞ്ഞ തോതിൽ പ്രാണികളേയും ഉഭയജീവികളേയും ചെറുഉരഗങ്ങളേയും കഴിക്കാറുണ്ട്. നാട്ടിലും കാട്ടിലും അപ്രകാരം തന്നെയാണ് ജീവിതം നയിക്കുന്നത്. അമ്പലങ്ങളിൽ നിന്ന് കൊടുക്കുന്ന പായസവും മനുഷ്യർ കൊടുക്കുന്ന മറ്റ് ഭക്ഷണങ്ങളും ഇവ കഴിക്കാറുണ്ട്. സാഹചര്യത്തിന് അനുസരിച്ച് ആഹാരക്രമത്തിൽ വ്യത്യാസം വരുത്താൻ ഇവയ്ക്ക് കഴിയും.

പ്രാണഭയമില്ലാതെ മനുഷ്യനുമായി അടുക്കുന്ന ഏക കുരങ്ങാണിത്. പ്രതികൂല സാഹചര്യത്തിൽ ആക്രമിക്കാൻ മടിക്കാറില്ല. കുരങ്ങുകളിൽ അസാമാന്യ ധൈര്യമാണ് ഇവയ്ക്കുള്ളത്. മനുഷ്യനെ ആക്രമിക്കാനും അവരുടെ കൈയിലിരിക്കുന്നത് തട്ടിയെടുക്കാനും ഇവയ്ക്ക് യാതൊരു മടിയുമില്ല. സംഘമായിട്ടാണ് സഞ്ചാരം. മരങ്ങളിൽ കഴിയുന്നവയും കൂടെക്കൂടെ നിലത്തിറങ്ങാറുണ്ട്. നിലത്തും മരങ്ങളിലും ചാടിയും ഓടിയും നടന്നുമെല്ലാമാണ് ഇവ സഞ്ചരിക്കുന്നത്.

ഇതൊരു സസ്തനിയാണ്. വർഷത്തിൽ ഒരു തവണയാണ് പ്രജനനം നടക്കുന്നത്. ഗർഭകാലം ആറുമാസം. പ്രസവം നടക്കുന്നത് ജനുവരി-മാർച്ച് മാസങ്ങളിലായിരിക്കും. മിക്കവാറും ഒരു പ്രസവത്തിൽ ഒരു കുഞ്ഞാണ് കാണപ്പെടുന്നത്. ജനിച്ചയുടനെ കുഞ്ഞിന് ഇരുണ്ട തവിട്ടു നിറമായിരിക്കും. കുഞ്ഞിനെ സംരക്ഷിക്കുന്ന ചുമതല അമ്മയ്ക്ക് മാത്രമായിരിക്കും. ഏറെനാൾ അമ്മയോടൊപ്പം കഴിഞ്ഞ ശേഷമാണ് ഒറ്റപ്പെടുന്നത്. ഇവയ്ക്ക് നന്നായി നീന്താൻ സാധിക്കും.

വൈദ്യശാസ്ത്ര ലോകത്ത് ഈ കുരങ്ങന്മാരെ പരീക്ഷണങ്ങൾക്കുവേണ്ടി ഉപയോഗിക്കുന്നുണ്ട്. മനുഷ്യരക്തത്തിലടങ്ങിയിരിക്കുന്ന റീസസ് എന്ന ഘടകം ഈ കുരങ്ങിലും ധാരാളമായി ഉണ്ട്. അതിനാലാണ് ഇവയെ പരീക്ഷണത്തിനായി ഉപയോഗിക്കുന്നത്. ഇന്ന് അതിനു ചില നിയന്ത്രണങ്ങൾ വന്നിട്ടുണ്ടെന്ന് പറയുന്നു. ആവാസവ്യവസ്ഥയുടെ നാശവും മലിനീകരണവും വേട്ടയും മൂലം ഇവയുടെ എണ്ണം ദ്രുതഗതിയിൽ കുറയുന്നതായി ശാസ്ത്രലോകം മുന്നറിയിപ്പ് നല്കുന്നു.

കുറുക്കൻ

Jackal/Common jackal/Asiatic jackal

ശാസ്ത്രനാമം: *കാനിസ് ഓറിയസ് ഇൻഡിക്കസ്*

*Canis aureus indicus Hodgson,*1833.

കുടുംബം: *കാനിഡേ*

ശ്വാനവർഗത്തിൽപ്പെട്ട ഒരു സസ്തനിയാണ് കുറുക്കൻ. ഇന്ത്യ, മ്യാൻമാർ, ശ്രീലങ്ക, പാക്കിസ്ഥാൻ എന്നിവിടങ്ങളിലും ഉത്തരാഫ്രിക്കയിലും കിഴക്കൻ യൂറോപ്പിലും മഞ്ഞു നിറഞ്ഞ ആർട്ടിക്മേഖലയിലും ഇവയെ കാണാവുന്നതാണ്. എന്നാൽ ഇവ തമ്മിൽ വർണ്ണ, വലുപ്പ വ്യത്യാസമുണ്ടാകും. ഇന്ത്യയിൽ ഏതാണ്ട് എല്ലാ സ്ഥലങ്ങളിലും ഇവയുടെ സാന്നിധ്യമുണ്ട്. കേരളത്തിലെ നാട്ടിൻ പുറങ്ങളിലും കുറ്റിക്കാടുകളിലും വനങ്ങളുടെ പ്രാന്തപ്രദേശങ്ങളിലും പാറയിടുക്കുകളിലുമെല്ലാം കാണാവുന്നതാണ്. എന്നാൽ ഇവ ഇപ്പോൾ എണ്ണത്തിൽ വളരെ കുറവാണ്. കുറ്റിക്കാടുകളും പാറയിടുക്കുകളും തോട്ടങ്ങളും മറ്റും ഇല്ലാതായത് ഇവയുടെ നിലനില്പിനെ കാര്യമായി ബാധിച്ചിട്ടുണ്ട്.

കഥകളിലെ സൂത്രശാലിയായ മൃഗമാണിത്. ലോകത്തിലെ നാടോടിക്കഥകളിലെല്ലാം സ്ഥാനം ലഭിച്ച ഒരപൂർവ്വ മൃഗമാണിത്.

രോമവൃതമായ ദേഹത്തിന് ചാരനിറം. തവിട്ടോ കറുത്തതോ ആയ രോമങ്ങൾ ഇടകലർന്നിരിക്കും. വാൽ കുറുകിയതാണ്. ധാരാളം രോമങ്ങൾ നിറഞ്ഞ വാലിനു വളവുണ്ടാകാറില്ല. വാലറ്റത്ത് ഒരു കറുപ്പ് നിറത്തിലുള്ള അടയാളം ഉണ്ടായിരിക്കും. കുറുക്കനെ വേഗത്തിൽ തിരിച്ചറിയാൻ സഹായിക്കുന്നത് വാലാണ്. വിരലുകളിൽ നഖങ്ങളും കൂർത്ത 40-ഓളം പല്ലുകളും ഇവയ്ക്കുണ്ട്. മുൻപല്ലുകൾക്ക് ബലവും മൂർച്ചയും കൂടും. ഇരയെ കടിച്ചു കീറാൻ സഹായിക്കുന്നത് പല്ലുകളാണ്. കൃഷ്ണമണിക്ക് വൃത്താകൃതി. മണം പിടിക്കാനുള്ള കഴിവും പതിയിരുന്ന് ഇരയെ ആക്രമിക്കാനുള്ള വിരുതും ഇവയെ സൂത്രശാലിയാക്കുന്നു. ശരീരത്തിന് 60-70 സെ.മീ. വലുപ്പമുണ്ടാവും. വാലിന് 30-40 സെ.മീറ്ററും കാണും. ഭാരം 8-15 കി.ഗ്രാം. പെൺകുറുക്കന് വലുപ്പം കുറവായിരിക്കും.

ഇവ മിശ്രഭുക്കുകളാണ്. ചെറിയ സസ്തനികൾ, പക്ഷികൾ, മത്സ്യങ്ങൾ എന്നിവ ഭക്ഷിക്കാറുണ്ട്. അഴുകിയ ഭക്ഷണവും പഥ്യമാണ്. അഴുകിയ മാംസം കഴിക്കുന്നതിനാൽ ശവം തീനികൾ എന്നൊരു വിളിപ്പേരും ഇവയ്ക്കുണ്ട്. ഒപ്പം കരിമ്പ്, കാപ്പിക്കുരു, മുന്തിരിങ്ങ, തുടങ്ങിയവയും ഇഷ്ടമാണ്.

ഏകാന്തവാസികളാണ്. പകലും രാത്രിയും സഞ്ചരിക്കാറുണ്ട്. രാത്രിയാണ് സജീവമാകുന്നത്. മനുഷ്യരെ കണ്ടാൽ ഓടിമറയാൻ വിരുതനാണ്. പക്ഷേ ആക്രമിച്ചാൽ തിരിച്ചാക്രമിക്കാൻ മടിക്കാറില്ല.

വർഷത്തിൽ ഒരു തവണയാണ് പ്രജനനം നടക്കുന്നത്. ഇണ ചേരലിനു പ്രത്യേക കാലമൊന്നുമില്ലെന്ന് പറയപ്പെടുന്നു. ഏതാണ്ട് രണ്ടു മാസമാണ് ഗർഭകാലം. ഒരു പ്രസവത്തിൽ 2-4 കുട്ടികൾ ഉണ്ടാവും. വിരളമായി ചിലപ്പോൾ കുടുതൽ കുട്ടികളും ഉണ്ടാകാറുണ്ട്. കുട്ടികൾ കൂടുതൽ ഉണ്ടെങ്കിലും ചിലത് ചത്തു പോകുകയോ ഇരപിടിയന്മാർ തട്ടിയെടുക്കുയോ ചെയ്യാറുണ്ട്. കുട്ടികൾ കണ്ണു തുറക്കാൻ ഒരാഴ്ച കാത്തിരിക്കണം. 6-8 മാസമാകുമ്പോൾ ഇവ സ്വതന്ത്രരാകും.

കുറുക്കനെ വനത്തിനടുത്തുള്ള, മനുഷ്യവാസമുള്ള ഗ്രാമങ്ങളിലും കാണാറുണ്ടെങ്കിലും മനുഷ്യരുമായി ഒരിക്കലും ഇവ ഇണങ്ങാറില്ല. ഗ്രാമത്തിൽ കടന്ന് കോഴി, ആട്, താറാവ്, തുടങ്ങിയവയെ പിടികൂടാറുണ്ട്. കുറുക്കന്റെ ജീവിതദൈർഘ്യം ഏതാണ്ട് 9 വർഷക്കാലമാണ്.

കുറുക്കന്റെ ഓരിയിടൽ പ്രസിദ്ധമാണ്. ഒരു തരം മോങ്ങലാണിത്. സഹജീവികളുമായി പരസ്പരം ആശയവിനിമയം നടത്താനും ഇണയെ ആകർഷിക്കാനും സ്വന്തം സാന്നിധ്യം അറിയിക്കാനുമാണ് ഇവ ഇപ്രകാരം ശബ്ദിക്കുന്നത്. സന്ധ്യക്കും വെളുപ്പിനുമാണ് ഇത് കേൾക്കുന്നത്.

കുറുനരി/ഊളൻ
Indian fox

ശാസ്ത്രനാമം: വൾപ്പസ് ബംഗാളെൻസിസ്
Vulpes bengalensis Shaw, 1800

കുടുംബം: *ക്യാനിഡേ*

ഇന്ത്യയിൽ ഉദ്ഭവിച്ചതെന്ന് കരുതുന്ന ഒരു വന്യജീവിയാണ് കുറുനരി. ഇന്ന് ഇന്ത്യ കൂടാതെ, നേപ്പാൾ, പാക്കിസ്ഥാൻ, ബംഗ്ലാദേശ് എന്നിവിടങ്ങളിലും കാണപ്പെടുന്നുണ്ട്. ഇന്ത്യയിൽ ഹിമാലയമേഖലകളിലും ദക്ഷിണേന്ത്യയിലുമാണ് ഇവയുടെ സാന്നിധ്യമുള്ളത്.

മിശ്രഭോജിയായ ഒരു സസ്തനിയാണിത്. ഒറ്റനോട്ടത്തിൽ കുറുക്കനോട് സാമ്യമുള്ള ഇവ തൂക്കത്തിലും വലുപ്പത്തിലും കുറുക്കൻമാരെ അപേക്ഷിച്ച് ചെറുതാണ്. ഇലപൊഴിയും വനങ്ങളിലും കുറ്റിക്കാടുകളിലും വരണ്ട കാടുകളിലും പാറക്കെട്ടുകൾ നിറഞ്ഞ തുറസ്സായ സ്ഥലങ്ങളിലും വനത്തോട് ചേർന്ന ഗ്രാമപ്രദേശങ്ങളിലും കാണപ്പെടുന്നുണ്ട്. ഇന്ത്യയിലെ വിവിധ പ്രദേശങ്ങളിൽ ഇവയെ തിരിച്ചറിഞ്ഞിട്ടുണ്ട്. എന്നാൽ കുറുക്കന്മാരെ പോലെ ഇവ സർവ്വസാധാരണമല്ല. കേരളത്തിലെ വനമേഖലയിൽ ഇവ അത്യപൂർവ്വമാണ്. പൊതുവെ സൂത്രശാലികളായിട്ടാണ് അറിയപ്പെടുന്നത്.

മണം പിടിക്കാനുള്ള കഴിവും ഇരയെ പതിയിരുന്ന് ആക്രമിക്കാനുള്ള വിരുതും കുറുനരികളെ വ്യത്യസ്തരാക്കുന്നു.

കുറുനരിയുടെ ശരീരത്തിലെ രോമങ്ങൾ നീളം കുറഞ്ഞവയാണ്. ദേഹത്തിന് ചാരനിറമായിരിക്കും. വാലിനറ്റം കറുത്ത നിറമായിരിക്കും. എഴുന്ന് നിൽക്കുന്ന ചെവികളുടെ അഗ്രം കറുപ്പായിരിക്കും. കാലുകൾക്ക് ദേഹത്തിനെക്കാൾ കടുത്തനിറമായിരിക്കും. ശരീരത്തിന്റെ നീളം 45–60 സെ.മീ. ഭാരം 1.5–3.5 കി.ഗ്രാമും ആയിരിക്കും.

ഇവയ്ക്ക് ചൂടും തണുപ്പും ചെറുക്കാനുള്ള കഴിവുണ്ട്. പകലും രാത്രിയും സഞ്ചരിക്കാറുണ്ട്. എന്നാൽ രാത്രികാലത്താണ് സജീവമാകുന്നത്. ഉച്ചയ്ക്ക് മിക്കവാറും വിശ്രമിക്കുകയാണ് പതിവ്.

ഫലങ്ങൾ, മുട്ടകൾ, ഉരഗ-ഉഭയജീവികൾ, മുയലുപോലുള്ള ചെറുസസ്തനികൾ, അഴുകിയ മാംസം എന്നിവയാണ് ഭക്ഷണം. സാഹചര്യമനുസരിച്ച് ആഹാരക്രമത്തിൽ മാറ്റം വരുത്താൻ ഇവയ്ക്ക് കഴിയും. ഇരപിടിക്കുന്നത് തന്ത്രത്തിലൂടെയാണ്. ഇവ കാട്ടിലെ ശുചീകരണത്തൊഴിലാളികളാണ്. മറ്റു മൃഗങ്ങൾ ഉപേക്ഷിച്ച് പോകുന്ന അവശിഷ്ടങ്ങൾ കുറുനരികൾക്ക് പഥ്യം തന്നെ. മറ്റു മൃഗങ്ങളുടെ ഇരകളെ തന്ത്രത്തിൽ തട്ടിയെടുക്കാനും ഇവ മിടുക്കുകാട്ടാറുണ്ട്.

ഒറ്റയ്ക്കും ഇണകളോടൊപ്പവും ചെറുസംഘമായും സഞ്ചരിക്കും. തണുപ്പുകാലത്താണിവ ഇണചേരുന്നത്. മാർച്ച് - മേയ് മാസമാണ് പ്രസവം നടക്കുന്നത്. ഒരു പ്രസവത്തിൽ 3–5 കുട്ടികൾ ഉണ്ടാവാം. ശിശുമരണം ഇവയിൽ പതിവാണ്. അതിനാൽ പ്രായപൂർത്തിയാകുന്നത് ഒന്നോ മറ്റോ ആയിരിക്കും. ഏതാനും ദിവസം കഴിഞ്ഞാണ് കുട്ടികൾ കണ്ണുതുറക്കുന്നത്. കുട്ടികളുടെ സംരക്ഷണം മാതാവിനാണ്. ഏതാണ്ട് മൂന്ന് മാസം കൊണ്ടിവ വളരുന്നു. നല്ല വേട്ടക്കാരാകുമ്പോൾ ഒറ്റപ്പെടുന്നു. ചിലപ്പോൾ പുതിയ സംഘത്തിൽ ചേരും. ആവാസവ്യവസ്ഥയുടെ നാശം ഇവയെ വംശനാശത്തിലേക്ക് നയിക്കുന്നതായി ശാസ്ത്രലോകം മുന്നറിയിപ്പ് നല്കുന്നുണ്ട്.

കൂരമാൻ

Mouse Deer\Indian spotted chevrotain

ശാസ്ത്രനാമം: *മോസ്കിയോള ഇൻഡിക്ക*

*Moschiola indica Gray,*1852

കുടുംബം: *ട്രാഗുലിഡേ*

ഇന്ത്യയിൽ മാത്രം കാണപ്പെടുന്ന ഒരു ചെറിയ മാനാണ് കൂരമാൻ. നമ്മുടെ മഴക്കാടുകളിലും ഇലപൊഴിയും കാടുകളിലും പുൽമേടുകളിലും പാറക്കൂട്ടങ്ങൾ നിറഞ്ഞ വനമേഖലകളിലും കണ്ടുവരുന്നു. ഇന്ത്യയിലെ ഏറ്റവും ചെറിയ മാനാണിത്. ഗുജറാത്ത്, രാജസ്ഥാൻ, ഹരിയാന, പഞ്ചാബ് തുടങ്ങിയ സംസ്ഥാനങ്ങളിലും ചില വടക്കു-കിഴക്കൻ

സംസ്ഥാനങ്ങളിലും ഇവയില്ല. മധ്യേന്ത്യയിലും തെക്കേ ഇന്ത്യയിലും മാത്രമാണ് ഇവയുള്ളത്. തെക്കേ ഇന്ത്യയിലെ വലിയ കൊടുമുടിയായ ആനമുടിയുടെ താഴ്‌വാരത്തു വരെ ഇവയെ നിരീക്ഷിച്ചതായി പറയപ്പെടുന്നുണ്ട്. മാൻവർഗ്ഗത്തിലെ വിരളമായ ഇവ കേരളത്തിലെ വനമേഖലയിൽ അത്യപൂർവ്വമാണ്. പാറക്കൂട്ടങ്ങൾ നിറഞ്ഞതോ വള്ളിക്കുടിലുകൾ ഉള്ളതോ ആയ ആവാസമേഖലകളാണ് ഇവയ്ക്ക് താത്പര്യം. ഒരുതരം നാണം കുണുങ്ങികളാണിവ.

പൊതുവെ നിശാസഞ്ചാരിയാണ്. മഞ്ഞുകാലത്തും മഴക്കാലത്തും സന്ധ്യയ്ക്കും രാവിലേയും ഇവ ഇരതേടി ഇറങ്ങും. പകൽ ഇരുളടഞ്ഞ പാറക്കൂട്ടങ്ങൾക്കിടയിലോ കുറ്റിക്കാടുകൾക്കിടയിലോ ഒളിച്ച് കഴിയുകയാണ് പതിവ്. പുൽമേടുകളിലോ മലഞ്ചെരിവുകളിലോ സാവധാനം മേഞ്ഞുനടക്കും. ഏകാകിയായി ഒളിച്ചു കഴിയുന്ന ഇവ പൊതുവെ ശബ്ദമുണ്ടാക്കാറില്ല. ഇണചേരൽ കാലത്ത് ചില ശബ്ദങ്ങൾ ഉണ്ടാക്കും. കടുത്തവേനൽക്കാലത്ത് വായ് തുറന്ന് വച്ച് അണയ്ക്കാറുണ്ട്.

ആൺ-പെൺ മൃഗങ്ങളെ തിരിച്ചറിയാൻ സാധിക്കില്ല. ആണിനും പെണ്ണിനും കൊമ്പുകളില്ല. ദേഹത്തിന് നരച്ച പച്ച കലർന്ന തവിട്ടു നിറം. വരകൾ പോലെ ക്രമീകരിച്ചിരിക്കുന്ന വെള്ളപ്പുള്ളികളോ പട്ടകളോ കാണാം. ശരീരത്തിന് അടിവശം നരച്ച വെള്ളനിറമാണ്. തലയും മുഖവും തവിട്ടുനിറം. വാൽ ചെറുതാണ്. കഴുത്ത് കുറുകിയിരിക്കും. ഇതിന് നരച്ച വെള്ളനിറം. ശരീരത്തിന് 50-59 സെ.മീറ്റർ നീളവും, ഉയരം 25-30 സെ. മീറ്ററുമാണ്. ഭാരം 2-4 കിലോഗ്രാം മാത്രം. ആണിന് കോമ്പല്ലുണ്ടാവും. പൊതുവെ അയവിറക്കുന്ന മൃഗങ്ങളുടെ ആമാശയത്തിന് നാല് അറകളുണ്ട്. എന്നാൽ കൂരമാനിന് മൂന്ന് അറകളെ ഉള്ളൂ.

കേരളത്തിലെ കാടുകളിൽ ഇവ അപൂർവ്വമാണ്. അതിനാൽത്തന്നെ ഇവ വംശനാശത്തിന്റെ വക്കിലാണെന്ന് അനുമാനിക്കുന്നു. ഏകാന്തവാസിയായ ഇവയെ ഇണചേരുന്ന കാലത്ത് ഇണയോടൊപ്പം കാണാവുന്നതാണ്. സസ്യഭുക്കുകളായ ഇവ കുറ്റിച്ചെടികളും ഇലകളും മൊട്ടുകളും നിലത്ത് വീണുകിടക്കുന്ന കായ്കളും പഴങ്ങളും വൃക്ഷങ്ങളുടെ തൊലിയും മറ്റുമാണ് ഭക്ഷിക്കുന്നത്.

വേഗത്തിൽ ഓടാനും ചാടാനും ഇവയ്ക്ക് സാധിക്കും. കാഴ്ചശക്തിയും ഘ്രാണശക്തിയും കൂടുതലാണെങ്കിലും ശത്രുക്കളുടെ നിരന്തര ആക്രമണം ഇവയുടെ ജീവനു ഭീഷണിയാകുന്നുണ്ട്. വനത്തിൽ കാട്ടുപൂച്ച, പുള്ളിപ്പുലി, കുറുക്കൻ, കാട്ടുനായ്, മലമ്പാമ്പ്, വെരുക്, മൂങ്ങകൾ, കഴുകൻ തുടങ്ങിയവ ഇതിന്റെ പ്രധാന ശത്രുക്കളാണ്. ശത്രുവിനെ കാണുമ്പോൾ ഓടി മാളത്തിൽ ഒളിക്കുന്ന പതിവുമുണ്ട്.

സസ്തനികളായ ഇവയുടെ പ്രജനനകാലം ജൂൺ- ആഗസ്റ്റ് ആണെന്ന് പറയപ്പെടുന്നു. ഗർഭകാലം 140 ദിവസമെന്ന് അനുമാനിക്കുന്നു. പാറക്കൂട്ടത്തിനിടയിലാണ് പ്രസവവും കുഞ്ഞിനെ സംരക്ഷിക്കലും. ഒരു

കുഞ്ഞാണ് പതിവ്. കുട്ടികൾ പൂർണ്ണ വളർച്ച എത്തുന്നത് വിരളമാണത്രെ. കുഞ്ഞിനെ പല ഇരമൃഗങ്ങളും തട്ടിയെടുക്കാറുണ്ടെന്ന് ചില നിരീക്ഷകർ സൂചിപ്പിക്കുന്നു.

ഇവയുടെ സ്വഭാവ രീതിയെക്കുറിച്ചും മറ്റുമുള്ള കൂടുതൽ പഠനങ്ങൾ നടന്നുവരികയാണ്. ആവാസവ്യവസ്ഥയുടെ നശീകരണവും വ്യാപകമായ വേട്ടയാടലും ഇവയുടെ നിലനില്പിന് കടുത്ത ഭീഷിണിയാകുന്നുണ്ട്.

കേഴമാൻ
Barking Deer/Indian Muntjac

ശാസ്ത്രനാമം: മുണ്ടിയാക്കസ് മുണ്ട്ജാക്ക്
Muntiacus muntjack Zimmermann, 1780
കുടുംബം: *സെർവിഡേ*

തെക്കു കിഴക്കൻ ഏഷ്യൻ രാജ്യങ്ങളിൽ മാത്രം കണ്ടുവരുന്ന ഒരിനം മാനാണ് കേഴമാൻ. ഹിമാലയപ്രദേശങ്ങൾ, ജമ്മു, രാജസ്ഥാനിലെ മരുപ്രദേശങ്ങൾ തുടങ്ങിയ മേഖലകൾ ഒഴികെ ഇന്ത്യയിലെ ഏതാണ്ട് എല്ലായിടത്തും ഇവയുടെ സാന്നിധ്യമുണ്ട്. പശ്ചിമഘട്ടത്തിലാകമാനം ഇവയുണ്ട്. പക്ഷേ, മറ്റ് മാനുകളെ പോലെ സുലഭമല്ല. നിത്യഹരിതവനങ്ങൾ, ഇലപൊഴിയും കാടുകൾ, മലഞ്ചരിവുകളിലെ പുൽമേടുകൾ, സമതലങ്ങൾ എന്നിവ ഇവയുടെ ഇഷ്ടമേഖലകളാണ്. വിരളമായി വനത്തിനോട് ചേർന്നുള്ള തോട്ടങ്ങളിലും എത്താറുണ്ട്. കേരളത്തിലെ മിക്കവനമേഖലകളിലും ഇവയുണ്ട്. എന്നാൽ വളരെ വിരളമാണ് താനും. കേഴയാട്, കേളിയാട് എന്നീ പേരുകളിലും അറിയപ്പെടുന്നുണ്ട്.

ഇവയുടെ ദേഹത്തിന് തിളക്കമുള്ള ചെങ്കൽകലർന്ന തവിട്ടു നിറം. ആൺമാനുകൾക്ക് രണ്ടു ശിഖരമുള്ള ചെറിയ കൊമ്പുണ്ട്. ഇതിന് 10-15 സെ.മീറ്റർ നീളമുണ്ടാകും. ആൺമാനിന്റെ മോണയിലെ കോമ്പല്ലുകൾ തേറ്റകളായി രൂപം കൊള്ളാറുണ്ട്. അത് ആത്മരക്ഷയ്ക്കായി ഉപയോഗപ്പെടുത്തുന്നു. വാലിന് നീളം കുറവാണ്. ഇതിന്റെ വശങ്ങളിൽ വെള്ള നിറമുണ്ട്. മുഖവും നെറ്റിയും ഇരുണ്ട നിറമാണ്. താടിയും വയറിന്റെ ചില ഭാഗങ്ങളും വെള്ളനിറം. ഉയരം 60-75 സെ.മീറ്റർ. ആൺമാനുകൾ പെൺമാനിനെക്കാൾ വലുതായിരിക്കും. ഭാരം 15-27 കി.ഗ്രാം.

ഓടാനും ചാടാനും അസാമാന്യ കഴിവുണ്ടിതിന്. ഓട്ടത്തിനിടയിൽ വേഗത കുറയ്ക്കാതെ പലവട്ടം ചാടാനും ദിശ മാറാനും ഇവയ്ക്ക് സാധിക്കും. കാഴ്ചശക്തിയും ഘ്രാണശക്തിയും കൂടുതലാണ്. ഇതുമൂലം ശത്രുസാന്നിധ്യം മനസ്സിലാക്കി വേഗത്തിൽ ഒഴിഞ്ഞുമാറാൻ സാധിക്കും. വിപരീതസാഹചര്യത്തിൽ ഓടുകയാണ് പതിവ്. ശത്രു സാന്നിദ്ധ്യം മനസ്സിലാക്കി പുതിയ മേച്ചിൽപ്പുറം കണ്ടെത്താനും ഇവ മടിക്കാറില്ല.

അപകടഘട്ടങ്ങളിൽ നായ്ക്കളെപോലെ ഇവ പ്രത്യേകതരം ശബ്ദം പുറപ്പെടുവിക്കാറുണ്ട്. വളരെ ഉച്ചത്തിൽ കേൾക്കുമ്പോൾ ഇത് കുരയ്ക്കുകയാണെന്ന് തോന്നും. ഇതിനാലാണ് ഇവയ്ക്ക് ഇംഗ്ലീഷിൽ ബാർക്കിങ് ഡീർ (കുരയ്ക്കുന്ന മാൻ) എന്ന പേര് ലഭിച്ചത്.

സസ്യഭോജികളായ ഇവ പുല്ലുകളും കായ്കളും ഇലകളും ചില സസ്യങ്ങളുടെ തൊലിയും കഴിക്കാറുണ്ട്. പൊതുവെ ഏകാന്തവാസികളാണ്. വിരളമായി ഇണയോടൊപ്പം കാണാവുന്നതാണ്. രാവിലെയും വൈകുന്നേരങ്ങളിലുമാണ് കൂടുതൽ സജീവമാകുന്നത്. രാത്രിയും ഇവ സഞ്ചരിക്കുമെന്ന് പറയപ്പെടുന്നു.

സസ്തനികളായ ഇവ വർഷത്തിൽ ഒരിക്കലാണത്രെ പ്രസവിക്കുന്നത്. എന്നാൽ ഇതുമായി ബന്ധപ്പെട്ട് കൂടുതൽ വിവരങ്ങൾ ലഭ്യമല്ല. ഇവയുടെ ജീവിതരീതി, പ്രജനനം തുടങ്ങിയവയെ കുറിച്ച് കൂടുതൽ പഠനങ്ങൾ നടന്നുവരികയാണ്. ആവാസവ്യവസ്ഥയുടെ നാശവും മലിനീകരണവും വേട്ടയും ഇവയുടെ എണ്ണത്തെ കാര്യമായി ബാധിക്കുന്നതായി ശാസ്ത്രലോകം മുന്നറിയിപ്പ് നല്കുന്നുണ്ട്.

ചാമ്പൽ മലയണ്ണാൻ
Grizzled Giant Squirrel

ശാസ്ത്രനാമം: *ററ്റൂഫ മാക്രോയൂറ*

*Ratufa macroura Pennant,*1769.

കുടുംബം: *സയൂറിഡേ*

കേരളത്തിലെ അത്യപൂർവ്വമായ ഒരു സസ്തനിയാണ് ചാമ്പൽ മലയണ്ണാൻ. ഇവയെ തെക്കേയിന്ത്യയിലും ശ്രീലങ്കയിലുമുള്ള വനങ്ങളിൽ മാത്രമാണ് കണ്ടെത്തിയിട്ടുള്ളത്. ശ്രീലങ്കയുടെ ദേശീയമൃഗമാണിത്. കേരളത്തിലെ ചിന്നാർ വന്യജീവിസങ്കേതത്തിലും അതിനോട് ചേർന്ന വനമേഖലകളിലുമാണ് ഇവയെ കാണാനാവുക. തമിഴ്നാട്ടിലെ ശ്രീവില്ലിപുത്തൂരിലും ഇവയെ കാണുന്നുണ്ട്. ഇതിന് മൂന്ന് ഉപജാതികളുണ്ട്. ഇവ വളരെ വിരളമാണ്. വംശനാശ ഭീഷണി നേരിടുന്ന ഒരു കരണ്ടുതീനിയാണ് ചാമ്പൽ മലയണ്ണാൻ. ഇതിന്റെ സംരക്ഷണത്തിനായി രൂപം കൊണ്ടതാണ് തമിഴ്നാട്ടിലെ ഗ്രിസിൽഡ് സ്ക്വിറൽ വന്യജീവിസങ്കേതം അഥവാ ശ്രീവില്ലിപുത്തൂർ വന്യജീവിസങ്കേതം.

മലയണ്ണാനും ചാമ്പൽ മലയണ്ണാനും തമ്മിലുള്ള പ്രധാന വ്യത്യാസം നിറത്തിൽ മാത്രമാണ്. മലയണ്ണാനെ അപേക്ഷിച്ച് ഇവയ്ക്ക് വലുപ്പം കുറവാണ്. തലയും ഉടലും ചേർത്ത് 30-40 സെ.മീ. നീളമാണ് കാണുക. രോമങ്ങൾ നിറഞ്ഞ വാലിനും അത്ര തന്നെ നീളമുണ്ടാകും. ശരീരത്തിന്റെ

മുകൾഭാഗത്തും ചുമലിലും തവിട്ടു കലർന്ന ചാരനിറമോ ചാരനിറമോ ആയിരിക്കും. ഇടയ്ക്കിടെ വെള്ളരോമങ്ങളുമുള്ളതിനാൽ ശരീരത്തിൽ നേർത്ത വരകളുള്ളതുപോലെ തോന്നും. തലയുടെ മുകളിൽ നെറ്റി മുതൽ തൊപ്പി പോലെ കറുപ്പുനിറം കാണാം. ദേഹത്തിനടിവശം വെള്ള നിറമാണ്. ചെവികൾ ചെറുതും അറ്റം ഉരുണ്ടതുമാണ്. ചുണ്ടുകൾക്ക് പിങ്കുനിറം. കാലുകളിൽ 5 വിരലുകളാണ് കാണുക. വിരലുകളിൽ കൂർത്ത നഖങ്ങളുണ്ടാവും.

ഇവ മരത്തിലാണ് എപ്പോഴും കഴിയുക. മരങ്ങളുടെ ഉയരമുള്ള കൊമ്പുകളിലാണ് വിശ്രമം. മഴയും തണുപ്പുമുള്ള കാലങ്ങളിൽ കൂട്ടിലും വിശ്രമിക്കും. മിക്കവാറും മരങ്ങളിലൂടെയാണ് സഞ്ചാരം. കാലുകൾ വിടർത്തിപ്പിടിച്ചുകൊണ്ട് ഒരു മരത്തിൽ നിന്ന് അടുത്തുള്ള മരക്കൊമ്പി ലേക്ക് ചാടുകയാണ് പതിവ്. കാലിനടിയിലുള്ള പാഡുകൾ മരക്കൊമ്പു കളിൽ നല്ല പിടിത്തം കിട്ടാൻ സഹായകമാണ്. ഇവ മിക്കവാറും നിശ്ശബ്ദ രാണ്. എന്നാൽ, ഭയപ്പാടുണ്ടായാൽ ഒച്ച വയ്ക്കും.

തളിരിലകളും പൂക്കളും കായ്കളും അണ്ടികളും വിത്തുകളും പക്ഷി മുട്ടകളുമൊക്കെയാണ് ഇവയുടെ ആഹാരം. അതിരാവിലെയും വൈകിട്ടു മാണ് ഇവ ഇരതേടിയിറങ്ങുക. ഉച്ചസമയത്ത് മരക്കൊമ്പിൽ വാൽ താഴേക്ക് തൂക്കിയിട്ട് കിടന്ന് വിശ്രമിക്കും. ചിലപ്പോൾ പ്രാണികളെയും പിടികൂടി ഭക്ഷിക്കാറുണ്ടെന്ന് നിരീക്ഷകർ അഭിപ്രായപ്പെടുന്നുണ്ട്.

മരത്തിൽത്തന്നെയാണ് കൂട് നിർമ്മിക്കുന്നത്. ഇലകൾ കൊണ്ട് മറഞ്ഞിരിക്കുന്ന കൊമ്പുകളാണ് കൂടുണ്ടാക്കാൻ തെരഞ്ഞെടുക്കുക. ഇലകളും ചുള്ളികളും നാരുകളുമൊക്കെ ചേർത്ത് ഗോളാകൃതിയിലാണ് കൂടു നിർമ്മിക്കുന്നത്. കൂടിന് മലയണ്ണാന്റെ കൂടുമായി സാമ്യമുണ്ടാവും. മിക്കവാറും ഒരു പ്രസവത്തിൽ ഒരു കുഞ്ഞാണുണ്ടാവുക. കുഞ്ഞു ങ്ങളുള്ള സമയത്ത് ഇവ കൂട്ടിൽത്തന്നെ കഴിയും.

ചെങ്കീരി

Stripe necked mongoose

ശാസ്ത്രനാമം: *ഹെർപെസ്റ്റിസ് വിറ്റിക്കോളിസ്*
Herpestes vitticolis Bennett, 1835
കുടുംബം : *ഹെർപെസ്റ്റിഡേ*

ഇന്ത്യയിലെ ഏറ്റവും വലിയ കീരിയിനമാണ് ചെങ്കീരി. ഏഷ്യയിലും വലുപ്പകൂടുതൽ ഉള്ള കീരി ഇവയാണെന്ന് പറയപ്പെടുന്നു. ദക്ഷിണേന്ത്യ യിലാണ് ഇതിനെ കണ്ടു വരുന്നത്. പശ്ചിമഘട്ടത്തിലെ 400-1600 മീറ്റർ

വരെ ഉയരമുള്ള പ്രദേശങ്ങളിലാണ് ഇവയുടെ സാന്നിധ്യമുള്ളത്. പൊന്ത കളിലോ, ജലാശയങ്ങൾക്കു സമീപമുള്ള കാടുകളിലോ ആണ് വാസം. ജലാശയങ്ങളുള്ള ഇലപൊഴിയും വനങ്ങളിലും കാണാറുണ്ട്. കുടക് മുതൽ തിരുവിതാംകൂർ വരെ ഇവയുടെ സാന്നിദ്ധ്യം റിപ്പോർട്ട് ചെയ്യപ്പെട്ടിട്ടുണ്ട്. കേരളത്തിൽ മറ്റു കീരികളെ അപേക്ഷിച്ച് ചെങ്കീരികൾ വിരളമാണ്. ഇവ സാധാരണ വനമേഖല വിട്ട് പുറത്തു വരാറില്ല.

ചെങ്കീരിയുടെ ദേഹം രോമാവൃതമായിരിക്കും. തടിച്ച ദേഹത്തിന് ചുവപ്പ് കലർന്ന തവിട്ടു നിറമാണ്. വാലിന് കറുപ്പു നിറമായിരിക്കും. വാലിന് ചുവട്ടിൽ ചെങ്കൽ നിറം കാണാം. മുഖം കൂർത്തതാണ്. കാലു കൾ കുറുകിയതും കറുപ്പ് നിറമുള്ളതുമാണ്. കഴുത്തിന്റെ രണ്ടു വശത്തുമായി നീളത്തിൽ, ചെവി മുതൽ തോൾ വരെ കാണുന്ന കറുത്ത വരകളാണിവയെ മറ്റിനം കീരികളിൽ നിന്ന് വ്യത്യസ്തരാക്കുന്നത്. ഇതിനെ സ്ട്രൈപ് നെക്ക്ഡ് മംഗൂസ് എന്ന് വിളിക്കുന്നതും ഈ പ്രത്യേകത മൂലമാണ്. ഇരയെ കാണുമ്പോഴോ, അപകട ഭീഷണിയുള്ള സാഹചര്യത്തിലോ ഇവയുടെ രോമങ്ങൾ എഴുന്നു നില്ക്കുന്നത് കാണാം. അപ്പോഴിവയ്ക്ക് ഒരു കാട്ടുനായയുടെ വലുപ്പം തോന്നും. ശരീരവലുപ്പം: തലയും ഉടലും ഉൾപ്പെടെ 50-60 സെ. മീറ്റർ നീളം, വാൽ: 35 സെ.മീ നീളം. ഭാരം: 3-3.5 കി. ഗ്രാം.

പൊതുവെ ഇവ അപകടകാരികളല്ല. ശത്രുസാന്നിധ്യം ഉണ്ടായാൽ തന്ത്രപരമായി ഒളിക്കുകയാണ് പതിവ്. വളരെ വേഗത്തിൽ യാത്ര ചെയ്യാൻ കഴിയും. പിടികൂടപ്പെട്ട ചെങ്കീരികൾ 13 വർഷം വരെ ജീവിച്ചിരുന്നതായി റിപ്പോർട്ട് ചെയ്യപ്പെട്ടിട്ടുണ്ട്.

ഇവയുടെ സഞ്ചാരം പകലാണ്. പുൽമേടുകൾ, മുളങ്കാടുകൾ, വരണ്ട കാടുകൾ എന്നിവിടങ്ങളിൽ ഇര തേടി നടക്കാറുണ്ട്. സാധാരണ രീതി യിൽ ഇവ മാംസഭുക്കുകളാണ്. പന്നിയെലി, മുയൽ, പക്ഷികൾ, മുട്ടകൾ, പാമ്പുകൾ, ഞണ്ടുകൾ, മറ്റു ഉഭയ ജീവികൾ, ഉരഗങ്ങൾ, മത്സ്യങ്ങൾ തുടങ്ങിയവയെല്ലാം ഭക്ഷിക്കും. ഒപ്പം പഴങ്ങളും കിഴങ്ങുകളുമൊക്കെ അകത്താക്കും.

ഏകാന്തമായി സഞ്ചാരിക്കാനിഷ്ടപ്പെടുന്ന ഇവയെ ഇണചേരൽ കാലത്ത് ഇണയോടൊപ്പം കാണാം. ഇവയുടെ പ്രജനനരീതികളെപ്പറ്റി വിശദമായ അറിവില്ല. പെൺകീരി വർഷത്തിൽ ഒന്നിൽ കൂടുതൽ തവണ പ്രസവിക്കുമെന്ന് നിരീക്ഷകർ അഭിപ്രായപ്പെടുന്നു. ഒരു തവണ പരമാവധി മൂന്ന് കുഞ്ഞുങ്ങളുണ്ടാകും.

സ്വാഭാവിക വനങ്ങളിലും സംരക്ഷിത മേഖലകളിലും ഇവ വേണ്ടത്ര യുള്ളതിനാലും മാറുന്ന സാഹചര്യങ്ങളുമായി ചേർന്ന് പോകാൻ കുറെയൊക്കെ സാധിക്കുന്നതിനാലും ഇവയുടെ വംശത്തിന് തൽക്കാലം വലിയ ഭീഷണികളൊന്നുമില്ല.

തവിടൻ കീരി
Short Tailed Mongoose/ Water Mongoose

ശാസ്ത്രനാമം: ഹെർപെസ്റ്റസ് ബ്രാക്കിയൂറസ്
Herpestes brachyurus Gray, 1837

പശ്ചിമഘട്ടത്തിലെ 200–1800 മീ. ഉയരമുള്ള കാടുകളിലെ കുന്നുകളിലും അതിനോട് ചേർന്ന പ്രദേശങ്ങളിലും മാത്രം കാണപ്പെടുന്ന ഒരിനം കീരിയാണ് തവിടൻകീരി. ഇത് വളരെ വിരളമാണ്. ദക്ഷിണേന്ത്യയിലാണ് ഇതിനെ കണ്ടു വരുന്നത്. പൊതുവെ മഴക്കാടുകളിലാണ് വാസമെങ്കിലും ജലാശയങ്ങളോട് ചേർന്നുള്ള ഇലപൊഴിയും ഈർപ്പവനങ്ങളിലും കാണാറുണ്ട്.

ഈർപ്പമുള്ള സ്ഥലങ്ങളാണ് ഇവയ്ക്ക് പ്രിയം. ജലാശയങ്ങളോട് ചേർന്നുള്ള കുറ്റിക്കാടുകളിലും മുളങ്കാടുകളിലുമാണ് പൊതുവെ ഇവയെ കാണുക. മരപ്പൊത്തുകളിലോ, വേരുകളുടെ അടിയിലോ, മണ്ണിലെ മാളങ്ങളിലോ വസിക്കും.

ദേഹം രോമാവൃതമാണ്. തടിച്ച ദേഹത്തിന് കറുപ്പ് കലർന്ന തവിട്ടു നിറമാണ്. ദേഹത്തിൽ നരച്ച മഞ്ഞപ്പൊട്ടുകളും കാണാൻ സാധിക്കും. ത്വക്കിന് കട്ടി കുറവായിരിക്കും. വാലിന് ശരീരത്തിന്റെ പകുതിയോളം നീളമുണ്ടാവും. കാലുകൾ കുറുകിയതും കറുപ്പ് നിറമുള്ളതുമാണ്.

ഇരയെ കാണുമ്പോഴും അപകടഭീഷണിയുള്ളപ്പോഴും ഇവയുടെ രോമങ്ങൾ എഴുന്നു നില്ക്കുന്നത് കാണാം. ശരീരവലുപ്പം: തലയും ഉടലും ഉൾപ്പെടെയുള്ള നീളം 40–50 സെ.മീറ്റർ, വാൽനീളം: 20–25 സെ.മീ., ഭാരം: 1.5–2.8 കി.ഗ്രാം.

ഇവ ഏകാന്തമായി സഞ്ചാരിക്കാനിഷ്ടപ്പെടുന്നവയാണ്. സഞ്ചാരം പകലാണ്. വളരെ വേഗത്തിൽ സഞ്ചരിക്കാൻ കഴിയും. പൊതുവെ ഇവ അപകടകാരികളല്ല. ശത്രുസാന്നിധ്യമുണ്ടായാൽ തന്ത്രപരമായി ഒളിക്കുകയാണ് പതിവ്.

ഇവ പൊതുവെ മാംസഭുക്കുകളാണ്. പുല്മേടുകൾ, മുളങ്കാടുകൾ, വരണ്ട കാടുകൾ എന്നിവിടങ്ങളിലാണ് ഇരതേടൽ. പന്നിയെലി, മുയൽ, പക്ഷികൾ, മുട്ടകൾ, പാമ്പുകൾ, ഞണ്ടുകൾ, മറ്റു ഉഭയജീവികൾ, ഉരഗങ്ങൾ, മത്സ്യങ്ങൾ തുടങ്ങിയവയെല്ലാം ഇതിന് ഇരകളാണ്. ഇവയോടൊപ്പം പഴങ്ങളും കിഴങ്ങുകളുമൊക്കെ അകത്താക്കും.

ഇവയുടെ പ്രജനനരീതികളെപ്പറ്റിയോ ജീവിതരീതികളെക്കുറിച്ചോ വിശദമായ അറിവില്ല. ഇപ്പോൾ കടുത്ത വംശനാശഭീഷണി നേരിടുന്നതായി പറയപ്പെടുന്നു.

തുരുമ്പൻ പൂച്ച/വള്ളിപ്പൂച്ച

Rusty Spotted Cat

ശാസ്ത്രനാമം: പ്രയോണൈല്യൂറസ് റുബിജിനോസസ്
Prionailurus rubiginosus
Geoffroy Saint-Hilaire, 1831

ഇന്ത്യയിലും ശ്രീലങ്കയിലും മാത്രം കാണപ്പെടുന്ന അത്യപൂർവ്വമായ ഒരു വന്യജീവിയാണ് വള്ളിപ്പൂച്ച. ഫെലിഡേ എന്ന കുടുംബത്തിലെ അംഗമാണിത്. പൂച്ചവർഗ്ഗത്തിലെ വന്യജീവികളിൽ ഏറ്റവും ചെറുത് ഇതാണ്. ഇന്ത്യയിൽ ദക്ഷിണ പശ്ചിമഘട്ടത്തിലാണ് ഇവയെ കണ്ടെത്തിയിട്ടുള്ളത്. ഗുജറാത്ത്, രാജസ്ഥാൻ, കേരളം, കർണ്ണാടകം, തമിഴ്നാട് എന്നിവിടങ്ങളിൽ ഉള്ളതായി അനുമാനിക്കുന്നു. വരണ്ട വനങ്ങളിലും മുളങ്കാടു കളിലും മുൾക്കാടുകളിലും പൊന്തക്കാടുകളിലും പാറകൾ നിറഞ്ഞ മലഞ്ചരിവുകളിലും പാറയിടുക്കുകളിലുമൊക്കെയാണ് ഇവയുടെ താവളങ്ങൾ. ജനവാസകേന്ദ്രങ്ങളിലെ ആൾപ്പാർപ്പില്ലാത്ത വീടുകളിലും ഇവയെ കണ്ടെത്തിയിട്ടുണ്ട്. കേരളത്തിൽ ഇവ വളരെ വിരളമാണ്.

വീട്ടുപൂച്ചയെക്കാൾ അല്പം ചെറുതായ ഇവയ്ക്ക് മൂക്കിന്റെയറ്റം മുതൽ വാലു വരെ 35-50 സെ.മീറ്റർ നീളവും ഏകദേശം 20 സെ.മീ. തോളുയരവുമുണ്ടാകും. വാലിന് 15-30 സെ.മീറ്റർ നീളം വരും. 1-2 കിലോഗ്രാമാണ് ഭാരം. മിനുസമുള്ള രോമങ്ങൾ പൊതിഞ്ഞ മെലിഞ്ഞ ശരീരത്തിന് പൊതുവെ ചാരനിറമാണ്. ഇതിൽ നരച്ച തവിട്ടുച്ഛവി കലർന്നു കാണും. കൂടാതെ, തുരുമ്പുനിറമുള്ള ധാരാളം പുള്ളികളും വരകളും ഉണ്ടാവും. മുഖത്ത് നിന്നും തലയിലേക്ക് പടർന്ന് കയറും വിധത്തിൽ തുരുമ്പുനിറമുള്ള നാല് വരകളുണ്ടാവും. വെള്ളനിറമുള്ള കവിളിലും ഇത്തരം വരകൾ കാണാം. ചെറിയ ചെവികൾക്ക് വൃത്താകാരമാണ്. കാലുകളിലും നെഞ്ചിലും കുറുകെ തുരുമ്പുനിറമുള്ള പട്ടകൾ കാണും. താടിയും കാലുകളുടെ അകവശവും പള്ളയും വെള്ളനിറമാണ്. പാദത്തിനടിവശം കറുപ്പാണ്. വലിയ കണ്ണുകളിലെ കൃഷ്ണമണിക്ക് ചാരം കലർന്ന തവിട്ടുനിറം. വരകളില്ലാത്ത വാലിന് ശരീരത്തെക്കാൾ തവിട്ടുനിറം കാണും.

ഏകാന്തവാസികളാണിവ. മിക്കവാറും രാത്രിയാണ് സഞ്ചാരം. ഓടാനും ചാടാനും അനായാസേന മരംകയറാനും കഴിവുള്ള ഇവയ്ക്ക് മണം പിടിക്കാനും നല്ല കഴിവുണ്ട്. നല്ല കാഴ്ചശക്തിയുമുണ്ട്.

മാംസഭുക്കുകളായ ഇവ പകലും രാത്രിയും ഇരതേടും. ഇരയെ പിൻതുടർന്ന് പിടിക്കാൻ അസാമാന്യ കഴിവാണിതിന്. മരത്തിൽ

കയറിയും നിലത്ത് നടന്നും ഇരതേടും. പന്നിയെലി, കാട്ടുമുയൽ, മറ്റ് ചെറിയ സസ്തനികൾ, പക്ഷികൾ, ഷഡ്പദങ്ങൾ എന്നിവയാണ് പ്രധാന ഇരകൾ. വനത്തോട് ചേർന്ന് കിടക്കുന്ന ഗ്രാമങ്ങളിൽ നിന്ന് വളർത്തു പക്ഷികളെയും ഇവ പിടികൂടാറുണ്ട്. മഴ കഴിഞ്ഞുള്ള കാലങ്ങളിൽ ഇവ ഈയലുകളെ ശാപ്പിടുന്നതായും കണ്ടെത്തിയിട്ടുണ്ട്.

വർഷത്തിൽ ഒരിക്കലാണ് പ്രസവം. 67 ദിവസത്തോളമാണ് ഗർഭ കാലം. ഒരു പ്രസവത്തിൽ 2-4 കുട്ടികളുണ്ടാവും. കുഞ്ഞുങ്ങൾക്ക് തുരുമ്പു പുള്ളികൾ കാണില്ല. അവയുടെ കൃഷ്ണമണിക്ക് ഇളംനീല നിറമായിരിക്കും. കുഞ്ഞുങ്ങളുടെ സംരക്ഷണച്ചുമതല അമ്മയ്ക്കാണ്. കുട്ടികളെ പലപ്പോഴും മറ്റു ജീവികൾ തട്ടിയെടുക്കാറുണ്ട്.

എണ്ണത്തിൽ കുറവായ ഇവയെ സമീപഭാവിയിൽ വംശനാശഭീഷണി ഉണ്ടായേക്കാവുന്ന ജീവികളുടെ കൂട്ടത്തിൽ ഉൾപ്പെടുത്തിയിട്ടുണ്ട്. ഇപ്പോൾ ഇത് സംരക്ഷിത മൃഗമാണ്.

നാടൻ കീരി
Common Gray Mongoose/ Indian Grey Mongoose

ശാസ്ത്രനാമം: *ഹെർപ്പെസ്റ്റസ് എഡ്‌വേർഡ്സി*
Herpestes edwardsii.
*E.Geoffroy Saint-Hilaire,*1818

കേരളത്തിലെ നാട്ടിൻപുറങ്ങളിലും കാടിന്റെ പ്രാന്തപ്രദേശങ്ങളിലും സാധാരണയായി കാണപ്പെടുന്ന ഒരു സസ്തനിയാണ് നാടൻകീരി. അറേബ്യൻ നാടുകൾ മുതൽ ഇറാൻ, അഫ്ഗാനിസ്ഥാൻ, പാകിസ്ഥാൻ എന്നിവ വരെയും ഇന്ത്യ, നേപ്പാൾ, ശ്രീലങ്ക എന്നിവിടങ്ങളിലും ഇവയെ ക്കാണാം. ജലാശയങ്ങളോട് ചേർന്ന കുറ്റിക്കാടുകൾ, മുളങ്കാടുകൾ, വരണ്ട കാടുകൾ എന്നിവിടങ്ങളിലും ഗ്രാമങ്ങളിലെ പൊന്തക്കാടുകളിലും കൃഷിമേഖലകളിലും ചെറിയ കുറ്റിക്കാടുകളുള്ള പട്ടണങ്ങളിലു മൊക്കെയാണ് ഇവയുടെ ആവാസ സ്ഥാനങ്ങൾ. മനുഷ്യന്റെ വാസ സ്ഥലങ്ങളുടെയടുത്തും ഇവ വാസമുറപ്പിക്കാറുണ്ട്. മരപ്പൊത്തുകളും പാറകളിലെ വിടവുകളും മണ്ണിലെ മാളങ്ങളുമാണ് ഇവയുടെ വാസ സ്ഥാനങ്ങൾ.

40-50 സെ.മീ. നീളം വരുന്ന ഉരുണ്ട ശരീരം, രോമങ്ങൾ നിറഞ്ഞതും അറ്റം കൂർത്തതുമായ വാൽ, കൂർത്ത മുഖം, തലയിൽ നിന്ന് അധികം പൊങ്ങിയിട്ടില്ലാത്ത ചെറിയ ഉരുണ്ട ചെവികൾ, കുറുകിയ കാലുകൾ,

ഉൾവലിയാത്ത കൂർത്ത നഖങ്ങൾ എന്നിവയാണ് ഇവയുടെ സവിശേഷതകൾ. ഏതാണ്ട് ശരീരത്തിന്റെ അത്രതന്നെ നീളം വാലിനുമുണ്ടായിരിക്കും. ശരീരം നിബിഡമായി രോമാവൃതമാണ്. അതിനാൽ, കാഴ്ചയിൽ വലുപ്പക്കൂടുതൽ തോന്നും. പൊതുവെ ചാരനിറമോ ചാരം കലർന്ന തവിട്ടു നിറമോ ആയിരിക്കും. ഓരോ രോമവുമെടുത്ത് നോക്കിയാൽ വെള്ളയും കറുപ്പും നിറമുള്ള ഭാഗങ്ങൾ കാണാം. മോന്തയിലും കവിളുകളിലും ചെവിയുടെ അരികുകളിലും പാദങ്ങളിലും ചുവപ്പ് കലർന്ന തവിട്ടുനിറം കാണാം. ആൺകീരിക്ക് അല്പം വലുപ്പക്കൂടുതൽ തോന്നും. 1–2 കിലോ ഭാരം വരും.

ഇവയുടെ സഞ്ചാരം പകലാണ്. പൊതുവെ ഇണയൊടൊപ്പമാണ് സഞ്ചാരം. എന്നാൽ ഒറ്റയ്ക്കും കാണാറുണ്ട്.

ഇവ സർവ്വഭുക്കുകളാണ്. ഞണ്ടുകൾ, ഓന്തുകൾ, തവളകൾ, എലികൾ, മത്സ്യങ്ങൾ, ഷഡ്പദങ്ങൾ, പാമ്പുകൾ, പക്ഷിമുട്ടകൾ എന്നിങ്ങനെ കൈയിൽക്കിട്ടുന്ന ഏതു ജീവിയേയും ഇവ തിന്നും. ഒപ്പം പഴങ്ങളും സസ്യഭാഗങ്ങളും കിഴങ്ങുകളും വേരുകളും അഴുകിയ വസ്തുക്കളും ചീഞ്ഞ മാംസവുമൊക്കെ ഇവ അകത്താക്കും. മണ്ണിനടിയിൽ നിന്നും മുകളിൽ നിന്നും ഇരകളെ കണ്ടെത്താറുണ്ട്. ആഹാരത്തിന്റെ ലഭ്യത കുറയുമ്പോൾ താവളം മാറുന്ന സ്വഭാവമുണ്ട്.

ഉഗ്രവിഷമുള്ള പാമ്പിനെ പോലും ഒറ്റയ്ക്ക് പരാജയപ്പെടുത്തുവാൻ കീരികൾക്കു കഴിയും. പാമ്പിൻ വിഷത്തെ കുറച്ചെല്ലാം പ്രതിരോധിക്കാൻ ഇവയ്ക്ക് കഴിയുമെന്ന് അഭിപ്രായമുണ്ട്. ആക്രമിച്ചുതന്നെയാണ് ഇരയെ കീഴ്പ്പെടുത്തുന്നത്. എന്നാൽ, തന്ത്രത്തിലൂടെയും ഇതിനു ശ്രമിക്കാറുണ്ട്.

കാഴ്ചശക്തിയും ഘ്രാണശക്തിയും ഇതിന് ഉപയോഗപ്പെടുത്തും. മണംപിടിച്ച് ഇരയെ കണ്ടെത്തിയാൽ കല്ലുകൾ കുത്തിമറിച്ചും മണ്ണുമാന്തിയുമൊക്കെ അവയുടെ അടുത്തെത്തി പിടികൂടും. ഓടിരക്ഷപ്പെടാൻ ശ്രമിക്കുന്നവയെ ഓടിച്ചിട്ടും പിടിക്കും.

60 ദിവസമാണ് ഗർഭകാലം. ഒരു പ്രസവത്തിൽ രണ്ട് മുതൽ നാലു വരെ കുഞ്ഞുങ്ങൾ കാണും. ആണ്ടിൽ 2–3 പ്രാവശ്യം പ്രസവിക്കും. ശിശുമരണം ഇവയിൽ സഹജമാണ്. ജനിക്കുമ്പോൾ കുഞ്ഞുങ്ങൾ അന്ധരായിരിക്കും. ഇവയുടെ വളർച്ച അതിവേഗമാണ്. കുഞ്ഞുങ്ങൾ ആറുമാസത്തോളം അമ്മയോടൊപ്പം കഴിയും.

ചില സ്ഥലങ്ങളിൽ ഇവയെ അരുമജീവികളായി വളർത്താറുണ്ട്. വീടുകളിലെയും വീട്ടുപറമ്പുകളിലെയും എലിശല്യവും പാമ്പുശല്യവും കുറയ്ക്കാൻ ഇവ വളരെയധികം സഹായിക്കും.

ആവാസവ്യവസ്ഥയുടെ നാശവും കൃഷിയിടങ്ങളുടെ കുറവും മറ്റും ഇവയുടെ എണ്ണത്തിൽ കുറവ് വരുത്തുന്നുണ്ട്. എന്നാലും വംശനാശ ഭീഷണി ഇല്ലാത്ത ഒരു ജീവിയാണിത്.

പറക്കും അണ്ണാൻ/പാറാൻ

Travancore Flying Squirrel / Small Flying Squirrel

ശാസ്ത്രനാമം: *പെറ്റിനോമിസ് ഫസ്കോക്യാപില്ലസ്*
*Petinomys fuscocapillus Jerdon,*1847

കുടുംബം: സയൂറിഡേ

പശ്ചിമഘട്ടത്തിൽ ദക്ഷിണേന്ത്യയിലും ശ്രീലങ്കയിലും കണ്ടു വന്നിരുന്ന ഒരു അപൂർവ്വ ഇനം അണ്ണാനാണിത്. പൂർണ്ണമായും അപ്രത്യക്ഷമായി എന്ന് കരുതിയിരുന്ന ഇതിനെ 1989ൽ കേരളത്തിൽ നിന്ന് കണ്ടെത്തുകയുണ്ടായി. ഇന്ത്യൻ വന്യജീവി സംരക്ഷണ നിയമത്തിന്റെ ഒന്നാം പട്ടികയിൽ ഉൾപ്പെടുത്തിയിരിക്കുന്ന ഇവയെ കേരളം, തമിഴ്നാട്, കർണ്ണാടകം എന്നിവിടങ്ങളിലെ വനമേഖലകളിലാണ് കാണപ്പെടുന്നത്. 1500–2000 മീറ്റർ ഉയരമുള്ള നിത്യഹരിത വനങ്ങളിലും പർവ്വതവനങ്ങളിലും ഇലപൊഴിയും കാടുകളിലുമാണ് ഇവയുടെ വാസം. വനങ്ങളുടെ സമീപത്തുള്ള കൃഷിത്തോട്ടങ്ങളിലും മറ്റും ഇര തേടിയെത്താറുണ്ട്.

ഏകാന്തവാസികളായ ഇവ നിശാസഞ്ചാരികളാണ്. സഞ്ചാരം വളരെ ശ്രദ്ധിച്ചും സാവധാനവുമാണ്. വളരെ വിരളമായ ഇവ പകൽ സമയങ്ങളിൽ മരപ്പൊത്തുകളിൽ വിശ്രമിക്കുകയാണ് പതിവ്. അതിനാൽ, കണ്ടെത്താൻ വലിയ ബുദ്ധിമുട്ടാണ്.

ഇതിന് നേർത്ത ചുവപ്പു കലർന്ന ചാര നിറമാണ്. ഉദരഭാഗം ഏതാണ്ട് വെള്ള നിറമായിരിക്കും. ശരീരം രോമാവൃതമാണ്. രോമസമൃദ്ധമായ നീണ്ട വാലുമുണ്ട്. തുരുമ്പ് നിറമുള്ള വാലിന് ഏകദേശം ശരീരത്തോളം നീളം വരും. സഞ്ചരിക്കുമ്പോൾ വാൽ പിറകിലേക്ക് നിവർത്തി വച്ചിരിക്കും. മറ്റു സമയങ്ങളിൽ വാൽ ഉയർത്തി ശരീരത്തിന് മുകളിലേക്ക് മടക്കി വയ്ക്കുക പതിവാണ്.

ശരീരത്തിന് ഇരുവശങ്ങളിലും കൈകാലുകളെ പരസ്പരം ബന്ധിപ്പിച്ചു കൊണ്ട് ചിറകു പോലൊരു ചർമ്മം ഇവയ്ക്കുണ്ട്. ഇതിന്റെ സഹായത്താൽ ഒരു മരച്ചില്ലയിൽ നിന്ന് മറ്റൊന്നിലേക്ക് വായുവിലൂടെ തെന്നിയിറങ്ങാൻ ഇവയ്ക്ക് സാധിക്കും. യഥാർത്ഥത്തിൽ ഉയരം കൂടിയ ഒരു മരത്തിൽ നിന്നും താഴെയുള്ള മറ്റൊരു മരത്തിലേക്കിവ ചാടുകയാണ് ചെയ്യുന്നത്. ഈ സമയത്ത് കൈകാലുകളെ ബന്ധിപ്പിക്കുന്ന ചർമ്മം ചിറകു പോലെ വിടർന്ന് വരും. ഇത് കാണുമ്പോൾ ഇവ പറക്കുന്നതായി തോന്നുന്നതിനാലാണ് പറക്കും അണ്ണാൻ അഥവാ പാറാൻ എന്ന് പേരു വന്നത്. താഴോട്ട് മാത്രമേ ഇപ്രകാരം ഇവയ്ക്ക് ചാടാൻ (പറക്കാൻ) കഴിയുകയുള്ളൂ. മുകളിലേക്കുള്ള പറക്കൽ അസാധ്യമാണ്. ഒറ്റ 'പറക്കലിൽ' 250– 300 അടി സഞ്ചരിക്കാൻ ഇവയ്ക്ക് സാധിക്കും. പറക്കുമ്പോൾ

വാലാണ് സന്തുലിതാവസ്ഥ നിയന്ത്രിക്കുന്നത്. ശരീര വലുപ്പം: 30–40 സെ.മീ. നീളം, 1–2 കി. ഗ്രാം ഭാരം.

ശ്രവണ സുന്ദരമായ ശബ്ദമാണ് പറക്കും അണ്ണാന്റേത്. ഈ ജാതി അണ്ണാനുകൾ വനമേഖല വിട്ട് പുറത്തു വരാറില്ലെന്ന് ശാസ്ത്രലോകം സൂചിപ്പിക്കുന്നു. ഇവ ശരാശരി 15 വർഷക്കാലം ജീവിച്ചിരിക്കും. ഇവ സമ്പൂർണ്ണ സസ്യഭോജികളാണ്. ഇളം തണ്ടുകളും തളിരിലകളും മറ്റുമാണ് കഴിക്കാറ്.

ഒരു പ്രസവത്തിൽ ഒരു കുഞ്ഞാണ് പതിവ്. മരപ്പൊത്തുകളിലാണ് കൂട് നിർമ്മിക്കുന്നത്. തുടർച്ചയുള്ള നിബിഡവനങ്ങളുടെ കുറവും ആവാസവ്യവസ്ഥ ശിഥിലീകരണവുമൊക്കെ ഈ ചെറു സസ്തനികളുടെ എണ്ണം കുറച്ചു കൊണ്ടിരിക്കുകയാണ്.

പുള്ളിപ്പുലി
Panther/Leopard

ശാസ്ത്രനാമം: പാൻഥറാ പാർഡസ്

*Panthera Pardus Linnaeus,*1758

കുടുംബം: ഫെലിഡേ

നമ്മുടെ വനങ്ങളിലെ ഒരു സസ്തനിയാണ് പുള്ളിപ്പുലി. പുലികളിൽ പുള്ളിപ്പുലി, ചീറ്റപ്പുലി, കരിമ്പുലി, ജഗ്വാർ പുലി തുടങ്ങിയവയുണ്ട്. എന്നാൽ ഇവയെല്ലാം വളരെ വിരളമാണ് താനും. സുന്ദരനും സൂത്രശാലിയുമായ പുലി, വലുപ്പത്തിൽ മാർജ്ജാരവർഗ്ഗത്തിൽപ്പെട്ട മൃഗങ്ങളിൽ അഞ്ചാം സ്ഥാനത്താണ്. സിംഹവും കടുവയും ജഗ്വാറും ചീറ്റയുമാണ് പുള്ളിപ്പുലിക്ക് മുന്നിലുള്ള വലിയവർ. ലോകത്താകമാനം ഏഴ് വലിയ പൂച്ചവർഗ്ഗക്കാരുണ്ട്. ഇവയിൽ വംശനാശം സംഭവിച്ച ചീറ്റപ്പുലി ഒഴികെ സിംഹം, കടുവ, പുള്ളിപ്പുലി, ഹിമപ്പുലി, മേഘപ്പുലി എന്നിവയെ ഇന്ത്യയിൽ കണ്ടുവരുന്നുണ്ട്. ആഫ്രിക്കയിലും ഏഷ്യയിലും (ഇന്ത്യ, പാകിസ്ഥാൻ, ശ്രീലങ്ക, സൈബീരിയ, ജാവ, മ്യാൻമാർ, ബംഗ്ലാദേശ്, ഭൂട്ടാൻ, ചൈന തുടങ്ങിയ രാജ്യങ്ങളിൽ) പുള്ളിപ്പുലിയെ കാണപ്പെടുന്നുണ്ട്. എന്നാൽ മുമ്പ് ഇവയെ കാണപ്പെട്ടിരുന്ന സുമാത്ര, ബോർണിയോ എന്നീ രാജ്യങ്ങളിൽ നിന്ന് ഇവ വേരറ്റുപോയി. ലോകത്താകമാനമായി 8 ഉപജാതികൾ പുള്ളിപ്പുലികളിൽ കാണപ്പെടുന്നുണ്ട്. ഇവയുടെ സാന്നിധ്യമുള്ളത് ഇന്ത്യ, ശ്രീലങ്ക, ആഫ്രിക്ക, മദ്ധ്യേഷ്യ, ജാവ, റഷ്യ, വടക്കു കിഴക്കൻ ചൈന, തെക്കൻ ചൈന എന്നിവിടങ്ങളിലാണ്.

നിത്യഹരിതവനങ്ങൾ, അർദ്ധനിത്യഹരിതവനങ്ങൾ, ഇലപൊഴിയും കാടുകൾ, കുറ്റിക്കാടുകൾ, കാടിനോട് ചേർന്ന പ്രദേശങ്ങൾ എന്നിവിടങ്ങളിൽ ഇവയെ കണ്ടുവരുന്നുണ്ട്. എന്നാൽ ഇവ എണ്ണത്തിൽ വളരെ കുറവാണ്. വനത്തിൽ കടുവകളെ പോലെ പുലികളെയും കണ്ടെത്താൻ ബുദ്ധിമുട്ടാണ്. കാട്ടിലെ ഒളിപ്പോരാളികൾ എന്ന് വിശേഷിപ്പിക്കാവുന്ന പുലികൾക്ക് വനങ്ങളിൽ എന്ന പോലെ ജനവാസകേന്ദ്രങ്ങളിലും ജീവിക്കാൻ കഴിയും. സിംഹവും കടുവയും ഇല്ലാത്ത വനങ്ങളിൽ പുലിയാണ് രാജാവ്.

പൂച്ചയെപ്പോലെ ഒതുക്കമുള്ള ശരീരമാണ് പുലിയുടേത്. മെലിഞ്ഞു നീണ്ട ശരീരം പോരാട്ടത്തിനു പൂർണ്ണമായും വഴങ്ങുന്നതാണ്. അതിമനോഹരമാണ് പുലിയുടെ ദേഹം. മിനുസവും മൃദുലതയുമുള്ളതാണ് പുലിത്തോൽ. ഇവയുടെ സ്വർണ്ണനിറമുള്ള ദേഹം പൂക്കളോട് സാമ്യമുള്ള കറുത്ത പുള്ളികൾ നിറഞ്ഞതാണ്. തല, പാദങ്ങൾ, കഴുത്തിനടിവശം എന്നിവിടങ്ങളിലെ പുള്ളികൾക്ക് വലിപ്പം കുറവായിരിക്കും. വാലിൽ കറുത്ത അടയാളങ്ങൾ കുറച്ചുകൂടി വ്യക്തമായിരിക്കും. വയറിന്റെ അടിഭാഗം വെള്ള നിറമാണ്. കഴുത്തു മുതൽ ഇത് പ്രകടമാകും. ഓരോ പുള്ളിപ്പുലിയിലും കാണപ്പെടുന്ന പുള്ളികൾ ചെറിയ രീതിയിൽ വ്യത്യാസമുള്ളതായിരിക്കുമെന്ന് ഗവേഷകർ അഭിപ്രായപ്പെടുന്നുണ്ട്. കറുത്ത നിറത്തിലുള്ള പുള്ളികളെ റോസെറ്റ് എന്നാണ് വിളിക്കുന്നത്. ഫിയോമെലാനിൻ ശരീരത്തിലുള്ളതാണ് ഇവയ്ക്ക് ആകർഷകമായ സ്വർണ്ണവർണ്ണം ലഭിക്കാൻ കാരണമെന്ന് പറയപ്പെടുന്നു. ശരീരത്തിന്റെ വിവിധഭാഗങ്ങളിൽ തോല് പല കനത്തിലാണ് ക്രമീകരിച്ചിരിക്കുന്നത്. ശത്രുക്കളിൽ നിന്നും രക്ഷപ്പെടാനും ഇരപിടിക്കാൻ വേണ്ടിയും പ്രകൃതി നൽകിയിരിക്കുന്ന ഒരു വരമാണ് ഇവയുടെ പുള്ളികൾ. വാലിന് നല്ല നീളമുണ്ടാകും.

നിശ്ശബ്ദമായി സഞ്ചരിക്കാനും അനായാസം മരം കയറാനും പതിയിരുന്ന് ഇരയെ ആക്രമിക്കാനും ഇവയ്ക്ക് അസാമാന്യ കഴിവുണ്ട്. ഇരയെ വീഴ്ത്താൻ ഇവയെ സഹായിക്കുന്നത് ശക്തിയുള്ള താടിയെല്ലുകളും കഠാരപോലുള്ള 18 നഖങ്ങളും 27–30 പല്ലുകളുമാണ്. ഭക്ഷണം കഴിഞ്ഞുള്ള വിശ്രമവേളകളിൽ ശരീരം മുഴുവനും നക്കിത്തുടച്ച് ശരീരം വൃത്തിയാക്കി വയ്ക്കാൻ സഹായിക്കുന്നത് അരം പോലുള്ള നാവാണ്. അതിനാൽ പുലിയുടെ സമീപമെത്തിയാൽ ദുർഗ്ഗന്ധം ഉണ്ടാകാറില്ല. ഇവയുടെ ശരീരത്തിന്റെ നീളം 1.85–2.20 മീറ്ററും തറയിൽ നിന്ന് തോൾഭാഗം വരെയുള്ള ഉയരം 50–70 സെ.മീറ്ററുമാണ്. ആൺപുലിക്ക് 50–77 കി.ഗ്രാം തൂക്കമുണ്ടാകുമ്പോൾ പെണ്ണിന്റെ തൂക്കം 35–45 കി.ഗ്രാമാണ്. വാലിന് 60–75 സെ.മീ നീളം കാണും. പെൺപുലിക്ക് ആണിനെക്കാൾ വലിപ്പം കുറഞ്ഞിരിക്കും.

ഏകാന്തവാസിയായ പുലി ഒരു മാംസഭോജിയാണ്. രാത്രിയാണ് ഇവ സജീവമാകുന്നത്. കാടുകളിലെ മികച്ച പോരാളികളാണിവ. മ്ലാവും, കാട്ടുപോത്തും ഉൾപ്പെടെയുള്ള വലിയ ഇരമൃഗങ്ങളെ പിടികൂടുമെങ്കിലും പൊതുവെ ചെറിയ ഇരകളോടാണ് താത്പര്യം. മുയൽ, പുള്ളിമാൻ, കാട്ടുപന്നി, കുരങ്ങന്മാർ, പക്ഷികൾ തുടങ്ങിയവയാണ് പ്രധാന ഇരകൾ. മരം

കയറുന്നതിനാലാണ് ഇവയുടെ ഇരകളിൽ കുരങ്ങുകളും പക്ഷികളും ഉൾപ്പെടുന്നത്. കാടിനോട് ചേർന്ന ഗ്രാമങ്ങളിൽ കയറി വളർത്തുനായ്ക്കളെ പിടികൂടുന്നതിൽ ഇവ പ്രത്യേക താത്പര്യം കാണിക്കുന്നതായി ഗവേഷകർ സൂചിപ്പിക്കുന്നുണ്ട്. പൊതുവെ, ചീഞ്ഞമാംസം ഭക്ഷിക്കാറില്ല.

പുലിയുടെ വിശ്രമം മിക്കവാറും വൃക്ഷശിഖരങ്ങളിൽത്തന്നെയാണ്. എത്ര വലിയ മരത്തിലും അനായാസം കയറാൻ ഇവയ്ക്ക് സാധിക്കും. ഇരയെ ലഭിച്ചാൽ അതിനെ മരങ്ങളുടെ ശിഖരങ്ങളിൽ വലിച്ചുകയറ്റി വയ്ക്കാറുണ്ട്. സൗകര്യപൂർവ്വം ഭക്ഷിക്കാനും ഇരയെ മറ്റാരും തട്ടിയെടുക്കാതിരിക്കാനുമാണിത്. നിലത്തുവച്ചും ഭക്ഷണം കഴിക്കാറുണ്ട്. അധികം ഉയരമില്ലാത്ത മരത്തിൽ കയറി ഇരയെ കാത്തിരിക്കുകയും ഇര അടുത്തെത്തുമ്പോൾ അതിനുമേൽ ചാടിവീഴുകയും ചെയ്യുന്ന സ്വഭാവവും ഇവയ്ക്കുണ്ട്. പൂച്ചയെപ്പോലെ ഇരയുടെ മരണപ്പിടച്ചിൽ കാണാൻ ഇവയ്ക്ക് ഇഷ്ടമാണത്രെ. ഇതിനാൽ വിശപ്പിനു മാത്രമല്ല, വിനോദത്തിനായും ഇവ വേട്ട നടത്താറുണ്ട്.

രാത്രിയും പകലും പുലി ഇരതേടാറുണ്ട്. പക്ഷേ രാത്രിയിലാണ് ഇവ ഊർജ്ജസ്വലത കൂടുതൽ കാണിക്കുന്നത്. ശക്തിയേറിയ സൂര്യരശ്മികൾ പുലിയുടെ കൃഷ്ണമണിയിൽ പതിക്കുമ്പോൾ അവയുടെ കാഴ്ച അവ്യക്തമാകും. അതിനാൽ പകൽ ഇവ വേട്ടയ്ക്ക് ഇറങ്ങുന്നത് കുറവാണ്. ആഹാരം കഴിച്ചാൽ ഉടനെ വെള്ളം കുടിക്കുന്ന ഒരു ശീലം കടുവയ്ക്കുണ്ട്. എന്നാൽ പുലിക്ക് വെള്ളം നിർബന്ധമല്ല. വെള്ളമില്ലാതെ ദിവസങ്ങളോളം കഴിച്ചു കൂട്ടാൻ ഇവയ്ക്ക് സാധിക്കും.

ഇണചേരൽ സമയത്തു മാത്രമാണ് ഇണയെ ഒപ്പം കൂട്ടുന്നത്. 13 ആഴ്ചയാണത്രെ ഗർഭകാലം. 2-4 കുട്ടികൾ ഉണ്ടാവും. കുഞ്ഞുങ്ങളുടെ സംരക്ഷണം അമ്മപ്പുലിക്കാണ്. കുഞ്ഞുങ്ങളുമായി നടക്കുന്ന പുലി പെട്ടെന്ന് ആക്രമണകാരിയാകും. കുഞ്ഞുങ്ങളെ മരപ്പൊത്തിലോ, ഗുഹകളിലോ ഒളിപ്പിച്ചാണ് വളർത്തുന്നത്. മറ്റ് ഇരപിടിയൻ മൃഗങ്ങൾ കണ്ടാൽ ഇവയെ തട്ടിയെടുക്കാറുണ്ട്. ആദ്യനാളുകളിൽ അമ്മയുടെ പാൽ മാത്രം കുടിച്ച് കഴിയുന്ന പുലിക്കുട്ടി, രണ്ടര മാസം കഴിയുമ്പോൾ മാംസാഹാരം കഴിച്ചു തുടങ്ങും. നാല് മാസം കഴിയുമ്പോൾ അമ്മയോടൊപ്പം വേട്ടയ്ക്കു പോകാൻ കഴിവ് നേടും. ഒരു വർഷം കഴിയുമ്പോൾ പുലിക്കുഞ്ഞ് ഒരു വേട്ടക്കാരനായിമാറും. ഏതാണ്ട് ഒന്നര വയസ്സാകുമ്പോൾ ഒറ്റപ്പെടും.

പൊതുവെ നിശ്ശബ്ദ ജീവിയാണ് പുള്ളിപ്പുലി. സിംഹം, കടുവ തുടങ്ങിയവയെപ്പോലെ ഗർജ്ജിക്കുകയോ മുരളുകയോ ഒന്നും ചെയ്യാറില്ലത്രെ. വലിയ മുറിവേറ്റാൽപോലും ഇവ ശബ്ദിക്കാറില്ല. അതിനാൽ മുറിവു പറ്റിയ പുലിയെപ്പോലും കണ്ടെത്തുക വിഷമകരമാണ്. കടുവയെപോലുള്ള മൃഗങ്ങളോട് മത്സരിക്കാതെ ഒഴിഞ്ഞുമാറുന്നതാണ് ഇവയുടെ രീതി. 20-25 വർഷമാണ് പുലിയുടെ ആയുസ്.

ആവാസവ്യവസ്ഥാനാശവും വർദ്ധിച്ചുവരുന്ന വേട്ടയും വനഭൂമിയിലേക്ക് മനുഷ്യന്റെ കടന്നുകയറ്റവും ഇവയുടെ ജീവനും ജീവിതത്തിനും

കടുത്ത ഭീഷണിയാകുന്നുണ്ടെന്ന് ശാസ്ത്രലോകം മുന്നറിയിപ്പ് നല്കുന്നുണ്ട്. ഗ്രാമങ്ങളിൽ കടന്ന് വളർത്തുമൃഗങ്ങളെ തട്ടിയെടുക്കുന്നതിനാൽ പുലി എണ്ണത്തിൽ കൂടുതലാണെന്ന് തെറ്റിദ്ധാരണയുണ്ട്. എന്നാൽ അനുദിനം പുള്ളിപ്പുലിയുടെ എണ്ണം കുറഞ്ഞുവരികയാണെന്ന് പഠനങ്ങൾ സൂചിപ്പിക്കുന്നു.

പുള്ളിമാൻ

Spotted Deer/Axis deer/Chital

ശാസ്ത്രനാമം: *ആക്സിസ് ആക്സിസ്*

*Axis axis Erxleben,*1777

കുടുംബം: സെർവിഡേ

ഉപകുടുംബം: സെർവിനേ

ഇന്ത്യയിൽ സർവസാധാരണമായ മാൻ വർഗ്ഗമാണ് പുള്ളിമാൻ. മാനുകളിൽ വച്ച് ഏറ്റവുമധികം സൗന്ദര്യമുള്ള ഒരിനമാണിത്. ശാന്തമായ സ്വഭാവത്താലും സുന്ദരമായ ദേഹത്താലും ഏവരുടേയും മനം കവരുന്ന ഇവയെ നേപ്പാൾ, ശ്രീലങ്ക, ഭൂട്ടാൻ, പാക്കിസ്ഥാൻ, ബംഗ്ലാദേശ് എന്നീ രാജ്യങ്ങളിലും കണ്ടുവരുന്നുണ്ട്. ഇന്ത്യയിൽ ഹിമാലയപ്രദേശങ്ങളിലെ ഉയർന്ന മേഖലകൾ, ജമ്മുകാശ്മീർ, ആസാമിന് കിഴക്കുള്ള മരുപ്രദേശങ്ങൾ എന്നിവ ഒഴികെ എല്ലായിടങ്ങളിലും ഇവയുടെ സാന്നിധ്യമുണ്ട്. കേരളത്തിൽ പറമ്പിക്കുളത്തും വയനാടും ചിന്നാറിലും ഇവയെ നന്നായി കാണാവുന്നതാണ്. സൈലന്റ് വാലി, ഇരവികുളം, ആനമുടി ചോല, തേക്കടി തുടങ്ങിയ സ്ഥലങ്ങളിൽ ഇവ ഇല്ലെന്നു തന്നെ പറയാം. കേരളത്തിൽ ഏറ്റവുമധികം കാണപ്പെടുന്ന മാൻവർഗ്ഗവും ഇതാണ്.

ഇലപൊഴിയും വനങ്ങളിലും വലിയ പുല്മേടുകളിലും വരണ്ട വനങ്ങളിലും തുറസായ വനപ്രദേശങ്ങളിലും മറ്റുമാണ് ഇവയുടെ ആവാസ മേഖലകൾ. ഇടതൂർന്ന വനമേഖല ഇവയ്ക്ക് താത്പര്യമില്ല. പുൽമേടുകളും വെള്ളവും ധാരാളമുള്ള സ്ഥലങ്ങൾ ഇവയുടെ വിഹാര കേന്ദ്രങ്ങളാണ്.

മിനുസമാർന്നതാണ് ദേഹം. ആകർഷകമായ സ്വർണ്ണതവിട്ടുനിറത്തിലുള്ള ദേഹത്ത് തൂവെള്ളനിറമുള്ള പുള്ളികളുണ്ട്. ഇതാണ് പേരിനാധാരം. നിറത്തിന് പ്രാദേശികമായി ചെറിയ വ്യത്യാസമുണ്ടാവും. ചെവികളുടെ അകവശം, കഴുത്ത്, വാലിന്റെയും ഉടലിന്റെയും അടിവശം ഇവിടങ്ങളിൽ വെള്ളനിറമാണ്. മുഖത്തും കാലുകളിലും പുള്ളികളില്ല. മുതുകിൽ പിടലിയിൽ നിന്നും വാലറ്റം വരെ നീളത്തിൽ ഒരു കറുത്ത വര കാണാം. വാൽ ചെറുതാണ്. കൊമ്പ് ആണിനു മാത്രമാണുള്ളത്. ഇതിന് രണ്ടടിയോളം നീളമുണ്ടാകും. ഈ കൊമ്പുകൾ ഒരു വർഷം കഴിയുമ്പോൾ കൊഴിയുന്ന പതിവുണ്ട്. ഇവയുടെ ബലമുള്ള കൊമ്പുകൾ

പൊള്ളയല്ല. പ്രതിരോധിക്കാൻ കൊമ്പുകളാണ് ഉപയോഗിക്കുന്നത്. പുള്ളിമാനിന്റെ കൊമ്പിനു സാധാരണയായി രണ്ടു ശിഖരമേ കാണുകയുള്ളു. ആഗസ്റ്റ്-സെപ്തംബർ മാസത്തിലായിരിക്കും കൊമ്പുകൾ കൊഴിയുന്നത്. തോൾ വരെ പൊക്കം 85-90 സെ.മീ. 70-85 കിലോഗ്രാം തൂക്കമുണ്ടാവും. ആണിനാണ് വലുപ്പം കൂടുതൽ.

സസ്തനികളായ ഇവ സംഘമായിട്ടാണ് സഞ്ചരിക്കുന്നത്. ഒരു സംഘത്തിൽ ആണും പെണ്ണും കുട്ടികളും ഉണ്ടാവും. ഇവയുടെ ഒരു പ്രസവത്തിൽ ഓന്നോ രണ്ടോ കുഞ്ഞുങ്ങൾ ഉണ്ടാവും. കുഞ്ഞിന്റെ സംരക്ഷണച്ചുമതല അമ്മയ്ക്കാണ്. പാൽ മാത്രം കുടിച്ചു വളരുന്ന കുട്ടി, വളർന്നാലും സംഘം വിട്ടു പോകുന്നത് അപൂർവ്വമാണ്. എന്നാൽ എണ്ണം കൂടുമ്പോൾ പുതിയൊരു സംഘം ഇവ ഉണ്ടാക്കാറുണ്ട്. ഒരു സംഘത്തിൽ 20-40 എണ്ണമുണ്ടാവും.

സസ്യഭുക്കുകളായ ഇവ പകൽ സഞ്ചാരികളാണ്. പുല്ലും സസ്യങ്ങളും പഴങ്ങളും കായ്കളും മറ്റുമാണ് ഭക്ഷണം.

അപകടം മണത്തറിയാൻ പുള്ളിമാനിന് അപാരകഴിവുണ്ട്. അപകടസൂചകമായി 'വൗ' എന്ന പ്രത്യേകതരം ശബ്ദം പുറപ്പെടുവിക്കും. ഹനുമാൻകുരങ്ങളുകളോടൊപ്പം ഇവയെ കൂടുതലായി കാണാറുണ്ട്. വൃക്ഷവാസികളായ കുരങ്ങുകൾക്ക് അപകടസൂചന ലഭിച്ചാൽ അത് മാൻകൂട്ടത്തെ അറിയിക്കാറുള്ളതായും നിരീക്ഷകർ അഭിപ്രായപ്പെടുന്നുണ്ട്. ഇടുക്കിയിലെ ചിന്നാറിലും വയനാട്ടിലെ മുത്തങ്ങയിലും തോൽപ്പെട്ടിയിലും മറ്റും ഇപ്രകാരം മാനുകളും ഹനുമാൻകുരങ്ങുകളും സഹവസിക്കുന്നത് കാണാവുന്നതാണ്. കടുവ, പുള്ളിപ്പുലി, കാട്ടുനായ, കുറുക്കൻ തുടങ്ങിയവയുടെ ഇരയാണിവ. മനുഷ്യരോട് ഇണങ്ങാത്ത ഇവയെ കാടിനോട് ചേർന്നുള്ള ഗ്രാമങ്ങളിലെ വളർത്തുനായ്ക്കൾ ആക്രമിക്കാറുണ്ട്.

മരനായ്/നീലഗിരി മാർട്ടെൻ
Nilgiri Marten

ശാസ്ത്രനാമം: മാർട്ടെസ് വാട്ട്കിൻസി
Martes gwatkinsi Horsfield, 1851

ദക്ഷിണ പശ്ചിമഘട്ടത്തിലെ നിത്യഹരിതവനങ്ങളിലും അർദ്ധ നിത്യഹരിതവനങ്ങളിലും അത്യപൂർവ്വമായി കാണപ്പെടുന്ന ഒരു സസ്തനിയാണ് നീലഗിരി മാർട്ടെൻ. പശ്ചിമഘട്ടത്തിലെ ദേശജാതിയായ ഇത് കീരിവർഗ്ഗത്തിലാണുൾപ്പെടുന്നത്. മരനായ്, തേൻകോലൻ, കറുംവെരുക് എന്നീ പേരുകളിലും കേരളത്തിലറിയപ്പെടുന്നു. കേരളത്തിൽ സൈലന്റ് വാലി, പെരിയാർ, പാമ്പാടുംചോല, ഇരവികുളം, അഗസ്ത്യകൂടം എന്നിവിടങ്ങളിൽ ഇവയെ കണ്ടെത്തിയിട്ടുണ്ട്. എന്നാൽ എണ്ണത്തിൽ വളരെ കുറവാണ്.

ഒറ്റനോട്ടത്തിൽ മലയണ്ണാനാണെന്ന് തോന്നും. പേര് സൂചിപ്പിക്കുന്നതുപോലെ ഇവ എപ്പോഴും മരത്തിലാണ് കഴിയുന്നത്. തീറ്റ തേടാൻ വേണ്ടി മാത്രമേ നിലത്തിറങ്ങാറുള്ളൂ. മരത്തിലെന്നപോലെ മണ്ണിലൂടെയും വേഗത്തിൽ ഓടാനും ചാടാനും ഇവയ്ക്കു സാധിക്കും.

തല മുതൽ വാലിന്റെ അഗ്രം വരെ ഒരു മീറ്ററിലധികം നീളമുണ്ടാവും. വാലിന് മാത്രം 40 സെ.മീ നീളം വരും. ഭാരം 2-3 കി.ഗ്രാം. രോമാവൃതമായ ദേഹം വളരെ മൃദുവാണ്. തലയ്ക്കും ഉടലിനും തവിട്ടു കലർന്ന കറുപ്പ് നിറമായിരിക്കും. കീഴ്ത്താടിയിലും കഴുത്തിന്റെ പകുതി വരെയും വെള്ളനിറം കാണാം. നെഞ്ചിന്റെ തുടക്കം മുതൽ മുൻകാലുകളുടെ പകുതി വരെ നല്ല ഓറഞ്ചു നിറമാണ്. മൂക്കും ചുണ്ടും ചുവപ്പ്. അങ്ങനെ ബഹുവർണ്ണങ്ങളോടെ ആകർഷകമാണ് മരനായയുടെ രൂപം. തലയോട്ടിയുടെ ഘടനാവിശേഷംമൂലം നെറ്റിയുടെ മധ്യത്തിലായി ഒരു കുഴികാണാവുന്നതാണ്. ഇതിന്റെ ഏറ്റവും അടുത്ത ബന്ധുവായ യെല്ലോ ത്രോട്ടഡ് മാർട്ടെനുമായി നെറ്റിയിലെ കുഴിയും ശരീരവലുപ്പക്കൂടുതലും ഒഴികെ മറ്റുകാര്യങ്ങളിലെല്ലാം സമാനത കാണിക്കാറുണ്ട് ഇത്.

ഏകാന്തവാസിയാണ് മരനായ്. ഇതൊരു മിശ്രഭുക്കാണ്. സാഹചര്യമനുസരിച്ച് ഭക്ഷണകാര്യത്തിൽ വ്യത്യാസം വരുത്താൻ ഇവയ്ക്കു സാധിക്കുമെന്ന് ചില നിരീക്ഷകർ അഭിപ്രായപ്പെടുന്നുണ്ട്. ചെറുസസ്തനികളും പ്രാണികളും ഫലങ്ങളും മറ്റുമാണ് മുഖ്യഭക്ഷണം. തേൻ ഭക്ഷിക്കുന്നതിനാൽ തേൻകോലൻ എന്ന പേരിലും നീലഗിരി മാർട്ടെൻ അറിയപ്പെടുന്നുണ്ട്. അപൂർവ്വമായേ ഇവ മനുഷ്യരുടെ മുന്നിൽ എത്തിപ്പെടാറുള്ളൂ. അതിനാൽ ഇവയുടെ പ്രജനനകാലം, കുഞ്ഞുങ്ങൾ, ജീവിതരീതി, ആയുസ്സ് എന്നിവയെക്കുറിച്ച് ആധികാരികമായ പഠനങ്ങൾ ഒന്നും ഇനിയും നടന്നിട്ടില്ല.

ആവാസവ്യവസ്ഥയുടെ നാശം മൂലം ഇവയുടെ എണ്ണം കുറഞ്ഞു കൊണ്ടിരിക്കുകയാണെന്ന് കരുതുന്നു. IUCN-ന്റെ റെഡ് ലിസ്റ്റിൽ ഉൾപ്പെടുത്തിയിരിക്കുകയാണിതിനെ.

മരപ്പട്ടി/പനവെരുക്

Asian palm civet/Small Indian civet / Toddy cat

ശാസ്ത്രനാമം: പാരഡോക്സ്യൂറസ് ഹെർമാഫ്രോഡൈറ്റസ്

*Paradoxurus hermaphroditus Pallas,*1777

കുടുംബം: വിവെറിഡേ

ദക്ഷിണേഷ്യയിലും ദക്ഷിണപൂർവ്വേഷ്യയിലും കാണപ്പെടുന്ന ഒരു സസ്തനിയാണ് മരപ്പട്ടി. ഇന്ത്യയിൽ ഹിമാലയൻമേഖലകൾ, രാജസ്ഥാനിലെ മരുപ്രദേശങ്ങൾ എന്നിവ ഒഴികെ ഏതാണ്ട് എല്ലാ പ്രദേശങ്ങളിലും

ഇവയെ കാണപ്പെടുന്നുണ്ട്. വെരുക് കുടുംബത്തിൽ ഏറ്റവും സാധാരണമായ ഇവയെ, കേരളത്തിലെ നാട്ടിൻപുറങ്ങളിലും വിരളമായി വലിയ പട്ടണങ്ങളിലും കാണപ്പെടാറുണ്ട്. ഇലപൊഴിയും കാടുകളിലും അർദ്ധ നിത്യഹരിതവനങ്ങളിലും കുറ്റിക്കാടുകളിലും ഇവയുടെ സാന്നിധ്യമുണ്ടാകും. പൂർണ്ണമായും രാത്രി സഞ്ചാരിയാണിവ. വനങ്ങളിൽ പാറക്കൂട്ടത്തിലോ, കുറ്റിക്കാട്ടിലോ, വള്ളിക്കുടിലിലോ, ഇരുട്ടിനെ മറയാക്കി കഴിയുന്ന ഇവ നാട്ടിൻപ്രദേശങ്ങളിൽ ആളൊഴിഞ്ഞ വീടുകളിലെ തട്ടിൻപുറമാണ് താവളമാക്കുന്നത്. പട്ടിയുടെ മുഖച്ഛായയും മരങ്ങളിലുള്ള സഹവാസവുമാകാം ഇവയ്ക്ക് മരപ്പട്ടി എന്ന പേര് നേടിക്കൊടുത്തത്.

തവിട്ടു കലർന്ന ചാരമോ കറുപ്പോ നിറമുള്ള ഇവയുടെ ദേഹം രോമാവൃതമാണ്. ദേഹത്തിൽ ചെറിയ കറുപ്പ് നിറത്തിലുള്ള വരകളും പുള്ളികളും ഉണ്ടാവും. കഴുത്തിലും വാലിലും അടയാളങ്ങളില്ല. വാലിൽ രോമങ്ങൾ കൂടുതലാണ്. വിരലുകളിൽ വലിയ നഖങ്ങളുണ്ട്. മരം കയറാൻ ഇതു സഹായിക്കും. അത്യാവശ്യം ഒരു മരത്തിൽ നിന്നും മറ്റൊരു മരത്തിലേയ്ക്കു ചാടാൻ ഇവയ്ക്ക് കഴിയും. വായിൽ കൂർത്ത പല്ലുകളുണ്ട്. പൂച്ചകളെ പോലെ നിശ്ശബ്ദമായി നടക്കാൻ കഴിയും വിധത്തിലാണ് ഇവയുടെ പാദങ്ങൾ സജ്ജീകരിച്ചിരിക്കുന്നത്. രാത്രിയിലെ ഇവയുടെ സഞ്ചാരം പോലും വളരെ ശാന്തമായിട്ടാണ്. ശരീരത്തിന്റെ ആകെ നീളം 42–70 സെ.മീറ്ററും ഭാരം 3–6 കിലോഗ്രാമുമാണ്. വാലിന് 45 സെ. മീ. നീളമുണ്ടാകും.

മിശ്രഭോജിയാണിവ. പഴങ്ങളും തേനും ചെറുജീവികളും മുട്ടകളും മറ്റുമാണ് ഭക്ഷണം. നാട്ടിൻ പ്രദേശങ്ങളിൽ തെങ്ങിൽ കയറി മനുഷ്യൻ ചെത്തിയെടുക്കുന്ന കള്ള് കുടിക്കുന്ന പതിവുണ്ട്. ഇതിൽ നിന്നാണ് ഇാംഗ്ലീഷ് നാമം ലഭിച്ചത്. ഇതിനാൽ ചെറിയ തോതിൽ കർഷകന്റെ ശത്രുവായി ചിലർ സൂചിപ്പിക്കുന്നുണ്ട്.

ഏകാന്തവാസികളായ ഇവ പൊതുവെ നിശ്ശബ്ദരാണ്. ആക്രമിക്കുമ്പോഴോ, അപകടം സംഭവിക്കുമ്പോഴോ ഇവ ശബ്ദിക്കാറില്ല. മുറിവ് പറ്റിയാലും നിശ്ശബ്ദമായിട്ടാണ് കഴിയുന്നത്. പ്രജനനകാലത്ത് ചെറു ശബ്ദങ്ങൾ പുറപ്പെടുവിക്കും. ഈ സമയത്ത് ഇണയെ ഒപ്പം കൂട്ടാറുണ്ട്. പ്രതികൂല സമയത്ത് ഓടിരക്ഷപ്പെടാനാണിവ ശ്രമിക്കുന്നത്. എന്നാൽ ആക്രമിച്ചാൽ മുറിവ് മാരകമായിരിക്കും. കൂർത്ത പല്ലുകൾ കൊണ്ട് കടിക്കുന്നതാണ് പതിവ്. ഇവ പരസ്പരം അധികാരാതിർത്തികൾ ലംഘിക്കാറില്ല.

ഇവയുടെ പ്രജനനകാലം ഡിസംബർ-ഫെബ്രുവരിയാണ്. ഇക്കാലത്ത് ഒരു തരം ശബ്ദം പുറപ്പെടുവിക്കും. ഇണചേരൽ കഴിഞ്ഞാൽ വീണ്ടും ഒറ്റപ്പെടും. സസ്തനിയാണിവ. ഒരു വർഷത്തിൽ ഒരു തവണയാണ് പ്രസവം നടക്കുന്നതെന്ന് കരുതുന്നു. പ്രസവത്തിൽ 1–2 കുട്ടികൾ ഉണ്ടാവും. കുഞ്ഞുങ്ങൾക്ക് ചാരനിറമായിരിക്കും. നേരിയ

തോതിൽ രോമാവൃതമായ ദേഹത്തിൽ ചെറിയ പുള്ളികളുണ്ടാവും. കുഞ്ഞിനെ സംരക്ഷിക്കുന്നത് അമ്മയാണ്. കുഞ്ഞുങ്ങൾ ജനനസമയത്ത് അന്ധരായിരിക്കും. ഏതാനും ദിവസങ്ങൾ കഴിഞ്ഞാണ് കണ്ണുകൾ തുറക്കുന്നത്. 2 മാസം കഴിയുമ്പോൾ കുട്ടികളെ അമ്മ തീറ്റതേടാൻ ഒപ്പം കൂട്ടാറുണ്ട്. ഇക്കാലമത്രയും അമ്മ ഒളിത്താവളത്തിൽ പാലൂട്ടിയാണ് കുഞ്ഞിനെ വളർത്തുന്നത്. ആറുമാസമാകുമ്പോൾ ഇവ ഒറ്റയ്ക്ക് ഇര തേടൽ ആരംഭിക്കും. ഇവയുടെ ആയുസ്സ് ശരാശരി 12 വർഷമാണ്. കാട്ടിൽ ഇവ കാട്ടുപട്ടികൾ, മലമ്പാമ്പ്, പുലി, കരടി, കഴുതപ്പുലി തുടങ്ങിയവയുടെ ഇരയാകാറുണ്ട്. നാട്ടിൽ ഇവയുടെ പ്രധാന ശത്രു മനുഷ്യനാണ്. കൂട് വച്ച് ഇവയെ പിടികൂടുന്നത് പതിവാണ്. ആവാസവ്യവസ്ഥയുടെ നാശവും വേട്ടയും ഇവയുടെ എണ്ണത്തെ കാര്യമായി ബാധിക്കുന്നതായി ശാസ്ത്രലോകം മുന്നറിയിപ്പ് നല്കുന്നുണ്ട്.

മല നീർനായ
Small clawed otter / Asian small-clawed otter / Oriental small-clawed otter / Clawless otter

ശാസ്ത്രനാമം: *അംബ്ലോനിക്സ് സിനെറിയസ്*
*Amblonyx cinereus Illiger,*1815
കുടുംബം: *മസ്റ്റെല്ലിഡേ*

ജലത്തിലും കരയിലും ജീവിക്കുന്ന ഏക സസ്തനികളായ നീർനായകളുടെ വർഗ്ഗത്തിൽ ഉൾപ്പെടുന്ന ഒരു സസ്തനിയാണ് മലനീർനായ. ഇന്ത്യ, ശ്രീലങ്ക, മലയ, ദക്ഷിണ ചൈന, ദക്ഷിണ പൂർവ്വേഷ്യ, ഇന്തോനേഷ്യ എന്നീ രാജ്യങ്ങളിലാണ് ഈയിനം നീർനായകളെ കണ്ടുവരുന്നത്. ഇന്ത്യയിൽ ഹിമാലയമേഖലകളിലെ നദികളിലും പൂർവേന്ത്യയിലെ കുന്നുകളിലെ അരുവികളിലും ദക്ഷിണേന്ത്യയിലെ നദികളിലും കാണപ്പെടുന്നുണ്ട്. ഇന്ത്യയിൽ കാണപ്പെടുന്ന മൂന്ന് ജാതി നീർനായ്ക്കളിൽ ഏറ്റവും ചെറിയ ഇനമാണിത്. ഇവ പൊതുവെ വിരളമാണ്. കേരളത്തിലെ ഉയരം കൂടിയ മലമ്പ്രദേശങ്ങളിലും വനങ്ങളിലെ ജലാശയങ്ങളിലുമാണ് മലനീർനായയുടെ വാസം. തണുപ്പ് കൂടിയ മലമ്പ്രദേശങ്ങളാണ് ഇവയ്ക്ക് താത്പര്യം. വെള്ളത്തിലാണ് വാസമെങ്കിലും കരയിലും സഞ്ചരിക്കും. വിശ്രമം മിക്കവാറും കരയിലായിരിക്കും.

ഇവയ്ക്ക് 45–55 സെ.മീ. നീളവും 3–6 കി.ഗ്രാം തൂക്കവും കാണും. ഇരുണ്ട തവിട്ടുനിറമുള്ള ദേഹം രോമാവൃതമാണ്. അടിവശം മഞ്ഞ കലർന്ന തവിട്ടുനിറം. മോന്തയുടെ വശങ്ങളും താടിയും തൊണ്ടയും

വെള്ള. നീണ്ടുപരന്ന വാലിന് 40-50 സെ.മീ. നീളമുണ്ടാകും. നീന്തുമ്പോൾ തുഴ പോലെയാണ് വാൽ പ്രവർത്തിക്കുക. കാലുകൾ നേർത്തതും വിരലുകൾ ഭാഗികമായി ചർമ്മബന്ധിതവുമാണ്. നഖങ്ങൾ ചെറിയ മുള്ളുപോലെയാണ് കാണപ്പെടുന്നത്. നഖങ്ങൾ വിരലുകളിൽ നിന്നും പുറത്തേക്ക് തള്ളിനില്ക്കാറില്ല. ആയതിനാൽ ഇതിനെ ഇംഗ്ലീഷിൽ ക്ലോലെസ് ഓട്ടർ എന്നും വിളിക്കും.

മാംസഭോജികളാണിവ. ജലത്തിലും കരയിലും സഞ്ചരിച്ച് ഇര തേടും. മത്സ്യങ്ങളാണ് മുഖ്യാഹാരം. നത്തയ്ക്ക, ഞണ്ടുകൾ, മറ്റ് ജലജീവികൾ, ചില ഉഭയജീവികൾ, ജലപക്ഷികൾ, പക്ഷിമുട്ടകൾ എന്നിവയെയും ഭക്ഷിക്കും.

ചെറു സംഘമായിട്ടാണ് ഇവയുടെ സഞ്ചാരവും ഇരതേടലും. വളരെ വേഗത്തിൽ നീന്തുന്ന ഇവയ്ക്ക് കരയിലൂടെ വേഗത്തിൽ സഞ്ചരിക്കാൻ ബുദ്ധിമുട്ടാണ്. ശത്രുസാന്നിധ്യമുണ്ടായാൽ വെള്ളത്തിലിറങ്ങി നീന്തി രക്ഷപ്പെടുകയാണ് പതിവ്.

വെള്ളത്തിലും കരയിലും വച്ച് ഇണചേരും. ഇണചേരലും പ്രസവവും വർഷത്തിൽ ഒരു തവണയാണെന്ന് പറയപ്പെടുന്നു. ഇവയെക്കുറിച്ച് വലിയ പഠനങ്ങളൊന്നും ഇനിയും നടന്നിട്ടില്ല. അതിനാൽ തന്നെ ഇവയുടെ പ്രജനനം, ശിശുസംരക്ഷണം, ജീവിതരീതി എന്നിവ അവ്യക്തമാണ്.

ഇത് കടുത്ത വംശനാശ ഭീഷണി നേരിടുന്നതായി ശാസ്ത്രലോകം അഭിപ്രായപ്പെടുന്നു. ദീർഘദൂരം ഇരതേടിപ്പോകാൻ അണക്കെട്ടുകൾ തടസ്സമാകുന്നതും ജലസ്രോതസ്സുകൾ വറ്റുമ്പോൾ കരയിലൂടെ സഞ്ചരിക്കുമ്പോൾ ഉണ്ടാകുന്ന ജീവഹാനിയും ആവാസവ്യവസ്ഥയുടെ ശിഥിലീകരണവും ജലമലിനീകരണവുമെല്ലാം ഇവയുടെ നിലനില്പിനെ കാര്യമായി ബാധിക്കുന്നുണ്ട്. ശരിയായ സംരക്ഷണം നല്കിയില്ലെങ്കിൽ ഇവയുടെ വേരറ്റുപോകാൻ സാധ്യതയുണ്ടെന്ന് ശാസ്ത്രലോകം മുന്നറിയിപ്പ് നല്കുന്നു.

മലബാർ വെരുക്
Malabar civet / Malabar large-spotted civet

ശാസ്ത്രനാമം: *വിവെറാ സിവെറ്റിന*
*Viverra civettina Blyth,*1862
കുടുംബം: *വിവെറിഡേ*

1990-കൾക്ക് ശേഷം വ്യക്തമായി നിരീക്ഷിക്കാൻ സാധിച്ചിട്ടില്ലാത്ത ഒരു വന്യജീവിയാണ് മലബാർ വെരുക്. കടുത്ത വംശനാശത്തിന്റെ

വക്കിലാണെന്ന് IUCN സ്ഥിരീകരിക്കുന്ന ഇത് ഇന്ത്യയിൽ ഏറ്റവുമധികം വംശനാശഭീഷണിയുള്ള ഒരു വന്യജീവിയാണ്. ആവാസവ്യവസ്ഥാ നാശവും വേട്ടയാടലുമാണ് ഇവയുടെ നിലനിൽപ് അവതാളത്തിലാക്കിയത്.

മരപ്പട്ടിയോട് സാമ്യമുള്ള ഇവയെ പശ്ചിമഘട്ടത്തിലെ തീരദേശങ്ങളിലാണ് കണ്ടെത്തിയിരുന്നത്. ദക്ഷിണേന്ത്യയിൽ തെക്ക് കന്യാകുമാരി മുതൽ വടക്ക് വയനാട്, കൂർഗ് എന്നിവിടങ്ങളിൽ വരെയുള്ള ഇടതൂർന്ന തീരദേശകാടുകളിലോ, കാടിനോട് ചേർന്നുള്ള പറങ്കിമാവിൻ തോട്ടങ്ങളിലോ ആണ് ഇവ ജീവിച്ചിരുന്നത്.

19-ാം നൂറ്റാണ്ടിൽ ഈ സസ്തനികൾ മലബാറിലെ തീരദേശ വനങ്ങളിൽ ധാരാളമുണ്ടായിരുന്നതായി പറയപ്പെടുന്നു. 1960-കളിലാണ് ഇവയുടെ വംശം നാശോന്മുഖമായത്. 1989-ൽ കേരളത്തിലെ തിരുവല്ലയിൽ നിന്നും എളയൂർ നിന്നും ഓരോ മൃഗത്തെ കണ്ടെത്തിയിരുന്നു. 1990-കളുടെ ആദ്യം കർണ്ണാടകയിലെ സംരക്ഷിത പ്രദേശങ്ങളിൽ കണ്ടെത്താൻ കഴിഞ്ഞെങ്കിലും പിന്നീടിതു വരെ ഇവയെ കണ്ടെത്തിയിട്ടില്ല. നിശാസഞ്ചാരികളായ ഇവയെ അവസാനം റിപ്പോർട്ട് ചെയ്തത് കേരളത്തിൽ നിന്നാണ്. ശരീരത്തിന്റെ നീളം: 125 സെ.മീ. തൂക്കം: 8 -10 കിലോ.

ഇവയുടെ ദേഹത്തിന് ചാരനിറമാണ്. ദേഹത്ത് ചിതറിയതുപോലെ ധാരാളം ഇരുണ്ട ചെറുപുള്ളികളുണ്ടാവും. ഇതിന്റെ കവിളിൽ ഒരു ഇരുണ്ട പാട് കാണാം. മുതുകിലും വശങ്ങളിലും കുറുകെയും കഴുത്തിൽ ചരിഞ്ഞും ഇരുണ്ട രോമങ്ങൾ പട്ട പോലെ കാണപ്പെടുന്നു.

ഇവയുടെ തൊണ്ട ഭാഗവും കഴുത്തും വെള്ള നിറവും കാലുകൾ കറുപ്പു നിറവുമായിരിക്കും. വാലിൽ കറുപ്പ് നിറത്തിലുള്ള വളയങ്ങളുണ്ടാവും. ഇതാണ് ഇവയെ തിരിച്ചറിയാൻ സഹായിക്കുന്ന ഒരു സവിശേഷത. ദേഹം രോമക്കുപ്പായത്താൽ മൂടപ്പെട്ടിരിക്കും. ദേഹത്തിന്റെ പകുതിയോളം നീളം വാലിനുണ്ടായിരിക്കും.

വേഗത്തിൽ ഓടാനും ചാടാനും സാധിക്കുന്ന മലബാർ വെരുകിന് നിലത്തിലൂടെയും മരങ്ങളിലൂടെയും സഞ്ചരിക്കാൻ കഴിയും. മിശ്രഭോജിയാണെങ്കിലും വിവിധ തരം പഴങ്ങളോടാണ് ഇഷ്ടം.

പകൽ മറ്റ് ശല്യമില്ലാത്ത, ഇരുളടഞ്ഞ പാറയിടുക്കുകളിലോ മറ്റോ കഴിയുന്ന ഇവ രാത്രിയാണ് തീറ്റ തേടിയിറങ്ങുന്നത്. പൊതുവെ ഏകാന്തവാസികളാണ്. ഇവയുടെ പ്രജനനത്തെക്കുറിച്ച് വ്യക്തമായ അറിവില്ല. ഇപ്പോൾ എങ്ങും കാണപ്പെടുന്നതായി സൂചനയില്ല.

മലയണ്ണാൻ
Malabar Giant Squirrel/Indian Giant Squirrel

ശാസ്ത്രനാമം: *ററ്റൂഫ ഇൻഡിക്ക*
Ratufa indica Erxleben,1777
കുടുംബം: *സയൂറിഡേ*

കേരളത്തിലെ വനങ്ങളിൽ സർവ്വസാധാരണമായി കണ്ടുവരുന്ന ഒരു സസ്തനിയാണ് മലയണ്ണാൻ. കരണ്ടുതീനി കുടുംബത്തിലെ അംഗമാണിത്. അണ്ണാന്മാരിൽ ഏറ്റവും വലുപ്പമുള്ളയിനമാണ് മലയണ്ണാൻ. ലോകത്താകമാനം നാലിനം മലയണ്ണാന്മാരെ കാണപ്പെടുന്നുണ്ട്. ഇവയിൽ മൂന്നിനവും ഭാരതത്തിലെ വനങ്ങളിലുണ്ട്. ആസ്ത്രേലിയ, തെക്കേ അമേരിക്കയുടെ ചില ഭാഗങ്ങൾ, അറേബ്യൻ നാടുകൾ, ഈജിപ്ത്, മരുഭൂമികൾ എന്നിവിടങ്ങളിലൊഴികെ ലോകത്തിന്റെ എല്ലാ ഭാഗങ്ങളിലും ഇവയെ കണ്ടെത്തിയിട്ടുണ്ട്. ഇടതൂർന്ന വനങ്ങളാണ് ഇവയുടെ ആവാസമേഖലകൾ. മഹാരാഷ്ട്രയുടെ സംസ്ഥാനമൃഗമാണ് മലയണ്ണാൻ.

ഇവയുടെ ശരീരം രോമാവൃതമാണ്. ശരീരത്തിന് 25-45 സെ.മീ. നീളം വരും. വാലിനും അത്ര തന്നെ നീളമുണ്ടാകും. 1.5-2 കിലോഗ്രാമാണ് തൂക്കം. ഇവയുടെ മുതുകിന് ചുവപ്പ് നിറം മുതൽ ചുവപ്പ് കലർന്ന തവിട്ടുനിറം വരെ കാണാറുണ്ട്. വാൽ കറുപ്പാണ്. വാലിന്റെ അഗ്രഭാഗത്ത് ചുവപ്പു കലർന്ന നിറം കാണാം. ശരീരത്തിന്റെ അടിഭാഗവും മുൻകാലുകളും ക്രീം നിറമാണ്. നെറ്റി ചുവപ്പ് കലർന്ന തവിട്ടു നിറം. ചെവികൾ ചെറുതും അറ്റം ഉരുണ്ടതുമാണ്. ചുണ്ടുകൾക്ക് പിങ്കുനിറം. കാലുകളിൽ 5 വിരലുകളാണ് കാണുക. വിരലുകളിൽ കൂർത്ത നഖങ്ങളുണ്ടാവും. മുൻകാലുകളുടെയടിയിൽ കട്ടിയുള്ള പാഡുകളുണ്ടാവും. മരക്കൊമ്പുകളിൽ ബലമായി പിടിച്ചിരിക്കാൻ ഇവ സഹായിക്കുന്നു.

ഇവ ഉയരമുള്ള മരങ്ങളുടെ മുകളിലാണ് എപ്പോഴും കഴിയുക. മരങ്ങളുടെ ഉയരമുള്ള കൊമ്പുകളിലാണ് വിശ്രമം. മഴയും തണുപ്പുമുള്ള കാലങ്ങളിൽ കൂട്ടിലും വിശ്രമിക്കും. മരങ്ങളിലൂടെയാണ് സഞ്ചാരം. നിലത്തിറങ്ങുന്നത് അത്യപൂർവ്വം. കാലുകൾ വിടർത്തിപ്പിടിച്ചുകൊണ്ട് ഒരു മരത്തിൽ നിന്ന് അടുത്തുള്ള മരക്കൊമ്പിലേക്ക് ചാടുകയാണ് പതിവ്. ഇത്തരത്തിൽ 6 മീറ്റർ ദൂരം വരെ ഇവയ്ക്ക് ചാടാനാവുമെന്ന് കണ്ടെത്തിയിട്ടുണ്ട്.

ഇവ മിക്കവാറും ഒറ്റയ്ക്കാണ് സഞ്ചരിക്കുക. പ്രജനനകാലത്ത് ഇണയോടൊപ്പം സഞ്ചരിക്കും. മലയണ്ണാൻ ഒരിക്കലും കാടുവിട്ടിറങ്ങാറില്ല. വിശ്രമവും യാത്രയും എല്ലാം വൃക്ഷങ്ങളിൽ തന്നെയാണ്. നിലത്തിറങ്ങുന്നതും വിരളം. മരത്തിലൂടെ അതിവേഗം ഓടാനും ചാടാനും കഴിയും വിധമാണ് ഇവയുടെ ശരീരഘടന. ഉച്ചസമയത്ത് മരക്കൊമ്പിൽ വാൽ താഴേക്ക് തൂക്കിയിട്ട് കിടന്ന് വിശ്രമിക്കുന്ന മലയണ്ണാന്മാരെ കാണാവുന്നതാണ്. ഇവ മിക്കവാറും നിശ്ശബ്ദരായാണ് കഴിയുക. എന്നാൽ, ഉച്ചത്തിൽ ശബ്ദമുണ്ടാക്കാൻ കഴിയും. ശത്രുസാന്നിദ്ധ്യം

അനുഭവപ്പെട്ടാൽ ഓടി രക്ഷപ്പെടുന്നതിനു പകരം മരക്കൊമ്പിൽ അമർന്നു കിടക്കുകയാണ് ചെയ്യുക. ശത്രുവിന്റെ ശല്യം തുടരുകയാണെങ്കിൽ മരത്തടിയിലൂടെ അതിവേഗം താഴെയിറങ്ങി ഇടതൂർന്നു വളരുന്ന സസ്യങ്ങളുടെയിടയിൽ മറയും.

തളിരിലകളും മൊട്ടുകളും പൂക്കളും കായ്കളും അണ്ടികളും വിത്തുകളുമൊക്കെയാണ് ഇവയുടെ പ്രധാന ആഹാരം. ഇവ പ്രഭാതത്തിലും പ്രദോഷത്തിലുമാണ് ഇരതേടിയിറങ്ങുക. വെയിൽ മൂക്കുന്ന സമയത്ത് മരച്ചില്ലകളിൽ കിടന്ന് വിശ്രമിക്കും. പല്ലുകളും മുൻകാലുകളുമാണ് ഭക്ഷണം കഴിക്കാൻ സഹായിക്കുന്നത്. പിൻകാലുകളിൽ നിന്നുകൊണ്ട് മുൻകാലുകളിൽ ഭക്ഷണം പിടിച്ചാണ് അത് കരണ്ടുതിന്നുന്നത്. ഇവയുടെ പല്ലുകൾ എപ്പോഴും വളർന്നുകൊണ്ടിരിക്കും. അതിനനുസരിച്ച് തേഞ്ഞു പോകാറുമുണ്ട്.

തൂങ്ങിനിൽക്കുന്ന ചെറിയ മരച്ചില്ലകളിലാണ് ഇവ കൂട് നിർമ്മിക്കുന്നത്. വലിയ ഇരപിടിയന്മാർക്ക് ഇവിടെയെത്താൻ കഴിയില്ലെന്നതിനാലാണ് ഇവ ഇത്തരം സ്ഥലങ്ങൾ തെരഞ്ഞെടുക്കുന്നത്. അടുത്തടുത്ത മരങ്ങളിലായി ഒന്നിലേറെ കൂടുകളുണ്ടാക്കുന്ന സ്വഭാവമുണ്ട്. ഇത് മനുഷ്യൻ ഉൾപ്പെടെയുള്ള ശത്രുക്കളെ തെറ്റിദ്ധരിപ്പിച്ച് കുഞ്ഞിരിക്കുന്ന കൂടിനെ കൂടുതൽ സുരക്ഷിതമാക്കിവയ്ക്കാൻ വേണ്ടിയാണ്. ഈ കൂടുകളിൽ ചിലത് പിന്നീട് വിശ്രമസ്ഥലമായും കുഞ്ഞിനെ പോറ്റാനുള്ള ഇടമായും ഉപയോഗിക്കും. കൂടുനിർമ്മാണം പെൺ അണ്ണാൻ ഒറ്റയ്ക്കാണ് നടത്തുന്നത്. ഇലകളും ചുള്ളികളും നാരുകളുമൊക്കെ ചേർത്ത് ഗോളാകൃതിയിലാണ് കൂടു നിർമ്മിക്കുന്നത്. നാട്ടിലെ അണ്ണാന്റെ കൂടിന്റെ അഞ്ചിരട്ടി വലുപ്പമെങ്കിലും ഇതിനുണ്ടാവും. ഒരു പ്രസവത്തിൽ ഒരു കുഞ്ഞാണുണ്ടാവുക. ശിശുസംരക്ഷണം മാതാവിന്റെ മാത്രം ചുമതലയാണ്. പാൽ മാത്രം കുടിച്ച് വളരുന്ന കുഞ്ഞ് ആറ് മാസം കഴിയുമ്പോൾ ഒറ്റയ്ക്ക് ഇരതേടാൻ തുടങ്ങും. കൂടുനിർമ്മാണ സമയത്തും കുഞ്ഞിനെ വളർത്തുന്ന സമയത്തും മലയണ്ണാൻ ആ പരിസരം വിട്ട് പോകാറില്ല. ഇവയ്ക്ക് കാട്ടുപരുന്തും കഴുകനും ഉൾപ്പടെയുള്ള പക്ഷികളും കാട്ടുപൂച്ച, വെരുക് തുടങ്ങിയ ചില മൃഗങ്ങളും ശത്രുക്കളാണ്.

മുള്ളൻപന്നി

Indian Porcupine/ Indian crested Porcupine

ശാസ്ത്രനാമം: *ഹിസ്ട്രിക്സ് ഇൻഡിക്ക*

*Hystrix indica Kerr,*1792

കുടുംബം: *ഹിസ്ട്രിസിഡേ*

വിവിധ ഏഷ്യൻ രാജ്യങ്ങളിലും ചില യൂറോപ്യൻ രാജ്യങ്ങളിലും ആഫ്രിക്കയിലും കാണപ്പെടുന്ന ഒരു വന്യജീവിയാണ് മുള്ളൻപന്നി. കരണ്ടുതീനികളുടെ വർഗ്ഗത്തിൽ ഉൾപ്പെട്ട ഇവ പന്നിവർഗ്ഗമല്ല. ഇന്ത്യയിൽ മൂന്ന്

ജാതി മുള്ളൻ പന്നികളെ കാണപ്പെടുന്നുണ്ട്. ഇന്ത്യയുടെ വിവിധ വന മേഖലകളിൽ ഇവയുടെ സാന്നിധ്യമുണ്ട്. പൊതുവെ വിരളമാണ്. പന്നി എന്ന ലാറ്റിൻ പദവും മുള്ളിനെ സൂചിപ്പിക്കുന്ന ഫ്രഞ്ച്-ലാറ്റിൻ പദങ്ങളും ചേർന്നാണ് മുള്ളൻപന്നിയുടെ ഇംഗ്ലീഷ് വാക്ക് (Porcupine.) ഉണ്ടായിരിക്കുന്നത്. നമ്മുടെ നിത്യഹരിതവനങ്ങളിലും ഇലപൊഴിയും ഈർപ്പവനങ്ങളിലും പാറകൾ നിറഞ്ഞ കുന്നിൻ ചരിവുകളിലും കാടിനോട് ചേർന്ന തുറസ്സായ ഗ്രാമങ്ങളിലും വരണ്ട വനങ്ങളിലും മറ്റും ഇവയെ കാണാവുന്നതാണ്. ബലമുള്ള കുറ്റിച്ചെടികൾക്കിടയിലും പാറക്കൂട്ടത്തിനിടയിലും മാളങ്ങളിലും മറ്റുമാണ് താവളം.

ഇരുണ്ട തവിട്ടുനിറമുള്ള ദേഹത്ത്, രോമങ്ങളും സമാനമായ രീതിയിൽ നീണ്ടു കൂർത്ത മുള്ളുകളുമുണ്ട്. തല മുതൽ ഏതാണ്ട് കഴുത്ത് വരെ കട്ടിയുള്ള രോമങ്ങളാണ്. ഇത് ഇവയെല്ലാം പ്രതിരോധാവയവങ്ങളാണ്.

രോമങ്ങൾ പൂർണ്ണമായും തവിട്ടുനിറമായിരിക്കും. നീളവും ബലവുമുള്ള മുള്ളുകൾക്ക് ഇരുണ്ട തവിട്ടുനിറമായിരിക്കും. അതിന്റെ അഗ്രഭാഗം വെള്ളനിറവുമായിരിക്കും. പൊതുവെ ഈ മുള്ളുകളും രോമങ്ങളും ശരീരത്തിൽ ഒതുങ്ങിയിരിക്കും. എന്നാൽ ഭയക്കുമ്പോഴോ, ശത്രുസാന്നിധ്യം ഉണ്ടാകുമ്പോഴോ മുള്ളുകൾ വിടർന്ന് വികസിക്കും. ശത്രുവിനെ നേരിടുന്നത് മുഖാമുഖമല്ല, പൃഷ്ഠം കൊണ്ടാണ്. വിടർത്തിയ മുള്ളുകളുമായി പിന്നോക്കം പാഞ്ഞ് ശത്രുവിനെ പൃഷ്ടം കൊണ്ടിടിച്ച് മുള്ളുകൾ അവയുടെ ശരീരത്തിൽ തറപ്പിച്ചുകയറ്റുകയാണ് ചെയ്യുന്നത് തോൾഭാഗം മുതൽ പിന്നോട്ടാണ് മുള്ളുകൾ കാണപ്പെടുന്നത്. തോൾഭാഗത്തുള്ളവയ്ക്ക് നീളം കുറഞ്ഞിരിക്കും. പിന്നിലേക്ക് പോകുമ്പോൾ മുള്ളിന് നീളം കൂടും. കൂർത്ത മുള്ളുകൾ മൃഗങ്ങളുടെ നേർത്ത മുഖത്ത് ഇടിച്ചുകയറ്റുകയാണ് പതിവ്. പിന്നീട് ഇത് ഇളകി പോകും. വനത്തിലെ വമ്പന്മാരായ കടുവയും പുലിയും മറ്റും മുള്ളൻ പന്നിയെ ആക്രമിക്കാതെ വിടുകയാണ് പതിവ്.

ഇവയുടെ ശരീരം തടിച്ചതാണ്. നീളം കുറഞ്ഞ വാൽ കാണാൻ കഴിയാത്ത വിധം മുള്ളുകൾ കൊണ്ട് നിറഞ്ഞിരിക്കും. വലിയ നഖങ്ങളുള്ള പാദങ്ങൾക്ക് ബലം കൂടുതലാണ്. തലയ്ക്ക് വലുപ്പമുണ്ടാകും. മുന്നോട്ട് നീണ്ടതാണ് മോന്ത. കഴുത്ത് കുറുകിയതാണ്. കഴുത്തിൽ മാല പോലെ ഒരു നിരയായി വെള്ളരോമങ്ങൾ കാണാം. ശരീരത്തിന്റെ ആകെ വലുപ്പം 60–90 സെ.മീ. ആണ്. തൂക്കം 12–17 കി.ഗ്രാം ആണ്. പൂർണ്ണമായും നിശാസഞ്ചാരികളാണിവ. മഞ്ഞുകാലത്തും മഴക്കാലത്തും സന്ധ്യക്കും രാവിലേയും ഇരതേടി ഇറങ്ങും. പകൽ ഇരുൾ നിറഞ്ഞ പാറക്കൂട്ടങ്ങൾക്കിടയിലോ കുറ്റിക്കാടുകൾക്കിടയിലോ ഒളിച്ച് കഴിയുകയാണ് പതിവ്. പൊതുവെ ഏകാന്തവാസികളായിട്ടാണ് അറിയപ്പെടുന്നത്. ഇണചേരൽ കാലത്ത് ഇണയോടൊപ്പവും കുഞ്ഞുങ്ങൾ ആകുമ്പോൾ കുഞ്ഞുങ്ങളോടൊപ്പവും കാണാവുന്നതാണ്. ഇവയ്ക്ക് ശത്രുക്കൾ കുറവാണ്. എന്നാൽ വേട്ടയാണ് ഇവയുടെ നിലനില്പിനെ ബാധിക്കുന്ന ഘടകം.

ഇതൊരു സസ്യഭുക്കാണ്. കിഴങ്ങുകളും വിത്തുകളും മരങ്ങളുടെ താഴ്ഭാഗത്തുള്ള തൊലിയും മറ്റുമാണ് കഴിക്കുന്നത്. കിഴങ്ങുകൾ മണ്ണിൽ നിന്ന് മാന്തിയെടുക്കാൻ മുൻകാലുകളിലെ നഖങ്ങൾ ഉപയോഗിക്കുന്നു. വനമേഖലയോട് ചേർന്ന കൃഷിസ്ഥലങ്ങളിൽ ഇറങ്ങി കാർഷികവിളകൾ നശിപ്പിക്കുന്ന പതിവുണ്ടിവയ്ക്ക്. അതിനാൽ കർഷകന്റെ ശത്രു എന്ന നിലയിൽ അറിയപ്പെടുന്നുണ്ട്. ഇവയുടെ ദേഹത്തിലെ മുള്ളുകൾ വളരാൻ എല്ലിലുള്ള കാൽസ്യവും ഫോസ്ഫറസ്സും മറ്റും ആവശ്യമാണ്. ഇതുമായി ബന്ധപ്പെട്ട് കാട്ടിലെ ചത്ത ജീവികളുടെ എല്ലുകൾ കരണ്ടു തിന്നുന്ന പതിവുണ്ട്.

സസ്തനിയായ മുള്ളൻപന്നിയുടെ പ്രജനനത്തിലും ചില പ്രത്യേക തകൾ കാണപ്പെടുന്നു. അതിൽ പ്രധാനം ഇവയുടെ ഇണചേരലാണ്. മുള്ളുള്ളത് ഇണചേരുന്നതിന് തടസ്സമാകാറില്ല.

ഏതാണ്ട് 6-7 മാസമാണ് ഗർഭകാലം. ഒരു കുഞ്ഞാണ് പതിവ്. ജനി ക്കുമ്പോൾ തന്നെ ഇവയ്ക്ക് മുള്ളുകൾ ഉണ്ടായിരിക്കും. എന്നാൽ മുള്ളു കൾ തീരെ മൃദുവായിരിക്കും. കണ്ണുകൾ തുറന്നിരിക്കും. രണ്ടാഴ്ചയോളം കഴിഞ്ഞ് മാത്രമേ കുട്ടികളുടെ മുള്ളുകൾ ബലപ്പെടുകയുള്ളു. കുട്ടികളുടെ സംരക്ഷണം മാതാവിനാണ്. ഒരുമാസം കഴിയുമ്പോൾ കുട്ടികൾ അമ്മ യോടൊപ്പം സഞ്ചരിച്ച് തുടങ്ങും. കുട്ടികളെ ഇണക്കി വളർത്താവുന്ന താണ്. ഇവയുടെ മുഖ്യ ശത്രു മനുഷ്യനാണ്.

മ്ലാവ്/കലമാൻ
Sambar deer

ശാസ്ത്രനാമം: *റൂസാ യൂണികളർ*
*Rusa unicolour Kerr,*1792

കുടുംബം: *സെർവിഡേ*
ഉപകുടുംബം: *സെർവിനേ*

ഇന്ത്യയിലെ ഏറ്റവും വലിയ മാനാണ് മ്ലാവ്. ഇന്ത്യാ ഉപഭൂഖണ്ഡം, ദക്ഷിണചൈന, ദക്ഷിണപൂർവ്വേഷ്യ എന്നിവിടങ്ങളിൽ കണ്ടുവരുന്നു. കലമാൻ എന്നപേരിലും ഇവ അറിയപ്പെടുന്നുണ്ട്. ഇന്ത്യയിലെ വിവിധ സംസ്ഥാനങ്ങളിലുണ്ട്. നിത്യഹരിതവനങ്ങൾ, ഇലപൊഴിയും ഈർപ്പവന ങ്ങൾ, പുൽമേടുകൾ, വരണ്ടവനങ്ങൾ എന്നിവിടങ്ങളിൽ എല്ലാം ഇവ യുടെ സാന്നിധ്യമുണ്ട്. വനനിബിഡമായ പർവ്വതപ്രദേശങ്ങളും ജലാശയ ത്തോട് ചേർന്ന പുൽമേടുകളും ഇവയുടെ ഇഷ്ടമേഖലകളാണ്. കേരള ത്തിലെ വനങ്ങളിലും ഇവയെ കാണാവുന്നതാണ്. മലയുടെ മാൻ എന്ന

അർത്ഥം വരുന്ന മലമാൻ എന്നതാവാം കലമാൻ എന്ന വിളിപ്പേരിന് വഴി മാറിയത്. ഇതൊരു സാധുമൃഗമാണ്. ആൺമാനിനാണ് വലുപ്പം കൂടുതൽ.

ഇരുണ്ട തവിട്ടുനിറമുള്ള ദേഹമാണ് ഇവയ്ക്ക്. ശരീരത്തിൽ പുള്ളികളോ വരകളോ ഒന്നും കാണില്ല. ഒരുതരം പരുക്കൻ രോമങ്ങളാൽ നിറഞ്ഞതാണ് ത്വക്ക്. ആൺമൃഗത്തിന്റെ കഴുത്തിനു ചുറ്റുമുള്ള രോമങ്ങൾക്ക് നീളം കൂടുതലായിരിക്കും. മൂന്നു ശിഖരങ്ങളുള്ള വലുപ്പമുള്ള കൊമ്പുകൾ ഇവയുടെ സവിശേഷതയാണ്. കൊമ്പുകൾക്ക് ഒരു മീറ്ററിലധികം നീളമുണ്ടാകും. കാലുകൾക്ക് നീളമുണ്ട്. വേഗത്തിൽ ഓടാനും ചാടാനും ഇവ സഹായകമാണ്. മറ്റു മാനുകളെപ്പോലെ ഇവയുടെ വാലും ചെറുതാണ്. പ്രതികൂല സാഹചര്യത്തിൽ വാൽ ഉയർത്തിപ്പിടിക്കുന്ന ഒരു സ്വഭാവമുണ്ട്. കാഴ്ചശക്തിയും ഘ്രാണശക്തിയും ഇവയ്ക്ക് കൂടുതലാണ്. ഇതുമൂലം ശത്രുക്കളുടെ സാന്നിധ്യം മനസ്സിലാക്കി വേഗത്തിൽ ഒഴിഞ്ഞുമാറാൻ സാധിക്കും. വിപരീതസാഹചര്യത്തിൽ വേഗത്തിൽ ഓടുകയാണ് പതിവ്. പ്രജനനകാലം കഴിയുമ്പോൾ കൊമ്പ് കൊഴിഞ്ഞ് പോകാറുണ്ട്. അടുത്ത പ്രജനനകാലമാകുമ്പോൾ ഇത് പൂർവ്വസ്ഥിതിയിൽ എത്തും. തോൾ വരെ ഉയരം 150-155 സെ.മീറ്ററും നീളം 182-270 സെ.മീറ്ററുമാണ്. വാലിന് 20-35 സെ.മീ. നീളം കാണും. തൂക്കം 245-325 കി.ഗ്രാം. പശ്ചിമഘട്ടത്തിൽ കാണപ്പെടുന്ന മ്ലാവിന് കഴുത്തിൽ മുറിവ് പോലെ ഒരടയാളം ചില കാലങ്ങളിൽ കാണപ്പെടുന്നുണ്ട്.

ആണും പെണ്ണും കുട്ടികളുമടങ്ങുന്ന ചെറു സംഘമായിട്ടാണ് ഇവയുടെ സഞ്ചാരം. ഒരു സംഘത്തിൽ 5 മുതൽ 15 വരെ എണ്ണം കാണപ്പെടുമെന്ന് പറയപ്പെടുന്നു. (എന്നാൽ ഇതിന്റെ എഴുത്തുകാരിൽ ഒരാളായ ആർ വിനോദ്കുമാർ പറമ്പിക്കുളത്തും വയനാട്ടിലും നെയ്യാറിലും പേപ്പാറയിലും കണ്ട കലമാൻ കൂട്ടത്തിൽ 6-ൽ കൂടുതൽ എണ്ണം ഇല്ലായിരുന്നു. തട്ടേക്കാടിലും നെയ്യാറിലും പേപ്പാറയിലും ചെന്തുരുണിയിലും മലബാർ വന്യജീവിസങ്കേതത്തിലും മറ്റും ഒറ്റയ്ക്ക് അലയുന്ന മ്ലാവിനെയും പലവട്ടം കണ്ടിരിക്കുന്നു. നെയ്യാറിലും പേപ്പാറയിലും ചെന്തുരുണിയിലും ഡോ. ടി. ആർ ജയകുമാരിയും ഈ കാഴ്ച കണ്ടിട്ടുണ്ട്. ഒരിക്കൽ മാത്രമാണ് പറമ്പിക്കുളത്ത് എണ്ണം കൂടുതലുള്ള കൂട്ടത്തെ കാണാൻ സാധിച്ചത്. ഇത് ഇവയുടെ ഗണ്യമായ കുറവിനെയാണ് സൂചിപ്പിക്കുന്നത്.) മനുഷ്യനെക്കണ്ടാൽ തലയുയർത്തി ഏതാനും നിമിഷം നോക്കിയ ശേഷം ഉച്ചത്തിൽ മനോഹരമായി 'ഡോങ്ക്' എന്ന ശബ്ദം പുറപ്പെടുവിച്ചു കൊണ്ട് ഓടിമറയുകയാണ് പതിവ്. ഇണചേരൽ കാലത്ത് മണ്ണിൽ കിടന്ന് ഉരുളുന്ന പതിവുണ്ട്.

സസ്യഭുക്കുകളായ ഇവ പുല്ലും ഇലയും കായും പഴങ്ങളും വൃക്ഷത്തിന്റെ തൊലിയും മറ്റുമാണ് കഴിക്കുന്നത്. പൊതുവെ പകൽ സഞ്ചാരിയാണ്.

വർഷത്തിൽ ഒരിക്കലാണ് പ്രജനനം. നവംബർ-ജനുവരിയാണ് ഇവയുടെ ഇണചേരൽ കാലം. ഇണചേരൽ കാലത്ത് ആൺമാനുകൾ പെണ്ണിനു വേണ്ടി ബലപരീക്ഷണം നടത്താറുണ്ട്. ഒരു പ്രസവത്തിൽ ഒരു കുഞ്ഞാണ് പതിവ്. ചിലപ്പോൾ രണ്ട് കുട്ടികളും കാണാറുണ്ട്. കുട്ടികൾ വേഗത്തിൽ നടക്കാനും ഓടാനും കഴിവ് നേടും. അമ്മയുടെ പാൽ മാത്രം കുടിച്ച് വളരുന്ന ഇവ ഏതാനും ആഴ്ചകൾ കഴിയുമ്പോൾ പുല്ലും മറ്റും കഴിച്ച് തുടങ്ങും.

വനത്തിൽ കടുവയുടെ ഇഷ്ട ഇരമൃഗമാണ് കലമാൻ. പുലി, കാട്ടുനായ് എന്നിവയും കൂടുതലായി ആക്രമിക്കുന്നത് ഇവയെയാണ്. ശത്രുക്കൾ ഓടിച്ചാൽ ഓടി വെള്ളത്തിൽ ഇറങ്ങുന്ന പതിവുണ്ട്. ജലാശയത്തിൽ ഇറങ്ങി കാലുകൊണ്ട് വെള്ളം തെറിപ്പിക്കാറുണ്ട്. ആവാസവ്യവസ്ഥയുടെ നാശവും മലിനീകരണവും വേട്ടയും ഇവയുടെ എണ്ണത്തെ കാര്യമായി ബാധിക്കുന്നതായി ശാസ്ത്രലോകം മുന്നറിയിപ്പ് നല്കുന്നുണ്ട്.

വരയാട്
Nilgiri Tahr / Wild Goat

ശാസ്ത്രനാമം: *ഹെമിട്രാഗസ് ഹൈലോക്രിയസ്*
*Hemitragus hylocrius Ogilby,*1838
നീലഗിരിട്രാഗസ് ഹൈലോക്രിയസ്
*Nilgiritragus hylocrius Ogilby,*1838
കുടുംബം: *ബോവിഡേ*

ലോകത്ത് നമ്മുടെ പശ്ചിമഘട്ടത്തിൽ മാത്രം കാണപ്പെടുന്ന ഒരിനം ആടാണിത്. പശ്ചിമഘട്ടത്തിലെ ഏക കാട്ടാടായ ഇത് തമിഴ്നാടിന്റ സംസ്ഥാന മൃഗം കൂടിയാണ്. ഇവയെ ദക്ഷിണ പശ്ചിമഘട്ടത്തിലെ പാറക്കെട്ടുകൾ നിറഞ്ഞ പുൽമേടുകളിലാണ് കാണപ്പെടുന്നത്. കേരളത്തിലാണ് ഇവയുടെ സാന്നിധ്യം കൂടുതലായുള്ളത്. ഇടുക്കിയിലെ മൂന്നാറിനടുത്തുള്ള ഇരവികുളം ദേശീയോദ്യാനം ഇവയുടെ സംരക്ഷണം മുൻനിർത്തി രൂപം കൊടുത്തതാണ്. ഇരവികുളം ദേശീയോദ്യാനം കൂടാതെ, സൈലന്റ് വാലി, പേപ്പാറ, നെയ്യാർ, ചിന്നാർ, വാൽപ്പാറ, ഷോളയാർ, ഗവി തുടങ്ങിയ വനമേഖലകളിലും ഇവയെ കാണാം.

തണുപ്പുള്ള കാലാവസ്ഥ ഇഷ്ടപ്പെടുന്ന വരയാടുകൾ സംഘമായിട്ടാണ് മിക്കവാറും സഞ്ചരിക്കുന്നത്. സംഘത്തിൽ പെണ്ണാടുകളാണ് കൂടുതലായുണ്ടാകുന്നത്. പ്രായപൂർത്തിയായ ആണാടുകൾ സാധാരണ സംഘത്തിൽ നിന്ന് മാറിയായിരിക്കും സഞ്ചരിക്കുന്നത്. ഇവ ഇണചേരൽ

കാലത്ത് സംഘത്തിൽ എത്തുകയും അതിന് ശേഷം കൂട്ടം വിടുകയും ചെയ്യും. ഇക്കാലത്ത് ഇണകൾക്കു വേണ്ടി ആണാടുകൾ തമ്മിൽ ഏറ്റു മുട്ടാറുണ്ട്.

പരുക്കൻ രോമങ്ങൾ നിറഞ്ഞ ഇവയുടെ ശരീരത്തിന് മഞ്ഞ കലർന്ന ഇരുണ്ട തവിട്ടു നിറമാണ്. കഴുത്തിലും ഉദരത്തിലും വെള്ളനിറം കാണാം. കൊമ്പുകൾ ചെറിയവയാണ്. ഇവയിൽ മോതിര വളയങ്ങൾ പോലെ അടയാളങ്ങളുണ്ടായിരിക്കും. സമാന്തരമായി പിന്നോട്ട് വളഞ്ഞ കൊമ്പുകൾ ആൺ-പെൺ ഭേദമില്ലാതെ എല്ലാ മൃഗങ്ങൾക്കുമുണ്ടാവും. കുത്തനെയുള്ള പാറക്കെട്ടുകളിലൂടെ അനായാസം സഞ്ചരിക്കാൻ സാധിക്കും വിധത്തിലാണ് ഇവയുടെ കാലുകൾ. ഇവയ്ക്ക് 80-90 സെ.മീ നീളവും ഏതാണ്ട് 100-110 സെ.മീ ഉയരവും ശരാശരി 50 കിലോ തൂക്കവും ഉണ്ടാവും.

ഇവ പൂർണമായും സസ്യഭുക്കുകളാണ്. പകലാണ് സജീവമാകുന്നത്. രാവിലേയും വൈകുന്നേരവുമാണ് ഇരതേടൽ. ഉച്ചസമയത്ത് വിശ്രമിക്കുകയാണ് പതിവ്. ഈ സമയം ഒരെണ്ണം ശ്രദ്ധാപൂർവ്വം കാവൽ നില്ക്കാറുണ്ട്. പുല്ലുകളും കുറ്റിച്ചെടികളും മറ്റുമാണ് ആഹാരം.

വർഷത്തിൽ ഒരു തവണയാണ് പ്രസവം നടക്കുന്നത്. ഒരു കുട്ടിയാണ് പതിവ്. പ്രസവിച്ച് ഏതാനും നിമിഷങ്ങൾക്കകം കുഞ്ഞ് എഴുന്നേറ്റ് നില്ക്കാനും നടക്കാനും തുടങ്ങും. ഇവ കടുത്ത വംശനാശത്തിന്റെ വക്കിലാണ്. ആവാസ കേന്ദ്രങ്ങളിലെ നാശവും വേട്ടയുമാണ് ഇവയുടെ നിലനില്പിനെ ബാധിക്കുന്ന പ്രധാന ഘടകങ്ങൾ. പൊതുവെ മനുഷ്യരോട് ഇണങ്ങുന്ന സ്വഭാവമാണ് ഇവയ്ക്കുള്ളത്. ഇരവികുളം ദേശീയോദ്യാനത്തിൽ മനുഷ്യരുമായി അടുത്തിടപഴകുന്ന വരയാടുകൾ മറ്റ് വനമേഖലകളിൽ മനുഷ്യരെ കാണുമ്പോൾ ഓടിമറയുകയാണ് പതിവ്. വളരെ അപൂർവ്വമായി മാത്രമാണ് ഇവ ശബ്ദിക്കുന്നത്.

സിംഹവാലൻ കുരങ്ങ്/ശിങ്കളം
Lion-tailed macaque

ശാസ്ത്രനാമം: *മക്കാക്ക സൈലെനസ്*
*Macaca silenus Linnaeus,*1758
കുടുംബം: *സെർക്കോപിത്തെസിഡേ*

ലോകത്ത് പശ്ചിമഘട്ടത്തിൽ മാത്രം കണ്ടുവരുന്ന ഒരിനം കുരങ്ങാണ് സിംഹവാലൻ കുരങ്ങ്. ശിങ്കളം, നല്ലമന്തി എന്നിങ്ങനെയും ഇവ അറിയപ്പെടുന്നു. പശ്ചിമഘട്ടത്തിന്റെ ദക്ഷിണഭാഗങ്ങളിലാണ് ഇവയെ കാണാവുന്നത്. ഉത്തര കാനറ മുതൽ തെക്ക് കേരളം, കന്യാകുമാരി

എന്നിവിടങ്ങൾ വരെ ഇവയുടെ സാന്നിധ്യമുണ്ട്. കൊട്ടിയൂർ, സൈലന്റ് വാലി, ന്യൂ അമരമ്പലം, ശിരുവാണി, വാഴച്ചാൽ, പറമ്പിക്കുളം, ഷോള യാർ, പെരിയാർ, അതിരപ്പള്ളി, ചെന്തുരുണി, തെന്മല, പേപ്പാറ, നെയ്യാർ എന്നീ വനമേഖലകളിൽ ഇവയെ കണ്ടെത്തിയിട്ടുണ്ട്. ഇവ ഏറ്റവും കൂടു തലുള്ളത് വാഴച്ചാലിലാണെന്നാണ് ചില വന്യജീവി ഫോട്ടോഗ്രാഫർമാർ അഭിപ്രായപ്പെടുന്നത്. ഇടതൂർന്ന മഴക്കാടുകളാണ് ഇവയുടെ ഇഷ്ട ആവാസ കേന്ദ്രങ്ങൾ. സ്വാഭാവിക ആവാസവ്യവസ്ഥയിൽ ഇവയ്ക്ക് 20 വർഷത്തോളം ആയുസ്സുള്ളതായാണ് കണ്ടെത്തിയിരിക്കുന്നത്. മനുഷ്യ സാമീപ്യം ഇഷ്ടപ്പെടാറില്ല.

ഇവയ്ക്ക് തല മുതൽ വാലിന്റെ അറ്റം വരെ ഏതാണ്ട് 50-60 സെ.മീ. നീളമുണ്ടാകും. വാലിന് മാത്രം 25-30 സെ.മീ. നീളം കാണും. തൂക്കം 5-10 കിലോഗ്രാം. പെണ്ണിന് താരതമ്യേന വലുപ്പം കുറവായിരിക്കും. മുഖ മൊഴികെ തിളങ്ങുന്ന കറുത്ത രോമങ്ങളാൽ പൊതിഞ്ഞ ശരീരമാണ് ഇവയ്ക്കുള്ളത്. മുഖത്ത് നരച്ച വെള്ളിനിറത്തിലുള്ള മനോഹരമായ കുഞ്ചിരോമങ്ങളുള്ള സട ഉണ്ടായിരിക്കും. ഇതിനു സിംഹത്തിന്റെ സടയോട് സാമ്യമുണ്ട്. വാലിന്റെ അറ്റത്തും സിംഹവാലിലുള്ളത് പോലെ കുഞ്ചിരോമങ്ങളുണ്ട്. സിംഹവാലൻ എന്ന് പേര് ലഭിക്കാൻ ഇതാണ് കാരണം. മറ്റു കുരങ്ങുകളിൽ നിന്ന് ഇവയെ തിരിച്ചറിയാൻ സഹായി ക്കുന്നതും ഈ സവിശേഷതകളാണ്. മൂക്കിൽ നിന്ന് നെറ്റിയിലേക്ക് നീളുന്ന കറുത്ത രോമങ്ങൾ ഒരു തിലകം പോലെ കാണാവുന്നതാണ്. വൃക്ഷങ്ങളിലൂടെ നടക്കുന്നതും ഏറെക്കുറെ സിംഹങ്ങൾ നടക്കുന്നതു പോലെയാണ്.

പകൽസഞ്ചാരികളായ ഇവ മരക്കൊമ്പുകളിലാണ് ജീവിതം ചെല വഴിക്കുന്നത്. സഞ്ചാരവും മരങ്ങളിലൂടെത്തന്നെ. അതിനാൽ ഇടതിങ്ങി വളരുന്ന വൃക്ഷങ്ങളുടെ തുടർച്ചയായ മേലാപ്പ് ഇവയുടെ സഞ്ചാരത്തിന് അനിവാര്യമാണ്. സംഘമായിട്ടാണ് സഞ്ചാരം. ഒരു സംഘത്തിൽ 10-20 അംഗങ്ങളുണ്ടാവും. പൊതുവെ മന്ദമായാണ് ഇവയുടെ യാത്ര. ഭയ പ്പാടുണ്ടായാൽ വളരെവേഗം മരക്കൊമ്പുകളിലൂടെ ഓടിയും ചാടിയും സഞ്ചരിക്കും. ഇത്തരം സാഹചര്യങ്ങളിൽ ഉച്ചത്തിൽ ശബ്ദം പുറപ്പെടു വിക്കുകയും ചെയ്യും. വൃക്ഷത്തിന്റെ ഏറ്റവും കനം കുറഞ്ഞ ശാഖയാണ് രാത്രികാലത്ത് വിശ്രമിക്കാനായി ഇവ തെരഞ്ഞെടുക്കുന്നത്. കുഞ്ഞു ങ്ങളുമായി കഴിയുന്നതും ഇത്തരം വൃക്ഷാഗ്രഭാഗങ്ങളിൽത്തന്നെയാണ്. സ്പർശനം, ശബ്ദം എന്നിവയിലൂടെയാണ് പരസ്പരം ആശയവിനിമയം നടത്തുന്നത്. ചില സന്ദർഭങ്ങളിൽ കോയേ എന്നോ കൂ എന്നോ വിളി ക്കാറുണ്ട്.

മിശ്രഭോജികളാണിവ. കായ്കളും പഴങ്ങളും പൂമൊട്ടുകളും തളിരില കളുമൊക്കെയാണ് മുഖ്യഭക്ഷണം. ചിലപ്പോൾ ഷഡ്പദങ്ങളെയും ഒച്ചു കളെയും പക്ഷികളുടെ മുട്ടകളേയും ഒക്കെ ഭക്ഷണമായി സ്വീകരിക്കാ റുണ്ട്. ഭക്ഷണസമ്പാദനം മരങ്ങളിൽ നിന്നാണ്. ഇവ ഭക്ഷണത്തിനായി

100-ഓളം ഇനം സസ്യങ്ങളെ ആശ്രയിക്കുന്നതായി പഠനങ്ങൾ വെളിപ്പെടുത്തുന്നു. ഇവയുടെ പ്രധാന ഭക്ഷണസ്രോതസ്സുകൾ വെടിപ്ലാവ്, കാട്ടുപ്ലാവ്, കാട്ടുമാവ്, ആൽ, പാലി തുടങ്ങിയവയാണ്.

വളരെ കുറഞ്ഞ തോതിലാണ് പ്രത്യുത്പാദനം. മൂന്നു വർഷത്തിലൊരിക്കൽ മാത്രമാണ് ഒരു പെൺകുരങ്ങ് പ്രസവിക്കുന്നത്. അതും കൂട്ടത്തിലെ പ്രധാനിയായ പെൺകുരങ്ങ് മാത്രം. പ്രായപൂർത്തിയാകാനുള്ള പ്രായവും കൂടുതലാണ്. ഈ രണ്ടു പ്രത്യേകതകളും കാരണം ഇവയുടെ വംശവർദ്ധന വളരെ സാവധാനമാണ് നടക്കുന്നത്. ഒരു ആൺകുരങ്ങിന് ഒന്നിലധികം ഇണകളുണ്ടാകും. ഗർഭകാലം ആറ് മാസമാണ്. മിക്കവാറും ഒരു പ്രസവത്തിൽ ഒരു കുട്ടിയാണ് കാണുന്നത്. പെൺകുരങ്ങാണ് കുഞ്ഞിനെ വളർത്തുന്നത്. കുഞ്ഞിന് പ്രായമായവയിൽ നിന്ന് നിറവ്യത്യാസമുണ്ടായിരിക്കും. വളരുമ്പോഴാണ് സംഘത്തിലെ അംഗമാകുന്നത്.

കുറഞ്ഞ പ്രജനനനിരക്കിനോടൊപ്പം റോഡുകളുടെയും അണക്കെട്ടുകളുടെയും നിർമ്മാണം മൂലം മഴക്കാടുകൾ ശിഥിലീകരിക്കപ്പെടുന്നതും അവയുടെ തുടർച്ച നഷ്ടപ്പെടുന്നതും സ്വൈരസഞ്ചാരത്തിനും ജീവിതത്തിനും തടസ്സമായതിനാൽ ഇവയുടെ എണ്ണത്തിൽ വളരെ കുറവു വന്നിട്ടുണ്ട്. വനനശീകരണം മൂലം ഭക്ഷണസ്രോതസ്സുകളിൽ കൂടി കുറവു വന്നതോടെ ഇവ കടുത്ത വംശനാശഭീഷണിയിലാണ്. ശക്തമായ സംരക്ഷണ നടപടികൾ സ്വീകരിച്ചില്ലെങ്കിൽ അവശേഷിക്കുന്ന സിംഹവാലൻ കുരങ്ങുകളുടെ ജീവൻകൂടി അപകടത്തിലാകും.

ഹനുമാൻകുരങ്ങ്
Hanuman Langur

ശാസ്ത്രനാമം: *സെമ്നോപിത്തെക്കസ് എന്റെല്ലസ്*

Semnopithecus entellus Dufresne, 1797

കുടുംബം: *സെർക്കോപിത്തെസിഡേ*

ഇന്ത്യയിലെ വനമേഖലയിൽ കണ്ടുവരുന്ന ഒരിനം കുരങ്ങാണ് ഹനുമാൻ കുരങ്ങ്. ഇവയെ കന്യാകുമാരി മുതൽ ഹിമാലയം വരെയുള്ള ഏറെക്കുറെ എല്ലാ പ്രദേശങ്ങളിലും കാണപ്പെടുന്നു. എന്നാൽ മരുഭൂമികളിൽ ഇവയെ കാണാനാവില്ല. ഇന്ത്യയിൽ വിവിധ പ്രാദേശിക ഇനങ്ങളുള്ളതായി പറയപ്പെടുന്നു. ഇപ്പോൾ ഇവയെ പ്രത്യേക സ്പീഷീസുകളായി ഗവേഷകർ മാറ്റിയിട്ടുണ്ട്.

മരങ്ങളിൽ നിന്നും മരങ്ങളിലേക്കു ചാടിക്കയറത്തക്കവണ്ണമാണ് ഇവയുടെ കൈകാലുകളുടെ ഘടന. ചാട്ടത്തിലും ഓട്ടത്തിലും മിടുക്കരാണ്.

ഇവ കരിങ്കുരങ്ങിന്റെ അടുത്ത ബന്ധുവാണെന്ന് കരുതുന്നുണ്ട്. നിറത്തിലാണ് ഇവ തമ്മിൽ പ്രകടമായ വ്യത്യാസമുള്ളത്. കരിങ്കുരങ്ങും സിംഹവാലനും നിലത്തിറങ്ങുന്നത് അത്യപൂർവ്വമാണ്. എന്നാൽ ഹനുമാൻ കുരങ്ങ് മിക്കവാറും നിലത്തിറങ്ങാറുണ്ട്. നിലത്തിലൂടെ വേഗത്തിൽ ഓടാനും ചാടാനും ഇവയ്ക്ക് കഴിയും. കേരളത്തിൽ വയനാട്, ചിന്നാർ, പറമ്പിക്കുളം, എന്നിവിടങ്ങളിൽ ഇവയുണ്ട്.

രോമാവൃതമായ ഇവയുടെ ശരീരം നീണ്ടതാണ്. ശരീരത്തിനു വെള്ളകലർന്ന തവിട്ടു നിറമാണ്. മുഖം കറുപ്പ് നിറം. മുൻകാലുകൾക്ക് നീളക്കുടുതലുണ്ട്. ശരീരത്തോളം നീളം വാലിനുമുണ്ടാവും. ഉയരം ശരാശരി 75 സെ.മീ. ഉയരമുള്ള ഇവയുടെ ശരീരഭാരം 11–14 കി.ഗ്രാമാണ്. വാലിന് 70–100 സെ.മീ. നീളം കാണും.

പകലാണ് സഞ്ചാരം. സസ്യഭോജിയായ ഇവ കായ്കളും പൂക്കളും പഴങ്ങളും ഇലകളും പുതുനാമ്പും മറ്റുമാണ് ഭക്ഷണമായി സ്വീകരിക്കുന്നത്. ചെറുകൂട്ടമായാണ് സഞ്ചാരം. ഒരു സംഘത്തിൽ കുഞ്ഞുങ്ങളും പെൺകുരങ്ങുകളും വയസ്സന്മാരുമുണ്ടാകും. പക്ഷേ ആൺകുരങ്ങുകൾ കുറവായിരിക്കും. വയസ്സായവയെ കൂടാതെ ഒരു ആൺകുരങ്ങേ കൂട്ടത്തിൽ കാണുകയുള്ളൂ എന്നാണ് ചില ഗവേഷകരുടെ അഭിപ്രായം.

സസ്തനികളാണിവ. സാധാരണയായി ഇണചേരൽ നടക്കുന്നത് ജൂലൈ–ആഗസ്റ്റ് മാസങ്ങളിലാണ്. ഗർഭകാലം 6–7 മാസം. പ്രസവം നടക്കുന്നത് ജനുവരി- മാർച്ച് മാസത്തിലാണ്. ഒരു കുഞ്ഞാണ് പതിവ്. കുട്ടികൾക്ക് ഇരുണ്ട തവിട്ടുനിറമായിരിക്കും. ഏതാണ്ട് പതിനഞ്ച് -ഇരുപത്തിയഞ്ച് ദിവസം കഴിഞ്ഞാണ് നിറവ്യത്യാസം പ്രകടമാകുന്നത്. അമ്മമാർ ഉദരത്തിലാണ് കുട്ടിയെ സംരക്ഷിക്കുന്നത്. കുഞ്ഞിന്റെ സംരക്ഷണച്ചുമതല അമ്മയ്ക്ക് മാത്രമായിരിക്കും. കുട്ടി വളർന്നാലും കൂട്ടം വിട്ടുപോകുന്നത് വിരളമാണ്. സംഘം വലുതാകുമ്പോൾ പുതിയൊരു സംഘം ഉണ്ടാക്കുക പതിവാണ്.

കാട്ടിൽ മാത്രമല്ല, കാടിനോടു ചേർന്ന ജനവാസ പ്രദേശങ്ങളിലും ചില ദേവാലയത്തിലും ഹനുമാൻകുരങ്ങിന്റെ സാന്നിദ്ധ്യം അനുഭവപ്പെടുന്നുണ്ട്. ജനങ്ങളുമായി അടുത്തിടപഴകാനും ഇവയ്ക്കു മടിയില്ല. മൂളിയാൻ എന്നപേരിലും ഇവ അറിയപ്പെടുന്നുണ്ട്.

വനത്തിൽ ഹനുമാൻകുരങ്ങും പുള്ളിമാനും തമ്മിലുള്ള സൗഹൃദം കൗതുകകരവും പ്രസിദ്ധവുമാണ്. മരത്തിനു മുകളിലിരുന്ന് കായ്കളും മറ്റും പുള്ളിമാനിന് ഇട്ടുകൊടുക്കുന്ന ഹനുമാൻകുരങ്ങ്, അപകടസൂചന നൽകാനും മടിക്കാറില്ല. പുള്ളിമാനുകളും ഇപ്രകാരം തിരിച്ചും ചെയ്യാറുണ്ട്. വൃക്ഷത്തിലിരിക്കുന്നതിനാൽ കുരങ്ങുകളാണ് ശത്രുസാന്നിധ്യം ആദ്യം തിരിച്ചറിയുന്നത്. അത് വേഗത്തിൽ മാനിന് കൈമാറും. അതിനാൽ പുള്ളിമാനിന് ഹനുമാൻകുരങ്ങിനോട് എപ്പോഴും ഒരു

സ്നേഹം ഉണ്ട്. വയനാട്ടിലെ മുത്തങ്ങ വനമേഖലയിൽ വച്ച് പല ദിവസവും ഇത്തരമൊരു കാഴ്ച കാണാൻ ഇതിലെ രചയിതാക്കളിൽ ഒരാളായ ആർ. വിനോദ് കുമാറിന് കഴിഞ്ഞിട്ടുണ്ട്. വളരെ അകലെ വച്ചു തന്നെ മനുഷ്യസാന്നിധ്യം തിരിച്ചറിഞ്ഞ് പുള്ളിമാൻ കൂട്ടം സ്ഥലംവിടുകയാണ് പതിവ്. പുള്ളിമാൻ ഓടി ഒളിച്ചാലും ഹനുമാൻ കുരങ്ങ് നമ്മെ മാത്രം ശ്രദ്ധിച്ചിരിക്കും. കുറച്ചുകൂടി നാം അടുക്കുമ്പോൾ മാത്രമേ അവ ഒഴിഞ്ഞുമാറുകയുള്ളൂ.

കൈകാലുകളിൽ കറുപ്പ് നിറമുള്ള ഒരു ഉപജാതിയെ സൈലന്റ്‌വാലി, ആറളം എന്നിവിടങ്ങളിൽ ഗവേഷകർ കണ്ടെത്തിയിട്ടുണ്ട്. പാലക്കാട് ചുരത്തിന് തെക്ക് ഇവയുടെ സാന്നിധ്യം ഇനിയും രേഖപ്പെടുത്തിയിട്ടില്ല. കരിങ്കയ്യൻ ഹനുമാൻ കുരങ്ങൻ Black footed-Grey Langur എന്ന വിളിപ്പേരുള്ള ഇവ ഇന്ന് കടുത്ത വംശനാശത്തിന്റെ വക്കിലാണെന്ന് ശാസ്ത്രലോകം മുന്നറിയിപ്പ് നല്കുന്നു.

കെ. സാജുരാജ്

ഇരുതലമൂരി/ഇരട്ടത്തലയൻ/എണ്ണപ്പാമ്പ്

ഇരുളൻ പവിഴപ്പാമ്പ്

രതീഷ് കാർത്തികേയൻ

ഉടുമ്പ്

ചീങ്കണ്ണി

കിംഗ് കോബ്ര   കെ. രാമചന്ദ്രൻ

പറക്കും പാമ്പ്   രതീഷ് കാർത്തികേയൻ

ഇന്ത്യൻ കോബ്ര

കെ. സാജുരാജ്

മലബാർ കുഴിമണ്ഡലി അനീഷ് അജയൻ

പച്ചിലപ്പാമ്പ് കെ. സാജുരാജ്

മലമ്പാമ്പ്

കെ. സാജുരാജ്

രതീഷ് കാർത്തികേയൻ

ചേര

നീർക്കോലി

രതീഷ് കാർത്തികേയൻ

ഇന്ത്യൻ നക്ഷത്ര ആമ

അനീഷ് ജയൻ

ഇന്ത്യൻ നക്ഷത്ര ആമ

ഉരഗങ്ങൾ
Reptiles

സസ്തനികളെയും പക്ഷികളെയും പോലെ ലോകത്തിലെ പ്രധാന ജീവിവർഗ്ഗങ്ങളിൽ ഒന്നാണ് ഉരഗങ്ങൾ. പണ്ട് ഇവ കരയിലും ജലത്തിലും വസിച്ചിരുന്നത്രെ! വംശമറ്റുപോയ ദിനോസറുകൾ മുതൽ ഇന്ന് ജീവിച്ചിരിക്കുന്ന ആമകൾ, മുതലകൾ, ഉടുമ്പുകൾ, പാമ്പുകൾ എന്നിവ വരെ ഇക്കൂട്ടത്തിൽപ്പെടും. പൗരാണിക ഉരഗവർഗ്ഗങ്ങളിൽ നിന്നും അനേകം തലമുറകളിലൂടെയുള്ള പരിണാമം വഴിയാണ് ഇന്നത്തെ ഉരഗങ്ങൾ ഉരുത്തിരിഞ്ഞിരിക്കുന്നത്. ഇവയിൽ പലതും ഇന്ന് വംശനാശത്തിന്റെ വക്കിലാണ്. 312 ദശലക്ഷം വർഷങ്ങൾക്കപ്പുറം കാർബോണിഫെറസ് യുഗാന്ത്യത്തിൽ ജീവിച്ചിരുന്ന ഹൈലോനോമസ് ആണ് ആദിമ ഉരഗം.

പരിണാമപരമായി ഉരഗവർഗം ഉഭയജീവിവർഗത്തിന്റെയും പക്ഷി-സസ്തനിവർഗത്തിന്റെയും മധ്യവർത്തികളാണെന്നാണ് കരുതപ്പെടുന്നത്. ആദ്യകാല ഉരഗങ്ങൾക്കും ഉഭയജീവികൾക്കും ഇടയ്ക്കുള്ള ഫോസിലുകളെ സെയ്മോറിയ (Seymoria) എന്ന് വിളിക്കുന്നു. ഇതിൽ നിന്ന് പരിണമിച്ചതാണ് ഇന്നുള്ള ഉരഗങ്ങൾ. ചരിത്രാതീത കാലത്തുണ്ടായിരുന്ന പല ഉരഗങ്ങളും ഇന്നില്ല. എന്നുമാത്രവുമല്ല, ഇവ എണ്ണത്തിലും വളരെ കുറഞ്ഞിരിക്കുന്നു. ഇന്നുള്ള ഉരഗങ്ങളിൽ ഏറ്റവും പഴക്കമുള്ള ജീവി ആമയാണ്. 23 കോടി വർഷം മുമ്പാണത്രേ ആമകൾ ഭൂമിയിൽ പ്രത്യക്ഷപ്പെട്ടത്. ഹെർപ്പറ്റോളജി എന്ന ശാസ്ത്രശാഖയിലാണ് ഉരഗങ്ങളെക്കുറിച്ച് പഠിക്കുന്നത്. മുൻപ് ഉഭയജീവികളെയും ഇതിൽ ഉൾപ്പെടുത്തിയിരുന്നെങ്കിലും പിന്നീട് മാറ്റുകയുണ്ടായി.

നട്ടെല്ലുള്ള ജീവികളിലെ പ്രമുഖ വിഭാഗമാണ് ഉരഗങ്ങൾ. ജന്തുവർഗ്ഗത്തിലെ ഏറ്റവും ആയുസ്സുള്ള വിഭാഗമാണിത്. ഇവയുടെ ഉദ്ഭവം കാർബോണിഫെറസ്, പെർമിയൻ എന്നീ കാലഘട്ടങ്ങളിലായിരുന്നുവത്രെ! സഞ്ചരിക്കുമ്പോൾ ഉരസ്സ് നിലത്ത് ഉരയുന്നതിനാലാവണം ഇവയെ ഉരഗങ്ങൾ എന്നു വിളിക്കുന്നത്. പക്ഷേ, പലതിനും സഞ്ചരിക്കാൻ കാലുകളുണ്ട്. ഇഴയുക എന്നർത്ഥമുള്ള റെപ്റ്റ എന്ന ലാറ്റിൻ വാക്കിൽ നിന്നാണ് റെപ്റ്റൈൽ എന്ന വാക്കുണ്ടായത്.

ഇവയെല്ലാം ശീതരക്തജീവികളാണ്. ശരീരതാപം ഉയർത്താൻ ഇവയുടെ ശരീരത്തിൽ മറ്റു സംവിധാനം ഒന്നുമില്ല. ശരീരോഷ്മാവ് തണുപ്പുകാലത്ത് കുറയുമ്പോൾ ഇവയ്ക്ക് വെയിൽ കായുന്ന സ്വഭാവമുണ്ട്. ശരീരം ചൂടാക്കാൻ വേണ്ടി അനേകം എണ്ണം ഒന്നിച്ച് ചേർന്ന് ചുറ്റിപ്പിണഞ്ഞു കിടക്കാറുമുണ്ട്. ഉരഗങ്ങൾ വെയിൽ കായുന്നതിനെ 'ബാസ്കിങ്ങ് ' എന്നാണ് പറയുന്നത്. സാധാരണയായി കരയിൽ ജീവിക്കുന്നവയാണ് ഉരഗങ്ങൾ. പാറയിടുക്കുകളും മാളങ്ങളും പൊത്തുകളും മറ്റുമാണ് ഇവയുടെ താവളങ്ങൾ. ഇവ സ്വന്തമായി മാളം നിർമ്മിക്കുന്നത് അപൂർവ്വമായാണ്. മിക്കവാറും മറ്റു ജീവികളുണ്ടാക്കിയവ പിടിച്ചെടുക്കുകയാണ് പതിവ്. ഏതാനും ജലവാസികളും ഇവയുടെ കൂട്ടത്തിലുണ്ട്. കരയിലായാലും ജലത്തിലായാലും ശ്വാസകോശം വഴിയാണ് ഇവ ശ്വസിക്കുന്നത്.

സസ്തനികളുടെ ശരീരത്തെ ആവരണം ചെയ്യുന്നതു പോലുള്ള രോമങ്ങളോ, പക്ഷികളിൽ കാണുന്നതുപോലുള്ള തൂവലുകളോ ഉഭയജീവികളുടെ ത്വക്കിനു നനവു നൽകുന്നതുപോലുള്ള ഗ്രന്ഥികളോ ഉരഗങ്ങളിൽ കാണപ്പെടുന്നില്ല. ഇവയുടെ ശരീരം മിക്കവാറും ശല്ക്കങ്ങളോ കവചങ്ങളോ കൊണ്ടു പൊതിഞ്ഞിരിക്കും. ഉരഗങ്ങൾ മിക്കവയും മാംസഭോജികളാണ്. മുഖ്യമായും മുട്ടയിട്ടാണ് ഇവയുടെ വംശവർദ്ധന. പ്രസവിക്കുന്ന ഇനങ്ങളും വിരളമായുണ്ട്. മുട്ട വിരിഞ്ഞുണ്ടാകുന്ന കുഞ്ഞുങ്ങൾ കാഴ്ചയിൽ മാതാപിതാക്കളെപ്പോലെ തന്നെയിരിക്കും.

ഉരഗങ്ങളിൽ, സ്ക്വാമേറ്റ, ക്രോക്കൊഡീലിയ, കീലോണിയ, റിങ്കോസെഫാലിയ എന്നിങ്ങനെ നാലു വിഭാഗങ്ങളുണ്ട്.

1. സ്ക്വാമേറ്റ (Squamata)

പാമ്പുകളും പല്ലികളും ഉൾപ്പെടുന്ന വിഭാഗം. ഇതാണ് ലോകത്ത് ഏറ്റവുമധികം അംഗസംഖ്യയുള്ള ഉരഗവിഭാഗം. 9000-ത്തിലധികം അംഗങ്ങൾ ഇതിലുണ്ട്. കശേരുകികളിലെ രണ്ടാമത്തെ വലിയ വിഭാഗവും ഇതാണ്. പാമ്പുകളെയും പല്ലികളെയും കുറിച്ചറിയാൻ അതാത് ശീർഷകം നോക്കുക.

2. ക്രോക്കൊഡീലിയ. (Crocodilia)

മുതലകൾ, ചീങ്കണ്ണികൾ എന്നിവ ഉൾപ്പെടുന്ന വിഭാഗം. ഉരഗങ്ങളിലെ ഏറ്റവും വലുപ്പമുള്ള അംഗങ്ങളാണ് ഇതിലുള്ളത്. ഇവയിലെ അംഗങ്ങൾ ഭാഗിക ജലജീവികളാണ്. ഇവയെ കുറിച്ചറിയാൻ അതാത് ശീർഷകം നോക്കുക.

3. കീലോണിയ. (Chelonia.)

ആമകൾ ഉൾപ്പെടുന്ന വിഭാഗം. ലോകത്താകമാനം 200-റോളം ആമവർഗ്ഗക്കാരുണ്ടെന്നാണ് കണക്കാക്കുന്നത്. ആദ്യ ഉരഗമായ കോട്ടിലോസോറുകളിൽ നിന്ന് നേരിട്ട് പരിണമിച്ചതാണ് ആമകളെന്ന് ശാസ്ത്രം പറയുന്നു. ആമകളെ കുറിച്ചറിയാൻ ആമ എന്ന ശീർഷകം നോക്കുക.

4. റിങ്കോസെഫാലിയ (Rhynchocephalia)

പല്ലികളെപ്പോലെയിരിക്കുന്ന, ടുവാട്ടര അഥവാ സ്ഫീനോഡോൺ എന്ന ഒരേയൊരു ജീവിമാത്രമുള്ള വിഭാഗമാണിത്. ഒരുകാലത്ത് വളരെയധികം അംഗങ്ങളുണ്ടായിരുന്ന ഇതിൽ ഇപ്പോൾ, സ്ഫീനോഡോൺ പങ്റ്റേറ്റസ്, സ്ഫീനോഡോൺ ഗുന്തെറി എന്നിങ്ങനെ രണ്ടേ രണ്ട് സ്പീഷീസുകൾ മാത്രമേയുള്ളൂ. ഇവ ന്യൂസിലാൻഡിൽ മാത്രമാണ് കാണപ്പെടുന്നത്. ഇവ കടുത്ത വംശനാശഭീഷണി നേരിടുന്നു.

ദിനോസറുകളുടെ കാലത്തുണ്ടായിരുന്ന ജീവികളിലെ അവസാന കണ്ണിയെന്ന് ശാസ്ത്രലോകം വിശേഷിപ്പിക്കുന്ന ഇവയ്ക്കു ഓന്തുമായി കാഴ്ചയിൽ സാമ്യമുണ്ട്. പ്രാകൃതഘടനയുള്ള ഈ ജന്തുക്കളെ ഒരുകാലത്ത് ന്യൂസിലാൻഡിലാകമാനം കണ്ടിരുന്നു. എന്നാലിന്ന്, ഏതാനും സ്ഥലങ്ങളിൽ മാത്രമായി ഇവ ചുരുങ്ങിയിരിക്കുന്നു. കോടിക്കണക്കിന് വർഷമായി രൂപമാറ്റമില്ലാതെ ജീവിക്കുന്ന ഇവയെ ജീവിക്കുന്ന ഫോസിൽ എന്നാണ് ശാസ്ത്രലോകം വിശേഷിപ്പിക്കുന്നത്. ഇവ മാളങ്ങളിലാണ് വസിക്കുന്നത്. മൂന്നടിയിൽ കൂടുതൽ നീളമുള്ള ഇവയുടെ ദേഹത്തിന് നരച്ച പച്ചനിറമാണ്. കുറുകിയ വാലും ഉറച്ച ശരീരവും സാവധാനമുള്ള സഞ്ചാരവും ഇവയുടെ സവിശേഷതകളാണ്. വളർച്ച സാവധാനമാണ്. ജീവിതദൈർഘ്യം കൂടുതലാണ്. ഏതാണ്ട് 75–90 വർഷം ആയുസ്സുണ്ട്. പ്രാണികളും മുട്ടകളുമാണ് ഭക്ഷണം.

അണലി/ചേനത്തണ്ടൻ/ചട്ടിത്തലയൻ

Russell`s Viper

ശാസ്ത്രനാമം: *ഡബോയിയ റസ്സല്ലി*
*Daboia russelii Shaw & Nodder,*1797
*വൈപ്പെറാ റസ്സല്ലി Vipera russelii Gray,*1831
കുടുംബം: *വൈപ്പറിഡേ*

തടിച്ചുരുണ്ട ഒരു വിഷപ്പാമ്പാണിത്. ഏഷ്യ, ആഫ്രിക്ക, യൂറോപ്പ് എന്നീ ഭൂഖണ്ഡങ്ങളിൽ കാണപ്പെടുന്നുണ്ട്. ആഫ്രിക്കയിലാണ് ഏറ്റവുമധികം സ്പീഷീസുകളുള്ളത്. ഇവിടെ നാല്പതോളം സ്പീഷിസുകളെ കാണപ്പെടുന്നതായി പറയപ്പെടുന്നു. കേരളത്തിലുള്ള അണലികൾ ചേനത്തണ്ടൻ, വട്ടക്കൂറ, ചുരുട്ടമണ്ഡലി, ചട്ടിത്തലയൻ എന്നീ പേരുകളിലും അറിയപ്പെടുന്നു. പാടങ്ങളിലും കൈതക്കാടിലും ഇരുളടഞ്ഞ പ്രദേശങ്ങളിലുമാണ് ഇവയുടെ ആവാസം. കാടുകളിലും നാട്ടിൻപുറങ്ങളിലും ഇവയെക്കാണാം

അണലിക്ക് ഏതാണ്ട് 1.50 മീറ്റർ നീളമുണ്ടാകും. ശരീരത്തിനടിഭാഗം മഞ്ഞ കലർന്ന വെള്ളനിറമാണ്. മുകൾവശം ചാരനിറമായിരിക്കും. ഇതിൽ മൂന്ന് നിരയായി ചങ്ങല പോലെയുള്ള അടയാളങ്ങൾ കാണും. ഇവ ചേനയുടെ തണ്ടിലെ കലകൾ പോലെ കാണപ്പെടുന്നതിനാലാണ് ചേനത്തണ്ടൻ എന്ന് ഇവയ്ക്ക് പ്രാദേശികനാമം ലഭിച്ചത്. വട്ടത്തിലുള്ള അടയാളങ്ങളുള്ളതിനാൽ വട്ടക്കൂറ എന്നപേരും ലഭിച്ചു. ഈ അടയാളങ്ങളിൽ തവിട്ടും വെള്ളയും കറുപ്പും നിറങ്ങളാണ് കാണുന്നത്. മൂർഖൻ, എട്ടടിവീരൻ എന്നിവയെക്കാൾ തടിച്ചുരുണ്ട ശരീരമാണിവയുടേത്. അഗ്രം കൂർത്ത് നീളം കുറഞ്ഞ വാൽ ഇവയുടെ സവിശേഷതയാണ്. ആണിന്റെ വാലിന് പെണ്ണിന്റേതിനെക്കാൾ അല്പം നീളം കൂടുതലായിരിക്കും.

പരന്ന തലയ്ക്ക് ത്രികോണാകൃതിയാണ്. തലയുടെ മുന്നഗ്രഭാഗത്ത് വശങ്ങളിലായി നാസാരന്ധ്രങ്ങൾ കാണാം. തലയുടെ ഇരുവശത്തും കണ്ണുകളുടെയും നാസാരന്ധ്രങ്ങളുടെയും ഇടയ്ക്കായി ഓരോ കുഴിയുണ്ട്. ഇരയുടെയും ശത്രുവിന്റെയും സ്ഥാനം മനസ്സിലാക്കാൻ കഴിയുന്ന സംവേദനേന്ദ്രിയങ്ങൾ ഇവിടെ സ്ഥിതി ചെയ്യുന്നു.

ഇവയുടെ വിഷപ്പല്ലുകൾ വലിപ്പം കൂടിയവയാണ്. സൂചി പോലുള്ള ഈ പല്ലുകൾ വായ് അടയ്ക്കുമ്പോൾ പിന്നിലേക്ക് വളഞ്ഞ് മേലണ്ണാക്കിനോട് ചേർന്നാണ് സ്ഥിതി ചെയ്യുന്നത്. പ്രകോപനം ഉണ്ടായാൽ മാത്രമേ ഇവ നിവർക്കാറുള്ളൂ. മുന്നിലുള്ള വിഷപ്പല്ലുകളുടെ പിന്നിലായി ഒരു ജോടി വിഷപ്പല്ലുകൾ കൂടിയുണ്ടാകും. മുന്നിലെ വിഷപ്പല്ലുകൾ ഒടിയുകയോ മറ്റോ ചെയ്താൽ പിന്നിലുള്ളവ ആ സ്ഥാനം ഏറ്റെടുക്കും. മേൽത്താടിയെല്ലിനോട് ചേർന്നുള്ള ഗ്രന്ഥിയിലാണ് വിഷം ഉദ്പാദിപ്പിക്കുന്നത്.

അണലിവിഷം മാരകമാണ്. ഇവയുടെ വംശനാമമായ വൈപ്പെറ സൂചിപ്പിക്കും പോലെ വിഷം ബാധിക്കുന്നത് രക്തമണ്ഡലത്തെയാണ്. ഒറ്റ ദംശനത്തിൽ ധാരാളം വിഷം ഇവ കുത്തിവയ്ക്കും. വിഷം രക്തത്തിൽ വളരെ വേഗം കലരും. അതോടെ ശ്വേതരക്താണുക്കൾ നശിച്ചുപോകുകയും രക്തധമനികൾ പൊട്ടിപ്പോകുകയും രക്തത്തിന് കട്ടപിടിക്കാനുള്ള കഴിവ് നശിക്കുകയും ചെയ്യും. തുടർന്ന് ശ്വാസതടസ്സവും കഠിനമായ വേദനയും ഉണ്ടാകുകയും മരണം സംഭവിക്കുകയുമാണ് പതിവ്.

പൊതുവെ കരയിൽ മാത്രമാണ് ഇവയുടെ സഞ്ചാരം. എന്നാൽ വളരെ വിരളമായി വെള്ളത്തിലും സഞ്ചരിക്കാറുണ്ട്. ഇവയുടെ സഞ്ചാരം സാവധാനമാണ്. സാധാരണ രീതിയിൽ നിശാസഞ്ചാരികളാണ്. ചെറു പാമ്പുകൾ, എലികൾ, അണ്ണാൻ, ഓന്ത്, മറ്റ് ഉരഗങ്ങൾ, ഉഭയജീവികൾ, മുട്ടകൾ എന്നിവയൊക്കയാണ് ആഹാരം.

അണലികൾ വർഷത്തിൽ ഒരിക്കലാണ് ഇണചേരുന്നത്. ഇവ മുട്ടകൾ ഉദരത്തിൽ തന്നെ സൂക്ഷിക്കുകയും അവിടെവച്ച് വിരിയിക്കുകയുമാണ് ചെയ്യുന്നത്. വിരിയുമ്പോൾ വയറുരസി കുഞ്ഞുങ്ങളെ പുറത്ത് വിടുകയാണ് പതിവ്. ഇതിനാലാണ് അണലി പ്രസവിക്കുന്നു എന്ന് പറയപ്പെടുന്നത്. ഒരു പ്രസവത്തിൽ ഏതാണ്ട് 20-40 കുഞ്ഞുങ്ങളുണ്ടാവും.

ഇരുതലമൂരി/ഇരട്ടത്തലയൻ/എണ്ണപ്പാമ്പ്
Red sand boa

ശാസ്ത്രനാമം: *എറിക്സ് ജോണി*
Eryx johnii Smith, 1943

കുടുംബം: *ബോയിഡേ*. ഉപകുടുംബം: *എറിസിനേ*

വിഷമില്ലാത്ത ഒരിനം പാമ്പാണ് ഇരുതലമൂരി. യൂറോപ്പ്, ആഫ്രിക്ക, അറേബ്യ, ഏഷ്യാമൈനർ, ഇന്ത്യയുൾപ്പടെയുള്ള ഏഷ്യയുടെ വിവിധ

ഭാഗങ്ങൾ, വടക്കേ അമേരിക്ക എന്നിവിടങ്ങളിൽ കാണപ്പെടുന്നു. വംശ നാശഭീഷണി നേരിട്ടുകൊണ്ടിരിക്കുന്ന ഇതിനെ വന്യജീവി സംരക്ഷണ നിയമത്തിൽ ഉൾപ്പെടുത്തിയിരിക്കുകയാണ്.

തടിച്ചു കൊഴുത്ത ശരീരപ്രകൃതമാണിതിന്. തലയറ്റം മുതൽ വാലറ്റം വരെ ശരാശരി 60 സെ.മീ. നീളം വരും. വാൽ തടിച്ചതും ഉരുണ്ടതുമാണ്. വാലറ്റം കണ്ടാൽ തല പോലെയിരിക്കും. തലയും വാലും ഒരേ ആകൃതിയിലായതിനാലാണ് ഇരട്ടത്തലയൻ, ഇരുതലമൂരി, ഇരുതലയൻ മണ്ണൂലി എന്നീ വിളിപ്പേരുകൾ വന്നത്. ശരീരമാകെ കട്ടിയുള്ള ചെറിയ ശല്ക്കങ്ങൾ കൊണ്ട് പൊതിഞ്ഞിരിക്കും. തിളക്കമുള്ള ചെമ്പിച്ച നിറ മാണ്. പെൺപാമ്പുകൾ ആൺപാമ്പുകളെക്കാൾ വളരെ വലുതാണ്. ചെറിയ കണ്ണുകളാണ് ഇവയ്ക്കുള്ളത്.

മാളങ്ങളിലാണ് ഏറിയ സമയവും ചെലവഴിക്കുന്നത്. തലയും കണ്ണു കളും മാത്രം പുറത്തുകാണും. രാത്രിയാണ് സഞ്ചാരം. പകൽസമയത്ത് അപൂർവ്വമായി തീറ്റ തേടിയിറങ്ങാറുണ്ട്. അലസമായി, സാവധാനമാണ് സഞ്ചാരം. ആക്രമിക്കാറില്ല.

ശത്രുഭയമുണ്ടായാൽ അതിവേഗം മണ്ണിനകത്തേക്ക് മാളമുണ്ടാക്കി ഒളിക്കുകയാണ് പതിവ്. അതിനു സാധിച്ചില്ലെങ്കിൽ തല ഭദ്രമായി ഒളിപ്പിച്ചുകൊണ്ട് ചുരുണ്ടു കൂടും. നിവൃത്തിയില്ലാത്ത ഘട്ടത്തിലേ ഇവ ആക്രമിക്കൂ. വേഗത്തിൽ തലനീട്ടി ശക്തിയായി ശത്രുവിന്റെ ശരീരത്തിൽ കൊത്തുകയാണ് പതിവ്. വേദനാജനകമാണ് ഇതിന്റെ കടി.

കരണ്ടുതീനി വർഗ്ഗത്തിലെ ജീവികളാണ് ഇവയുടെ മുഖ്യഭക്ഷണം. പക്ഷികളെയും പല്ലികളെയുമൊക്കെ തിന്നും. മുട്ടകൾ വയറിനകത്ത് വച്ച് വിരിയിച്ച ശേഷം കുഞ്ഞുങ്ങളെ പുറത്തുവിടുകയാണ് പതിവ്. അതി നാൽ, പ്രസവിക്കുന്ന പാമ്പ് എന്ന് ഇതറിയപ്പെടുന്നുണ്ട്. എന്നാൽ, ഇവ മുട്ടയ്ക്ക് അടയിരിക്കുന്നതായുള്ള ചില റിപ്പോർട്ടുകൾ പുറത്തുവന്നിട്ടുണ്ട്. മഴക്കാലത്താണ് പൊതുവെ പ്രസവം നടക്കുന്നത്. സാധാരണയായി 5-8 കുഞ്ഞുങ്ങളാണ് ഉണ്ടാവുക.

ഇതിനെ വീട്ടിൽ സൂക്ഷിക്കുന്നത് സമ്പത്ത് കൊണ്ടുവരുമെന്ന് വിശ്വ സിക്കപ്പെടുന്നതിനാലും ദുർമന്ത്രവാദത്തിനും മറ്റും ഉപയോഗിക്കുന്നതി നാലും ഔഷധഗുണമുണ്ടെന്ന് തെറ്റിദ്ധരിക്കപ്പെട്ടിരിക്കുന്നതിനാലും ഇവയെ പിടികൂടി വളർത്തുന്നതും കയറ്റി അയയ്ക്കുന്നതും നമ്മുടെ നാട്ടിൽ വ്യാപകമായിരിക്കുന്നു. അതിനാൽത്തന്നെ, ഇവ വംശനാശ ഭീഷിണി നേരിടുന്നു.

അനധികൃതമായി ഇവയെ പിടികൂടുന്നതും കൊണ്ടുനടക്കുന്നതും വളർത്തുന്നതുമെല്ലാം വനംവന്യജീവി നിയമപ്രകാരം കടുത്ത കുറ്റ ങ്ങളാണ്.

ഇരുളൻ പവിഴപ്പാമ്പ്

Striped coral snake/ Black coral snake

ശാസ്ത്രനാമം: *കാലിയോഫിസ് നൈഗ്രസെൻസ്*

Calliophis nigrescens Gunther, 1862

കുടുംബം: *ഇലാപ്പിഡേ*

പശ്ചിമഘട്ടത്തിലെ ദേശജാതി പവിഴപ്പാമ്പാണ് ഇരുളൻ പവിഴപ്പാമ്പ്. പശ്ചിമഘട്ടത്തിൽ മൂന്നിനം പവിഴപ്പാമ്പുകളെ കാണപ്പെടുന്നുണ്ട്. ഇവയിൽ ഏറ്റവും നീളം കൂടിയ ഇനമാണ് ഇരുളൻ പവിഴപ്പാമ്പ്. ലോകത്താകമാനം 75-ഓളം പവിഴപ്പാമ്പുകളെ കാണപ്പെടുന്നതിൽ ഇന്ത്യയിൽ അഞ്ച് ജാതികളുണ്ട്. പശ്ചിമഘട്ടത്തിലെ 1300 മീറ്ററിനു മുകളിൽ ഉയരമുള്ള മലകളിലാണ് ഇവയെ വിരളമായി നിരീക്ഷിക്കപ്പെട്ടിരിക്കുന്നത്. കടുത്ത വംശനാശ ഭീഷണി നേരിടുന്ന ഒരു ജീവിയാണിത്. കരിയിലകൾക്കിടയിലും ചവറുകൾക്കിടയിലും മണ്ണിലും മറ്റുമാണ് ഇവയുടെ ആവാസം.

ശരീരത്തിലുടനീളം കാണുന്ന മെലിഞ്ഞു നീണ്ട വരകളാണ് ഇവയുടെ ഒരു സവിശേഷത. ശരീരം വളരെ നീണ്ടതും കുഴലാകൃതിയിലുള്ളതുമാണ്. 110 സെ.മീ. നീളം വരുന്ന ഇവയുടെ വാലിന് 11.5 സെ.മീ. വരെ നീളം കാണും. കനം കുറഞ്ഞ് നീളം കൂടിയ ശരീരത്തിന് തിളക്കമുള്ള കറുപ്പ് നിറമാണ്. ശരീരത്തിന്റെ അടിവശം പവിഴം അഥവാ തവിട്ടു കലർന്ന ചുവപ്പ് നിറമാണ്. വ്യത്യസ്തമായ നിറങ്ങളുള്ളവയും കാണാറുണ്ട്. എല്ലായിനങ്ങളുടെയും തലയും പിടലിയും കറുപ്പ് നിറമായിരിക്കും.

നിശാസഞ്ചാരികളാണിവ. പകൽ ഇരുളടഞ്ഞ പ്രദേശങ്ങളിലാണ് വാസം. കുരുടിപ്പാമ്പുകൾ, പഴുതാരകൾ, തുരപ്പൻ പാമ്പുകൾ തുടങ്ങിയവയാണ് ഭക്ഷണം. സാവധാനമാണ് സഞ്ചാരമെങ്കിലും പ്രതികൂല സാഹചര്യങ്ങളിൽ ശരവേഗത്തിൽ പാഞ്ഞുപോകാറുണ്ട്. ഇതൊരു വിഷപ്പാമ്പാണ്. എന്നാൽ, ഇന്നോളം ഇവയുടെ കടിയേറ്റ് ആർക്കും ജീവാപായം വന്നതായി റിപ്പോർട്ടില്ല. ഈ പാമ്പിന്റെ ജീവിതരീതികളെക്കുറിച്ച് കൂടുതൽ പഠനങ്ങൾ നടക്കുന്നതേയുള്ളൂ.

ഉടുമ്പ്

Bengal Monitor / Common Indian Monitor

ശാസ്ത്രനാമം: *വരാനസ് ബംഗാളെൻസിസ്*

*Varanus bengalensis Daudia,*1802

കുടുംബം:*വരാനിഡേ*

പാമ്പുകളും പല്ലികളും ഉൾപ്പെടുന്ന ഇഴജന്തുഗോത്രമായ സ്ക്വാമേറ്റയിൽ ഉൾപ്പെട്ട ഒരു ജീവിയാണ് ഉടുമ്പ്. ഏഷ്യയിലെ വിവിധ രാജ്യങ്ങളിലും

ആഫ്രിക്ക, ആസ്ട്രേലിയ എന്നിവിടങ്ങളിലും ഇതിനെ കാണാം. ലോകത്താകമാനം 27 സ്പീഷീസ് ഉടുമ്പുകളെ കണ്ടുവരുന്നുണ്ട്. ഇവയിൽ ഏറ്റവും വലുത് കൊമോഡോ ഡ്രാഗൺ (വരാനസ് കൊമോഡോയെൻസിസ് Varanus comodoensis) ആണ്. കേരളത്തിൽ കാണപ്പെടുന്ന ഉടുമ്പിനമാണ് ബംഗാൾ മോണിറ്റർ. മഴക്കാടുകൾ മുതൽ സമതലങ്ങൾ വരെയുള്ള സ്ഥലങ്ങളിൽ ഇവയെക്കാണാം. വനമേഖലകളിലെ നനവാർന്ന പ്രദേശങ്ങളാണ് ഇവയുടെ ഇഷ്ട ആവാസമേഖലകൾ. ഇപ്പോൾ ഇവ വളരെ വിരളമാണ്.

ഇവയ്ക്ക് തലയറ്റം മുതൽ വാലറ്റം വരെ 60-175 സെ.മീറ്റർ നീളം കാണും. 5-10 കി.ഗ്രാം ഭാരവുമുണ്ടാവും. ആൺ ഉടുമ്പുകൾക്ക് താരതമ്യേന വലുപ്പം കൂടുതലാണ്. ശരീരത്തിന്റെ നീളവും വലുപ്പവും സാഹചര്യമനുസരിച്ച് മാറും. പൊതുവെ, ചതുപ്പുകൾ പോലെ ഈർപ്പം അധികമുള്ള മണ്ണിൽക്കാണുന്നവയ്ക്ക് നീളം കൂടുതലായിരിക്കും. എന്നാൽ, വനങ്ങളിലുള്ളവയ്ക്ക് നീളം കുറവായിരിക്കും. തടിച്ചുരുണ്ട ശരീരമാണ്. പൊതുവെ ചാരനിറമോ പച്ച കലർന്ന ചാരനിറമോ ആയിരിക്കും. ശരീരത്തിന്റെ മുകൾഭാഗത്തും അടിഭാഗത്തും ശല്ക്കങ്ങളുണ്ടാവും. മുകൾവശത്ത് വൃത്താകൃതിയുള്ള ശല്ക്കങ്ങളും അടിവശത്ത് ചതുരാകൃതിയിലുള്ളവയുമാണ് കാണുന്നത്.

നീണ്ട് കൂർത്ത തലയാണ് ഇവയ്ക്കുള്ളത്. വാൽ ഉരുണ്ടതും നീണ്ടതുമാണ്. പല്ലുകളുണ്ട്. നാക്കിന്റെ അഗ്രം പാമ്പിന്റെ നാക്ക് പോലെ രണ്ടായി പിരിഞ്ഞിരിക്കും. ഇത് കൂടെക്കൂടെ പുറത്തേക്ക് നീട്ടുകയും ഉള്ളിലേക്ക് വലിക്കുകയും ചെയ്യും. ചുറ്റുപാടുകളെക്കുറിച്ചറിയാനാണ് ഇങ്ങനെ ചെയ്യുന്നത്. ബാഹ്യനാസാരന്ധ്രങ്ങൾ അടച്ചുവയ്ക്കാൻ കഴിയുന്നവയാണ്. ഇവയ്ക്ക് തടിച്ചു കുറുകിയ 4 കാലുകളുണ്ട്. കാലിൽ അഞ്ചു വിരലുകളും അവയിൽ ബലത്ത നഖങ്ങളും കാണാം. കുഞ്ഞുങ്ങൾക്ക് നിറം കൂടുതലായിരിക്കും. ഇവയ്ക്ക് തൊണ്ടയിലും കഴുത്തിലും മുതുകിലും കുറുകെ അനേകം ഇരുണ്ട പട്ടകൾ കാണും. മുതുകിൽ കുറുകെ വരികളായി മഞ്ഞപ്പുള്ളികളും കാണും. ശരീരത്തിനടിവശം വെളുപ്പായിരിക്കും.

ഏകാന്തവാസികളാണിവ. ഇവയെ മിക്കപ്പോഴും നിലത്താണ് കാണുക. കുഞ്ഞുങ്ങളെ ചിലപ്പോൾ മരങ്ങൾക്ക് മുകളിൽ കാണാറുണ്ട്. തറയിലൂടെ വേഗത്തിൽ ഓടാനും വെള്ളത്തിൽ സഞ്ചരിക്കാനും നിഷ്പ്രയാസം മരത്തിൽക്കയറാനും ഇവയ്ക്ക് കഴിയും. വിരലുകളുള്ള കാലുകളാണ് ഇതിന് ഇവയെ സഹായിക്കുന്നത്. മരത്തിലിരുന്നാൽ മരത്തൊലിയുടെ അതേ നിറമായതിനാൽ ഇതിനെ പെട്ടെന്ന് തിരിച്ചറിയാൻ പ്രയാസമാണ്. പ്രതികൂല സാഹചര്യങ്ങളിൽ മരങ്ങളിൽ നിന്ന് ചാടാറുണ്ട്. ഇവ പൊതുവെ ശാന്തരാണ്. കണ്ടാൽ ഭീകരത തോന്നുമെങ്കിലും ഇവ ആക്രമിക്കാറില്ല. വിപരീത സാഹചര്യങ്ങളിൽ ഓടി

ഒളിക്കാനാണ് മിക്കവാറും ശ്രമിക്കുക. ശ്വാസകോശത്തിലേക്ക് അമിതമായി വായു കയറ്റി വലിയ ശബ്ദത്തോടെ പുറത്തേക്കു വിട്ട് ശത്രുവിനെ ഭയപ്പെടുത്താറുണ്ട്. ആക്രമണത്തിൽ നിന്നും രക്ഷപ്പെടാൻ വേണ്ടി വെള്ളത്തിലിറങ്ങുന്നതും പതിവാണ്. ചെവിയും നാസാരന്ധ്രങ്ങളും അടയ്ക്കാൻ കഴിയുമെന്നതിനാൽ ജലജീവിതം ഇതിന് ബുദ്ധിമുട്ടല്ല. തീരെ നിവർവ്വാഹമില്ലാതെ വന്നാൽ കടിക്കുകയോ, മാന്തുകയോ ചെയ്യാറുണ്ട്. എന്നാൽ, ഇവയ്ക്ക് വിഷമില്ല.

ഇവ പൂർണ്ണമായും മാംസഭുക്കുകളാണ്. പകലാണ് ഇരതേടൽ. മുഖ്യമായും ഘ്രാണശക്തി കൊണ്ടാണ് ഇരയെ കണ്ടെത്തുന്നത്. ഇരയെക്കണ്ടാൽ സാവധാനം അവയെ സമീപിക്കുകയാണ് ചെയ്യുന്നത്. തന്നെക്കാൾ വലുപ്പക്കുറവുള്ളതും കീഴടക്കാൻ കഴിയുന്നതുമായ ഏതു ജീവിയേയും ഇത് തിന്നും. ചെറിയ ഉരഗങ്ങൾ, ഷഡ്പദങ്ങൾ, ഉഭയജീവികൾ എന്നിവയാണ് പ്രധാന ഇരകൾ. ചത്ത മൃഗങ്ങളുടെ മാംസവും ഭക്ഷിക്കാറുണ്ട്.

മുട്ടയിട്ടാണ് വംശവർദ്ധന. മണ്ണിലുണ്ടാക്കുന്ന കുഴികളിലാണ് മുട്ടയിടുന്നത്. ചിതലിന്റെ കൂടുകളിലും മുട്ടയിടാറുണ്ട്. മുട്ടയിട്ട ശേഷം മണ്ണുകൊണ്ട് അവ മൂടിവയ്ക്കാറുണ്ട്. സമീപത്ത് മുട്ടകളില്ലാത്ത കുഴികൾ കുഴിക്കുന്നതും മണ്ണ് കുത്തിയിളക്കിയിടുന്നതും കാണാറുണ്ട്. ഒരു തവണ 20 മുട്ടകൾ വരെ കാണും. ഇവ 168–254 ദിവസമെടുത്താണ് വിരിയുന്നത്.

ഉടുമ്പ് ഒരു സ്ഥലത്ത് പറ്റിപ്പിടിച്ചാൽ അവിടെ നിന്നും ഇളക്കി മാറ്റാൻ ബുദ്ധിമുട്ടാണെന്ന് പറയാറുണ്ട്. അതിനാൽ, മുൻപ് കള്ളന്മാർ വലിയ വീടുകളിലും കൊട്ടാരങ്ങളിലും കയറാനായി ഉടുമ്പിനെ ഉപയോഗിച്ചിരുന്നതായി പറയപ്പെടുന്നുണ്ട്. വാലിൽ കയറുകെട്ടി ഉയർന്ന ഭിത്തിയിൽ എറിഞ്ഞാൽ ഇത് അവിടെ പിടിച്ചിരിക്കുമെന്നും അതിൽ തൂങ്ങി കള്ളന് ഉള്ളിൽ കടക്കാം എന്നും വിശ്വസിച്ചിരുന്നു. പക്ഷേ, ഇതിന് ശാസ്ത്രീയമായ അടിസ്ഥാനമില്ല.

ഇന്ന് വംശനാശത്തിന്റെ വക്കിലാണ് ഈ സാധുജീവി. ഇവയുടെ മുഖ്യശത്രു മനുഷ്യൻ തന്നെയാണ്. മുട്ടയ്ക്കും മാംസത്തിനും നെയ്യിനും ഔഷധഗുണമുണ്ടെന്ന് ധരിച്ച് മനുഷ്യൻ ഇവയെ വേട്ടയാടുന്നു. എന്നാൽ, ഇവയ്ക്ക് യാതൊരുവിധ ഔഷധഗുണവുമില്ലെന്ന് ശാസ്ത്രലോകം പറയുന്നു. മാത്രവുമല്ല, ഇവയുടെ മാംസവും മുട്ടയും കഴിക്കുന്നത് മസ്തിഷ്കജ്വരത്തിനു കാരണമാകുമെന്ന് സമീപകാലത്ത് ഡോക്ടർമാർ മുന്നറിയിപ്പുനല്കുകയുമുണ്ടായി. ഒരിനം സൂക്ഷ്മജീവികൾ ഇവയുടെ മാംസത്തിലൂടെ മനുഷ്യശരീരത്തിലെത്തുന്നത് ഈ രോഗത്തിനു കാരണമാകുമത്രെ! ഇവയുടെ ഉദരഭാഗത്തെ തോലുകൊണ്ടാണ് ഗഞ്ചിറ എന്ന വാദ്യോപകരണം ഉണ്ടാക്കുന്നത്. തോലെടുക്കാൻ വേണ്ടിയും ഇവയെ പിടികൂടാറുണ്ട്.

ചീങ്കണ്ണി/ഇന്ത്യൻ ചീങ്കണ്ണി
Marsh Crocodile/Mugger Crocodile/Indian Crocodile

ശാസ്ത്രനാമം: *ക്രോക്കോഡൈലസ് പാലുസ്ട്രിസ്*
Crocodylus palustris Lesson,1831

ഇന്ത്യയിലുടനീളം കണ്ടുവരുന്ന ഒരു ഇഴജന്തുവാണ് ചീങ്കണ്ണി.കൂടാതെ, ശ്രീലങ്ക, പാക്കിസ്ഥാൻ, നേപ്പാൾ, ഇറാൻ എന്നിവിടങ്ങളിലുമുണ്ട്. ക്രോക്കൊഡീലിയ കുടുംബാംഗമാണിത്. തടാകങ്ങൾ, കുളങ്ങൾ, ഒഴുക്കു കുറഞ്ഞ പുഴകൾ, ചതുപ്പുകൾ എന്നിവിടങ്ങളിലാണ് ഇവ വസിക്കുക. ഇവയ്ക്ക് കരയിലും ജലത്തിലും ജീവിക്കാൻ സാധിക്കും. കേരളത്തിലെ പറമ്പിക്കുളത്ത് വനത്തിൽ ഇവയെ കാണാവുന്നതാണ്. തിരുവനന്തപുരത്തെ നെയ്യാറിലും കോഴിക്കോട് പെരുവെണ്ണാമൂഴിയിലും ചീങ്കണ്ണി വളർത്തൽ കേന്ദ്രങ്ങളുണ്ട്.

ഇവയ്ക്ക് മുതലകളോട് നല്ല സാമ്യമുണ്ട്. വായടച്ചാലും പുറത്തുതള്ളിനില്ക്കുന്ന നാലാമത്തെ പല്ലാണ് തിരിച്ചറിയാനുള്ള പ്രധാന മാർഗ്ഗം. പ്രായപൂർത്തിയെത്തിയ ഒരു ചീങ്കണ്ണിക്ക് ഇരുണ്ട ചാരനിറമോ ഒലിവ്നിറമോ ആയിരിക്കും.ശരീരത്തിന്റെ മുകൾഭാഗത്ത് കവചം പോലെ ബലമുള്ള ശല്ക്കങ്ങളുണ്ട്. ഈ ശല്ക്കങ്ങൾ പൊഴിക്കാൻ ഇവയ്ക്ക് കഴിയില്ല. അടിവശത്തും പാർശ്വഭാഗങ്ങളിലും ത്വക്ക് മിനുസമുള്ളതായിരിക്കും. തലയ്ക്ക് ത്രികോണാകൃതി. മോന്ത പരന്നതും വിസ്താരമുള്ളതുമാണ്. കണ്ണുകൾ, ചെവികൾ, നാസാദ്വാരങ്ങൾ എന്നിവയെല്ലാം തലയുടെ മുകൾഭാഗത്താണ്. വെള്ളത്തിൽ മുങ്ങിക്കിടക്കുമ്പോഴും ഈ ഇന്ദ്രിയങ്ങൾ ജാഗരൂകമായി ജലനിരപ്പിനു മുകളിൽ കാണാവുന്നതാണ്. നീണ്ട മുഖത്തിന്റെ അഗ്രഭാഗത്താണ് നാസാരന്ധ്രങ്ങളുടെ സ്ഥാനം. നീന്തുമ്പോൾ ഇവ അടയും. വെള്ളത്തിനടിയിലായിരിക്കുമ്പോഴും ഇതിന് കാഴ്ചയുണ്ട്. ഇതിന് സഹായകമാകുന്നത് കണ്ണുകളെ പൊതിയുന്ന മൂന്നാമത്തെ കൺപോളയാണ്. ഇതിന്റെ കാലുകൾ ചർമ്മബന്ധിതമാണ്. കാൽ വിരലുകളിൽ നഖങ്ങളുണ്ട്. വാൽ പരന്നതും തടിച്ചതുമാണ്. ചീങ്കണ്ണികളിലെ പെണ്ണിനം താരതമ്യേന ചെറുതാണ്. ആണിന് 4-5 മീറ്റർ നീളമുണ്ടാകും.

വെള്ളത്തിലൂടെ വേഗത്തിൽ നീന്തുന്നതിന് അനുയോജ്യമായ രീതിയിലാണ് ശരീരഘടന. കുതിച്ചുനീന്താനും ഗതി നിയന്ത്രിക്കാനും സഹായിക്കുന്നത് വാലാണ്. നീന്തുമ്പോൾ കാലുകൾ വശങ്ങളിൽ ഒതുക്കി വയ്ക്കുന്നതിനാൽ നീന്തലിന് വേഗതയുണ്ടാവും. കരയിലായിരിക്കുമ്പോൾ നടക്കുകയാണ് ചെയ്യുക. ഇണചേരുന്ന സമയത്തും അപകടാവസ്ഥയുടെ സൂചന നൽകുമ്പോഴും ചീങ്കണ്ണികൾ പ്രത്യേകതരം ശബ്ദം പുറപ്പെടുവിക്കാറുണ്ട്.

ഇവ മാംസഭോജികളാണ്. മത്സ്യങ്ങളാണ് പ്രധാന ആഹാരം. എന്നാൽ, ക്രസ്റ്റേഷ്യനുകൾ, തവളകൾ എന്നിവയേയും മാനും കുരങ്ങും കന്നുകാലികളും ഉൾപ്പടെ കിട്ടുന്ന ഏത് മൃഗത്തെയും ഇവ ഇരയാക്കാറുണ്ട്.

മുട്ടയിട്ടാണ് വംശവർദ്ധന. ജലാശയക്കരയിലെ മാളങ്ങളിലാണ് മുട്ടയിടുന്നത്. എല്ലാ വർഷവും മുട്ടയിടാനായി ഒരേ മാളം തന്നെയാണ് ഉപയോഗിക്കുക. ഒരു തവണ 10-50 മുട്ടകളുണ്ടാവും. 55-75 ദിവസം കൊണ്ട് ഇവ വിരിയും. നല്ല കട്ടിയുള്ള പുറന്തോടുള്ളതും വെള്ളനിറമുള്ളതുമായ മുട്ടകൾ മണ്ണിട്ട് മൂടുക പതിവാണ്. മുട്ട വിരിയുന്നതുവരെ പെൺ ചീങ്കണ്ണി മുട്ടയ്ക്ക് കാവലിരിക്കും. മുട്ടയ്ക്ക് ലഭിക്കുന്ന ചൂടിനനുസരിച്ചാണ് കുഞ്ഞുങ്ങളിൽ ലിംഗവ്യത്യാസമുണ്ടാകുന്നത്. 32.5 ഡിഗ്രി ചൂടിൽ വിരിയുന്നവ ആണായും ഇതിൽ കൂടിയതോ കുറഞ്ഞതോ ആയ ചൂടിൽ വിരിയുന്നവ പെണ്ണായും മാറും.

മനുഷ്യരെ ഇവ ആക്രമിക്കാറുണ്ട്. മാംസത്തിനും തുകലിനുമായി ഇവയെ ധാരാളമായി കൊന്നൊടുക്കുന്നതിനാൽ ലോകത്ത് ഈ ജന്തുവിന്റെ നിലനില്പ് ഇന്ന് പരുങ്ങലിലാണ്. സമീപഭാവിയിൽ വംശനാശ ഭീഷണി ഉണ്ടായേക്കാവുന്നവയുടെ കൂട്ടത്തിലാണ് ഐ.യു.സി.എൻ. ഇവയെ ഉൾപ്പെടുത്തിയിരിക്കുന്നത്.

രാജവെമ്പാല
King Cobra

ശാസ്ത്രനാമം: ഓഫിയോഫാഗസ് ഹന്നാ
Ophiophagus hannah Cantor, 1836

പാമ്പുവർഗ്ഗത്തിലെ രാജാവാണ് രാജവെമ്പാല. ഇന്ത്യ, മ്യാന്മാർ, കമ്പോഡിയ, ദക്ഷിണചൈന, ലാവോസ്, തായ്‌ലൻഡ്, വിയറ്റ്നാം, ഇൻഡോനേഷ്യ, ഫിലിപ്പൈൻസ്, മലേഷ്യ തുടങ്ങിയ ഏഷ്യൻ രാജ്യങ്ങളിൽ കണ്ടുവരുന്നു. ഒറ്റനോട്ടത്തിൽ മൂർഖനോട് സാദൃശ്യമുള്ള ഇത് പൂർണ്ണമായും വനവാസിയാണ്. പൊതുവെ, മഴക്കാടുകളാണ് ഇവയുടെ ഇഷ്ടആവാസമേഖലകൾ. ധാരാളം മഴ ലഭിക്കുന്നയിടങ്ങളിലെ, സസ്യങ്ങൾ തിങ്ങിവളരുന്ന അടിക്കാടുകളിലും മുളങ്കാടുകളിലും കണ്ടൽക്കാടുകളിലുമൊക്കെ ഇവയെക്കാണാറുണ്ട്. കേരളത്തിൽ പശ്ചിമഘട്ടത്തിലെ നിത്യഹരിത വനങ്ങളിലും അർദ്ധ നിത്യഹരിത വനങ്ങളിലും ഇലപൊഴിയും കാടുകളിലും ഇവയെക്കാണാം. ലോകത്ത് കൂട് നിർമ്മിച്ച് മുട്ടയിടുന്ന ഒരേയൊരു പാമ്പാണ് രാജവെമ്പാല. ഇത് ഇന്ത്യയിൽ കണ്ടു

വരുന്ന വിഷപ്പാമ്പുകളിൽ ഏറ്റവും നീളം കൂടിയതുമാണ്. വിഷമുള്ളവ ഉൾപ്പടെയുള്ള പാമ്പുകളെ ഇരയാക്കുന്ന സ്വഭാവത്തെ സൂചിപ്പിക്കുന്നതാണ് ഓഫിയോ ഫാഗസ് എന്ന ജീനസ്നാമം. ഉരഗവർഗ്ഗത്തിലെ ഇലാപ്പിഡേയാണ് ഇതിന്റെ കുടുംബം.

പൂർണ്ണവളർച്ചയെത്തിയ ഒരു രാജവെമ്പാലയ്ക്ക് 2.5–5.5 മീ. നീളം വരും. ഒമ്പത് കിലോഗ്രാം വരെ തൂക്കവുമുണ്ടാകും. ഇതിന്റെ തല അല്പം നീണ്ട് പരന്നതാണ്. തിളക്കമുള്ള ദേഹത്തിന് കറുപ്പ് നിറം. ദേഹത്ത് ഇളംമഞ്ഞ നിറമുള്ള വളയങ്ങളുണ്ടാവും. സാധാരണ പാമ്പുകളെ അപേക്ഷിച്ച് രാജവെമ്പാലയ്ക്ക് വായും വിഷപ്പല്ലും വലുതാണ്. പക്ഷേ, മൂർഖന്റേതു പോലെ ഫണം ഇവയ്ക്കില്ല. എന്നാൽ, ഉയർത്തിപ്പിടിച്ച പരന്ന തല കാണുമ്പോൾ ഫണമാണെന്ന് തോന്നും. വന്യാവസ്ഥയിൽ 15–20 വർഷമാണ് രാജവെമ്പാലയുടെ ആയുസ്സ്.

ശത്രുസാന്നിദ്ധ്യമുണ്ടായാൽ, ഇതിന്റെ ആദ്യത്തെ ശ്രമം ഓടി മറയാനായിരിക്കും. അതിനു സാഹചര്യമുണ്ടായില്ലെങ്കിൽ ശത്രുവിനെ ഭയപ്പെടുത്തി ഓടിക്കാൻ ശ്രമിക്കും. ഇതിന്റെ ആദ്യപടിയായി ശരീരത്തിന്റെ മൂന്നിലൊന്നോളം നീളത്തിൽ മുൻഭാഗം നിലത്തു നിന്നുയർത്തി, തല ഫണം പോലെ പരത്തിപ്പിടിച്ച് ശത്രുവിനു മുന്നിൽ നിലയുറപ്പിക്കും. ഇപ്രകാരം ഒന്നര മീറ്ററോളം ഉയർന്ന് നിൽക്കുന്നതോടൊപ്പം ഭയപ്പെടുത്തുന്ന രീതിയിൽ സീൽക്കാരം പുറപ്പെടുവിക്കുകയും കൊത്താനെന്നതുപോലെ താഴേക്ക് ആയുകയും ചെയ്യും. ഇതുകണ്ടാൽ എത്ര ധീരനായ ശത്രുവും ഭയചകിതനായി ജീവനും കൊണ്ടോടും. എന്നിട്ടും പിന്മാറുന്നില്ലങ്കിലേ ഇവ കൊത്തുകയുള്ളൂ. വളരെ അപൂർവ്വമായി മാത്രമേ ഇങ്ങനെയൊരു സാഹചര്യം ഉണ്ടാകാറുള്ളൂ.

ഇവ രാത്രിയും പകലും സഞ്ചരിക്കാറുണ്ട്. എങ്കിലും പകലാണ് കൂടുതൽ സജീവം. ഒറ്റയ്ക്കാണ് വിഹരിക്കുക. ഭയപ്പാടുണ്ടായാലോ ദേഷ്യം വന്നാലോ, ചീറ്റുന്നതിനു പകരം ഇവ മുരളുകയാണ് ചെയ്യുക.

ദംശിക്കുമ്പോൾ ഏറ്റവുമധികം വിഷം ചുരത്തുന്ന രണ്ടാമത്തെ പാമ്പാണിത്. ഏഴ് മില്ലീലിറ്റർ വിഷം വരെ ഒരു തവണ കുത്തിവയ്ക്കും. 20–30 മനുഷ്യരുടെ ജീവനെടുക്കാൻ ഒറ്റക്കൊത്തിലെ വിഷം മതിയാകും. പൂർണ്ണവളർച്ചയെത്തിയ ഒരാനയെ കൊല്ലാനും ഇതുമതി. എന്നാൽ, തുള്ളിയോടുതുള്ളി നോക്കിയാൽ ഇതിന്റെ വിഷത്തിന് മറ്റു പാമ്പുകളുടെ വിഷത്തെക്കാൾ വീര്യം കുറവാണ്. കുത്തിവയ്ക്കുന്ന വിഷത്തിന്റെ അളവ് കൂടുതലായതിനാലാണ് മരണം സംഭവിക്കുന്നത്. മനുഷ്യന് കടിയേറ്റാൽ 15–30 മിനിറ്റുകൾക്കകം മരണം ഉറപ്പ്. ഇതിന്റെ വിഷം നാഡീവ്യൂഹത്തെ ബാധിക്കുന്ന തരമാണ്. കേരളത്തിൽ ഇതിന് പ്രതിവിഷം ലഭ്യമല്ല.

രാജവെമ്പാലയുടെ ഇരകൾ ചേരയും മൂർഖനും ഉൾപ്പെടെയുള്ള മറ്റു പാമ്പുകളാണ്. ഒപ്പം ചെറുസസ്തനികൾ, ഉരഗങ്ങൾ, പക്ഷികൾ എന്നിവയെയും പിടികൂടാറുണ്ട്. അറ്റം പിളർന്ന നാവുകൊണ്ട് ഗന്ധമറിഞ്ഞും

കൃത്യതയുള്ള കാഴ്ചശക്തിയാൽ നോക്കിക്കണ്ടും നിലത്തെ പ്രകമ്പനങ്ങൾ തിരിച്ചറിഞ്ഞുമാണ് ഇരതേടുക. ഇരയെ കണ്ടെത്തിയാൽ അതിനെ ഓടിച്ചുപിടിക്കുകയാണ് രീതി. നിലത്തു കൂടെയും മരങ്ങളിലൂടെയും ജലത്തിലൂടെയും ഇരയുടെ പിന്നാലെ അതിവേഗം സഞ്ചരിക്കാൻ ഇവയ്ക്കാവും. കൈയെത്തും ദൂരത്തെത്തിയാൽ പെട്ടെന്ന് കൊത്തുകയും ധാരാളം വിഷം ഇരയുടെ ശരീരത്തിലേക്ക് കുത്തി വയ്ക്കുകയും ചെയ്യും. അതോടെ ശ്വാസതടസ്സമുണ്ടായി ചാകുന്ന ഇരയെ തലയറ്റം മുതൽ വിഴുങ്ങും. കീഴ്ത്താടിയിലെ എല്ലുകളുടെ പ്രത്യേക രീതിയിലുള്ള ക്രമീകരണം മൂലം തലയെക്കാൾ വലുപ്പമുള്ള ഇരയേയും ഇതിന് വിഴുങ്ങാനാവും. ഒരു തവണ വയർ നിറയെ ആഹാരം കിട്ടിയാൽ മാസങ്ങളോളം ആഹാരമില്ലാതെയും ഇവ കഴിയും.

മുട്ടയിട്ടാണ് വംശവർദ്ധന. മുട്ടയിടുന്നത് വേനൽക്കാലത്താണ്. മറ്റ് ശല്യങ്ങളില്ലാത്ത സ്ഥലത്ത് തറയിൽ ഇണപ്പാമ്പുകൾ ചേർന്നാണ് കൂട് നിർമ്മിക്കുന്നത്. വൃത്താകൃതിയുള്ള കൂടിന് രണ്ടറകളുണ്ടായിരിക്കും. താഴത്തെ അറയിലാണ് മുട്ടകൾ നിക്ഷേപിക്കുന്നത്. ഒരു തവണ 20-50 മുട്ടകളുണ്ടാവും. ഇതിനു മുകളിൽ കരിയിലകളും കമ്പുകളും ഉൾപ്പെടെയുള്ള ചപ്പുചവറുകൾ നിരത്തും. മുകളിലുള്ള അറയിൽ പെൺപാമ്പ് ചുറ്റിവളഞ്ഞിരുന്ന് മുട്ടകളെ കാത്തുസൂക്ഷിക്കും. പരിസരം വിട്ടുപോകാതെ ആൺപാമ്പുമുണ്ടാകും. കൂട്ടിലെ ചപ്പുചവറുകൾ അഴുകുന്ന ചൂടുകൊണ്ടാണ് മുട്ട വിരിയുന്നത്. ഇതിന് 60-90 ദിവസം വേണ്ടിവരും. വിരിയുന്നതിന് ഒരു മണിക്കൂർ മുമ്പ് മാതാപിതാക്കൾ സ്ഥലം വിടും. തലയ്ക്ക് പിന്നിലുള്ള മുള്ളുപോലുള്ള ഒരു ഭാഗത്തിന്റെ സഹായത്താൽ മുട്ടത്തോട് പൊട്ടിച്ചാണ് കുഞ്ഞുങ്ങൾ പുറത്തുവരിക. പുറത്തുവരുമ്പോൾ കുഞ്ഞുങ്ങൾക്ക് 35 സെ.മീ. നീളം കാണും. ഇവയും വിഷവാഹകരാണ്. എന്നിരുന്നാലും കീരി, മയിൽ, പരുന്ത് എന്നിവയൊക്കെ ഇവയെ ഇരയാക്കാറുണ്ട്. അതിനാൽ, ഏതാനുമെണ്ണം മാത്രമേ പൂർണ്ണവളർച്ചയെത്തൂ.

മലമ്പാമ്പ്

Indian python/ Indian rock python

ശാസ്ത്രനാമം: *പൈത്തൺ മൊല്യൂറസ്*

*Python molurus Linnaeus,*1758

ദക്ഷിണേഷ്യയിലെയും ദക്ഷിണപൂർവ്വേഷ്യയിലെയും ഉഷ്ണമേഖലാ-മിതോഷ്ണ മേഖലാ പ്രദേശങ്ങളിൽ കണ്ടുവരുന്ന വിഷമില്ലാത്ത ഒരു പാമ്പാണ് മലമ്പാമ്പ്. വലുപ്പത്തിൽ ലോകത്ത് രണ്ടാം സ്ഥാനവും

ഇൻഡ്യയിൽ ഒന്നാം സ്ഥാനവുമാണിതിന്. പൂർണ്ണമായും വനവാസിയായ ഇതിനെ പുൽമേടുകൾ, ചതുപ്പുകൾ, നദീതടങ്ങൾ, വനങ്ങൾ എന്നിങ്ങനെ വ്യത്യസ്തങ്ങളായ ആവാസസ്ഥാനങ്ങളിൽകാണാറുണ്ട്. കേരളത്തിലെ വിവിധ വനമേഖലകളിൽ ഇവയെ കണ്ടെത്തിയിട്ടുണ്ട്. ഇത് വിരളമായി മലവെള്ളപ്പാച്ചിലിൽപ്പെട്ട് പുഴകളിലൂടെ ജനവാസമേഖലകളിലെത്താറുണ്ട്. ഇതിനെ പൈത്തോണിഡേ കുടുംബത്തിലാണ് ഉൾപ്പെടുത്തിയിട്ടുള്ളത്.

ഇതിന് തടിച്ചു കൊഴുത്ത ഉരുണ്ട ശരീരമാണ്. 3 മീറ്റർ വരെ നീളം വയ്ക്കുന്ന ഇവയ്ക്ക് 50-75 കിലോ തൂക്കം കാണും. അടഞ്ഞ വെള്ള നിറമോ മഞ്ഞനിറമോ ഉള്ള ശരീരത്തിൽ വിവിധ ആകൃതികളിലുള്ള ഇരുണ്ട തവിട്ടോ കറുപ്പോ പുള്ളികളുണ്ട്. ശരീരത്തിന്റെ അടിഭാഗത്ത് മങ്ങിയ വെള്ളനിറം.

തൊലി പരുപരുത്തതാണ്. ഫണമില്ല. ഇതിന് വലിയ വായും കുറുകിയ വാലുമാണുള്ളത്. കഴുത്തിനെക്കാൾ വീതിയുള്ള തലയ്ക്ക് ത്രികോണാകൃതി. ഇവയ്ക്ക് 17- 20 വർഷത്തെ ആയുസ്സുണ്ടാവും.

പകലും രാത്രിയും ഇവ കർമ്മനിരതമായിരിക്കും. തറയിലൂടെയും മരച്ചില്ലകളിലൂടെയും യാത്ര ചെയ്യാറുണ്ട്. ശരീരഭാരം കൂടുതലായതിനാൽ വളരെ സാവധാനമാണ് ഇവയുടെ സഞ്ചാരം. മരങ്ങളുടെ മുകളിൽ ചുറ്റിപ്പിണഞ്ഞുകിടന്നാണ് വിശ്രമിക്കുന്നത്. പൊതുവെ ശാന്തസ്വഭാവമാണ്. ആരെങ്കിലും ഇവയെ പിടിച്ചാൽ അവരുടെ കൈകാലുകളിൽ ചുറ്റിമുറുക്കുന്ന സ്വഭാവമുണ്ട്.

മാൻ, പന്നി, കുരങ്ങ്, പക്ഷികൾ തുടങ്ങിയവയാണ് ഇവയുടെ ഇരകൾ. ഇരയെ ചുറ്റിവരിഞ്ഞാണ് കീഴ്പ്പെടുത്തുന്നത്. വരിഞ്ഞു മുറുക്കുമ്പോൾ എല്ലുകളും മറ്റും പൊട്ടിയും ശ്വാസംമുട്ടിയും ഇര ചത്തു കഴിഞ്ഞാൽ തല ഭാഗത്തു നിന്നും മെല്ലെ വിഴുങ്ങുകയാണ് പതിവ്. വയറു നിറഞ്ഞാൽ പിന്നെ വിശ്രമമാണ്. മാസങ്ങളോളം ഭക്ഷണമില്ലാതെ ജീവിക്കാനും ഇതിന് കഴിയും.

മലമ്പാമ്പിന്റെ പ്രജനനകാലം ഡിസംബർ-ഏപ്രിൽ മാസങ്ങളിലാണ്. മണ്ണിലെ മാളങ്ങളിലാണ് മുട്ടകളിടുക. ഒരു തവണ 50-80 മുട്ടകളുണ്ടാവും. പാമ്പുവർഗ്ഗത്തിലെ ഏറ്റവും വലിയ മുട്ടയാണിത്.

രണ്ടു മാസത്തെ അടയിരിക്കലിനു ശേഷം മുട്ട വിരിഞ്ഞ് കുഞ്ഞുങ്ങൾ പുറത്തു വരും. വായിലുള്ള ഉളിപോലുള്ള പല്ലു കൊണ്ട് മുട്ടത്തോട് പൊട്ടിച്ചാണ് ഇവ പുറത്തുവരിക. ഈ പല്ല് താമസിയാതെ കൊഴിഞ്ഞുപോകും. കുഞ്ഞിന് 40-45 സെ.മീ. നീളം കാണും.

തോലിനു വേണ്ടിയും നെയ്യിനുവേണ്ടിയും ഇവയെ പിടികൂടാറുണ്ട്. ഇതോടൊപ്പം ആവാസവ്യവസ്ഥാനാശവുമുള്ളതിനാൽ ഇവയുടെ നിലനില്പ് പരുങ്ങലിലാണ്.

മൂർഖൻ

Indian cobra/Spectacled cobra

ശാസ്ത്രനാമം: നാജാ നാജാ

*Naja naja Linnaeus,*1758

ആഫ്രിക്കയിലും ഏഷ്യയിലും കണ്ടുവരുന്ന ഉഗ്രവിഷമുള്ള ഒരു പാമ്പാണ് മൂർഖൻ. കേരളത്തിലെ കാടുകളിലും കാടിനോട് ചേർന്ന ഗ്രാമ പ്രദേശങ്ങളിലും കുറ്റിക്കാടുകളുള്ള നഗരങ്ങളിലും ഇവയെക്കാണാം. ഉരഗവർഗ്ഗത്തിലെ ഇലാപ്പിഡേയാണ് ഇതിന്റെ കുടുംബം.

നമ്മുടെ കൈത്തണ്ടയുടെ വണ്ണമുള്ള ഇവയ്ക്കു 1-2 മീറ്റർ നീള മുണ്ടാവും. 10-15 വർഷമാണ് ആയുസ്സ്. ശരീരത്തിൽ തവിട്ടും മഞ്ഞയും നിറമുള്ള പുള്ളികൾ ഇടകലർന്ന നിറം. അടിവശം വെള്ള. വിസ്താര മുള്ള കഴുത്തും തലയുമുള്ള ഇവയുടെ കണ്ണുകൾ കറുപ്പാണ്. ചെറിയ വിഷപ്പല്ലുകളാണിവയ്ക്ക്. ഇവയിലെ ആണിനും പെണ്ണിനും കുഞ്ഞു ങ്ങൾക്കും ഫണം ഉണ്ടായിരിക്കും. പെട്ടെന്ന് പ്രകോപിതരാകുന്ന പ്രകൃതമാണിവയ്ക്ക്. പ്രകോപിതരാകുമ്പോൾ ഇവ ശരീരത്തിന്റെ മൂന്നിലൊരു ഭാഗം നിലത്തു നിന്നുയർത്തി, ഫണം വിടർത്തും. വിടർ ത്തിയ ഫണത്തിൽ പിന്നിലായി, കറുപ്പുനിറത്തിൽ ഇംഗ്ലിഷ് അക്ഷര മാലയിലെ 'വി' അല്ലെങ്കിൽ 'യു' വിന്റെ ആകൃതി കാണാം. ഫണവും അതിലെ അടയാളവുമാണ് ഇവയെ തിരിച്ചറിയാനുള്ള പ്രധാന പ്രത്യേ കതകൾ.

പ്രതികൂലസാഹചര്യങ്ങളിൽ ശത്രുവിനെ ഭയപ്പെടുത്താൻ വേണ്ടി യാണ് മൂർഖൻ ഫണം വിടർത്തുന്നത്. ഇതേത്തുടർന്ന് ആഞ്ഞുകൊത്തു കയും ചെയ്യും. വിഷപ്പല്ലുകൾ വഴി ശത്രുവിന് മരണം സംഭവിക്കാൻ വേണ്ടതിലും വളരെയധികം വിഷം ഇവ കുത്തിവയ്ക്കും. വിഷത്തിന് വളരെയധികം വീര്യമുണ്ട്. രാജവെമ്പാല വിഷം പോലെ ഇതും നാഡീ വ്യൂഹത്തെയാണ് ബാധിക്കുന്നത്.

സാധാരണ ഇവയുടെ സഞ്ചാരം രാത്രിയാണ്. പകലും വിരളമായി ക്കാണാറുണ്ട്. നിലത്താണ് അധികവും വിഹരിക്കുക. അവശ്യഘട്ടങ്ങളിൽ നീന്താനും കഴിയും.

തവള, എലി, ഓന്ത്, പ്രാണികൾ, പക്ഷികൾ, മുട്ട തുടങ്ങിയവയാണ് മൂർഖന്റെ ഭക്ഷണം. മുഖ്യമായും രാത്രിയാണ് ഇരതേടൽ. ഇരയെ കൊത്തിയ ശേഷം അതിന് ശ്വാസതടസ്സമുണ്ടായി ചാകുന്നതുവരെ കാത്തിരിക്കുന്നതാണ് ഇതിന്റെ രീതി. ഇര ചത്തുകഴിഞ്ഞാൽ തല ഭാഗത്തു നിന്നും തുടങ്ങി മുഴുവനോടെ വിഴുങ്ങുകയാണ് പതിവ്. എലികളെത്തേടിയാണ് ഇവ വീട്ടുപരിസരങ്ങളിൽ എത്തുന്നത്.

ഇവ മാളങ്ങളിലാണ് മുട്ടയിടുന്നത്. ഒരു പ്രാവശ്യം 20-30 മുട്ടകളുണ്ടായിരിക്കും. ആൺ-പെൺപാമ്പുകൾ മാറിമാറി അടയിരിക്കും.50 ദിവസമാകുമ്പോൾ മുട്ട വിരിയും. കുഞ്ഞുങ്ങൾക്കും വിഷമുണ്ടായിരിക്കും. മുട്ടവിരിഞ്ഞു പുറത്തെത്തിയാലുടൻ തന്നെ പത്തി വിടർത്താനും ദംശിക്കാനും ഇവയ്ക്ക് സാധിക്കും.

എലികളെ പിടികൂടുന്നതിനാൽ മനുഷ്യന് ഉപകാരിയാണെങ്കിലും ഇവ മൂലം ജീവാപായമുണ്ടാകുന്ന സന്ദർഭങ്ങളും വിരളമല്ല. മൂർഖൻ വിഷം പലതരം ഔഷധങ്ങളുടെ നിർമ്മാണത്തിന് ഉപയോഗിക്കാറുണ്ട്.

പറക്കും പാമ്പ്

Flying snake/Gliding snake/Golden tree snake

ശാസ്ത്രനാമം: *ക്രൈസോപീലിയ ഓർണേറ്റ*

*Chrysopelea ornata Shaw,*1802

അത്യപൂർവ്വമായ വർണ്ണവൈവിദ്ധ്യം കൊണ്ട് വേറിട്ടു നില്ക്കുന്ന ഒരു പാമ്പാണ് പറക്കുംപാമ്പ്. കേരളത്തിലെ പാമ്പുകളിൽ ഏറ്റവും മനോഹരമായ ഒരിനമാണിത്. പൊതുവെ വിരളമാണെങ്കിലും വിവിധ കാടുകളിൽ ഇവയെ കണ്ടെത്തിയിട്ടുണ്ട്. പൂർണ്ണമായും കാനനവാസികളാണിവ.

ഇതിന്റെ ശരീരം മെലിഞ്ഞു നീണ്ടതാണ്. 1.5 മീറ്റർ മുതൽ 2.5 മീറ്റർ വരെ നീളമുണ്ടാകും. ശരീരത്തിൽ വെള്ള, തവിട്ട്, ചുവപ്പ്, മഞ്ഞ, കറുപ്പ് എന്നീ നിറങ്ങളുണ്ട്. ഈ നിറങ്ങൾ കൊണ്ടു മനോഹരമായ ചിത്രം വരച്ചിട്ടിരിക്കുന്നതുപോലയാണ് ശരീരം കാണുന്നത്. കറുപ്പുനിറമുള്ള തലയിൽ കുറുകെ മഞ്ഞയോ പച്ചയോ നിറമുള്ള വരകളും കുറികളും കാണാം. ഇവയ്ക്ക് വിഷമുണ്ടെങ്കിലും വിഷത്തിന് വീര്യം കുറവാണ്. അതിനാൽ, കടിയേറ്റാലും ജീവാപായമുണ്ടാകാറില്ല.

ഇവയുടെ ഏറ്റവും കൗതുകകരമായ സവിശേഷത പറക്കാനുള്ള കഴിവാണ്. ചിറകുകളില്ലാത്ത ഇവ ശരിയായ അർത്ഥത്തിൽ പറക്കുകയല്ല. പറക്കും അണ്ണാനെപോലെ ഒരുതരം തെന്നിപ്പറക്കലാണ് ഇവ നടത്തുന്നത്. ഉയരമുള്ള മരങ്ങളിൽ ഇഴഞ്ഞു കയറിയ ശേഷം താഴെയുള്ള ഉയരം കുറഞ്ഞ മരങ്ങളിലേക്ക് ചാടുകയാണ് ചെയ്യുന്നത്. ഇങ്ങനെ ചാടുന്ന അവസരത്തിൽ വാരിയെല്ലുകൾ വികസിപ്പിക്കുകയും അടിവശം ഉള്ളിലേക്ക് വലിക്കുകയും ചെയ്യും. അതിന്റെ ഫലമായി ഇതിന്റെ ശരീരം ഒരു ഗ്ലൈഡർ പോലെ പ്രവർത്തിക്കുകയും ചാടിയ മരത്തിൽ നിന്ന് കുറെയകലെ ചെന്നുവീഴാൻ സഹായകമാകുകയും ചെയ്യും. ശരീരത്തെ

വളച്ചും തിരിച്ചുമൊക്കെയാണ് ഈയവസരത്തിൽ ഗതി നിയന്ത്രിക്കുന്നത്. ഒരു പറക്കലിൽ 250-300 അടിയോളം ഇവ സഞ്ചരിക്കും. വളരെ ഉയരമുള്ള മരങ്ങളിൽ നിന്നുപോലും ഇവ ഇപ്രകാരം ചാടാറുണ്ട്. ഇവയ്ക്ക് മുകളിലേക്ക് പറക്കാൻ സാധിക്കില്ലെന്നാണ് ഗവേഷകരുടെ അഭിപ്രായം.

ഏകാന്തവാസികളായ ഇവ കഴിവതും നിലത്തിറങ്ങാതെ മരങ്ങളുടെ മുകളിൽത്തന്നെയാണ് കഴിയുക. പകലും രാത്രിയും സഞ്ചരിക്കും. വളരെ വേഗത്തിൽ മരക്കൊമ്പുകളിലൂടെ നീങ്ങാൻ ഇവയ്ക്കു സാധിക്കും. വലിയ ദൂരങ്ങൾ ചുരുങ്ങിയ സമയം കൊണ്ട് താണ്ടാനാണ് തെന്നിപ്പറക്കുന്നത്.

വൃക്ഷങ്ങളിൽ വസിക്കുന്ന ചെറുപക്ഷികളെയും പല്ലി, ഓന്ത്, അരണ എന്നിവയെയുമാണ് ഭക്ഷിക്കുന്നത്. ഇവയെ ജീവനോടെ വിഴുങ്ങുകയാണ് പതിവ്.

വർഷത്തിൽ പതിനഞ്ചോളം മുട്ടകളിടാറുണ്ട്.

പച്ചിലപ്പാമ്പ്
Green vine snake

ശാസ്ത്രനാമം: അഹേറ്റുല്ല നസൂത
*Ahaetulla nasuta Lacepede,*1789

സദാ പച്ചിലകൾക്കിടയിൽ കഴിയുന്ന ഒരു പാമ്പാണിത്. കാടുകളിലും കാടിനോട് ചേർന്ന തോട്ടങ്ങളിലും ജീവിക്കുന്നു. പച്ചപ്പാമ്പ്, പച്ചോലപ്പാമ്പ് എന്നീ പേരുകളിലും അറിയപ്പെടുന്നുണ്ട്. വംശനാശ ഭീഷണി നേരിടുന്ന ഇവയുടെ മുഖ്യശത്രു മനുഷ്യൻ തന്നെയാണ്. കൊളുബ്രിഡേയാണ് ഇതിന്റെ കുടുംബം.

ഇവയുടെ ദേഹം വളരെ മെലിഞ്ഞതാണ്. ഒന്നര മീറ്ററോളം നീളമുണ്ടായിരിക്കും. തലയും ശരീരഭാഗങ്ങളുമെല്ലാം പച്ചനിറമാണ്. പെണ്ണിനാണ് കൂടുതൽ പച്ചനിറം കാണുന്നത്. തല നീണ്ട് കൂർത്തിരിക്കും. വശ്യമായ കണ്ണുകളാണ് ഇവയ്ക്കുള്ളത്. കൃഷ്ണമണി കുറുകെയാണ് കാണുന്നത്. കാഴ്ചശക്തി പൊതുവെ കൂടുതലാണെന്ന് അഭിപ്രായമുണ്ട്.

വായ വിസ്താരത്തിൽ തുറക്കാൻ ഇതിന് കഴിയും. നാവിന് പിങ്ക് നിറമാണ്. പകൽ സഞ്ചരിക്കുന്നവയാണ് പച്ചിലപ്പാമ്പുകൾ. പൂർണ്ണമായും വൃക്ഷങ്ങളിൽത്തന്നെ കഴിയാനാണ് ഇവയ്ക്ക് താത്പര്യം. നിലത്തിറങ്ങുന്നത് വളരെ അപൂർവ്വമായാണ്. വേഗത്തിൽ മരങ്ങളിലൂടെ സഞ്ചരിക്കാൻ സാധിക്കും വിധത്തിലാണ് ഇവയുടെ ശരീരഘടന.

ഇവയ്ക്ക് വിഷമില്ല. എന്നാൽ, ഇവ കണ്ണിൽ കൊത്തുമെന്ന് ചില അഭിപ്രായങ്ങളുണ്ട്. പക്ഷേ, ഇക്കാര്യത്തിൽ ഇന്നോളം ഒരു വ്യക്തത

ഉണ്ടായിട്ടില്ല. അതിനാൽ, കൺകൊത്തിപ്പാമ്പ് എന്നൊരു പേരും ഇതിനുണ്ട്. സാധാരണഗതിയിൽ ഇത് മനുഷ്യരെ ആക്രമിക്കാറില്ല. ശല്യപ്പെടുത്തിയാൽ വായ വിസ്താരത്തിൽ തുറന്ന് പിങ്ക് നിറമുള്ള നാവു പുറത്തേക്കിടുകയും കൊത്താൻ പോകുന്നതു പോലെ കാണിക്കുകയും ചെയ്യും. അതോടെ, ഭയചകിതരായി ശത്രു സ്ഥലംവിടും. മുട്ടകൾ, പക്ഷി ക്കുഞ്ഞുങ്ങൾ, തവള, ഓന്ത് എന്നിവയാണ് ഇരകൾ. വള്ളിപ്പടർപ്പുകളിലും കുറ്റിച്ചെടികളിലും മറ്റും ഇലകളുടെയിടയിൽ പതുങ്ങിയിരുന്നാണ് ഇര തേടൽ. മരത്തിൽ തൂങ്ങിക്കിടന്ന് ഇരപിടിക്കാനും ഇവയ്ക്കു സാധിക്കും.

ഇവ കുഞ്ഞുങ്ങളെ പ്രസവിക്കുകയാണ് ചെയ്യുക. ഒരു വർഷത്തിൽ ഒരിക്കലാണ് പ്രസവം. ഒരു പ്രാവശ്യം 23 കുഞ്ഞുങ്ങളെ വരെ കണ്ടെത്തി യിട്ടുണ്ട്. കുഞ്ഞുങ്ങളെ സംരക്ഷിക്കുന്നത് അമ്മപ്പാമ്പാണ്.

മലബാർ കുഴിമണ്ഡലി/കാട്ടുമണ്ഡലി/ മരമണ്ഡലി/ചോലമണ്ഡലി

Malabar pit viper /Common worm snake

ശാസ്ത്രനാമം: *ട്രൈമെറസൂറസ് മലബാറിക്കസ്*

Trimeresurus malabaricus Jerdon,1854

ദക്ഷിണേന്ത്യയിൽ മാത്രം കാണപ്പെടുന്ന ഒരിനം പാമ്പാണിത്. നീല ഗിരി, കുടക്, കർണ്ണാടകയുടെ ചില ഭാഗങ്ങൾ, തെക്കുപടിഞ്ഞാറൻ ഇൻഡ്യയിലെ കുന്നുകൾ എന്നിവിടങ്ങളിൽ ഇതിനെ കണ്ടെത്തിയിട്ടുണ്ട്. 700–2500 മീ. ഉയരമുള്ള മലമ്പ്രദേശങ്ങളിലെ നിത്യഹരിതവനങ്ങളിലും അർദ്ധനിത്യഹരിതവനങ്ങളിലും ചോലക്കാടുകളിലുമാണ് ഇവയെ കാണാറുള്ളത്. കാടുകൾക്ക് സമീപമുള്ള തോട്ടങ്ങളിലും ചിലപ്പോൾ ജനവാസമുള്ള സഥലങ്ങളിലും ഇവയെത്താറുണ്ട്. കേരളത്തിൽ ആന മല, അഗസ്ത്യകൂടം, സൈലന്റ് വാലി എന്നിവിടങ്ങളിൽ ഇവയെ കണ്ടെ ത്തിയിട്ടുണ്ട്. മരങ്ങളിൽ വസിക്കുന്നതിനാലാണ് ഇതിനെ മരമണ്ഡലി എന്ന് വിളിക്കുന്നത്. വൈപ്പറിഡേയാണ് ഇതിന്റെ കുടുംബം.

ഇതിന് ഒരു മീറ്ററോളം നീളമുണ്ടാവും. അതനുസരിച്ച് വണ്ണവുമു ണ്ടായിരിക്കും. വാലിന് ശരീരത്തിന്റെ ആറിലൊന്ന് നീളം വരും. വാലിന് മരങ്ങളിൽ ചുറ്റിപ്പിടിക്കാനുള്ള കഴിവുണ്ട്. നിറം മാറാൻ കഴിവുള്ള ഒരു പാമ്പാണിത്. ശരീരത്തിന്റെ നിറം കൊണ്ടു മാത്രം ഇവയെ തിരിച്ചറിയാ വുന്നതാണ്. പച്ചനിറമുള്ള ശരീരത്തിൽ ധാരാളം തവിട്ടു പുള്ളികൾ കാണും. മുതുകിൽ തല മുതൽ വാലുവരെ തവിട്ടുനിറത്തിലോ അല്പം കൂടി ഇരുണ്ട നിറത്തിലോ ഉള്ള പുള്ളികളുണ്ട്. ഇവ ഒന്നിനോടൊന്ന്

ചേർന്നോ ചേരാതെയോ കാണപ്പെടുന്നു. വശങ്ങളിൽ മഞ്ഞപ്പുള്ളികളുടെ ഒരു നിരയും ഉണ്ടാവും. വാൽ മഞ്ഞയോ, കറുപ്പോ ആയിരിക്കും. ഋതു ഭേദമനുസരിച്ച് ഇവയുടെ നിറം മാറും. ഏതു കാലത്തായാലും ഇവയുടെ നിറം പ്രകൃതിയുമായി ഇണങ്ങിച്ചേരുന്ന രീതിയിലായിരിക്കും. ശരീരത്തിൽ ശല്ക്കങ്ങളുണ്ടാവും. ദേഹത്തുള്ള ശല്ക്കങ്ങളെക്കാൾ വലുപ്പമുള്ളവയാണ് തലയിലെ ശല്ക്കങ്ങൾ. ഇതിന്റെ മേലണയിൽ ഓരോ ഭാഗത്തും ഈരണ്ടു വിഷപ്പല്ലുകളുണ്ടായിരിക്കും.

ഇവ രാത്രിസഞ്ചാരികളാണ്. മിക്കവാറും സഞ്ചാരം മരങ്ങളിലൂടെ ത്തന്നെയാണ്. മരക്കൊമ്പുകളിലോ, മുളകളിലോ ആണ് പൊതുവെ ഇവ വിശ്രമിക്കുന്നത്. വിരളമായി നിലത്തിറങ്ങാറുമുണ്ട്. ഇവയുടെ വിഷം രക്ത ത്തെയാണ് ബാധിക്കുന്നത്. കടിയേൽക്കുന്ന ഭാഗത്ത് കലശലായ വേദന യുണ്ടാകുകയും നീരുവന്ന് വീർക്കുകയും ചെയ്യും. ചിലപ്പോൾ അസഹ്യ മായ വേദനയും നീറ്റലും അനുഭവപ്പെടും. ഒരു ദിവസം പിന്നിട്ടാൽ ചോരയും പഴുപ്പും പുറത്തുവരും. ക്രമേണ, പ്രത്യേക ചികിത്സയൊന്നും കൂടാതെ തന്നെ കടിയേറ്റയാൾ സുഖം പ്രാപിക്കും.

വാലു കൊണ്ട് മരച്ചില്ലയിൽ ചുറ്റിപ്പിടിച്ച് ഇരയെ കാത്തിരിക്കുന്നത് പതിവാണ്. മുന്നിലൂടെ പോകുന്ന ഇരയെ അതിചടുലതയോടെ ചാടി പ്പിടിക്കാൻ അസാധാരണമായ കഴിവ് ഇവയ്ക്കുണ്ട്. തവള, എലി, പക്ഷി ക്കുഞ്ഞുങ്ങൾ, ഓന്ത്, അരണ, പല്ലി, ഷഡ്പദങ്ങൾ, ചെറുപാമ്പുകൾ തുടങ്ങിയവയാണ് ഇരകൾ. വിഷം പ്രയോഗിച്ചാണ് ഇരയെ നിശ്ചലമാ ക്കുന്നത്. എലികളെ തിന്നൊടുക്കുന്നതിനാൽ ഇവ മലയോരകർഷകരുടെ മിത്രമാണ്.

ഇവ രണ്ടു വയസ്സാകുന്നതോടെ പ്രത്യുത്പാദനക്ഷമത കൈവരിക്കും. ഫെബ്രുവരി മുതൽ ആഗസ്റ്റ് വരെയാണ് പ്രജനനകാലം. മുട്ടയിട്ടാണ് വംശവർദ്ധന. വർഷത്തിൽ ഒരിക്കൽ മാത്രമാണ് മുട്ടയിടുന്നത്. ആദ്യ വർഷങ്ങളിൽ കുഞ്ഞുങ്ങൾ കുറവായിരിക്കും. എന്നാൽ, പിന്നീട് എണ്ണം കൂടാറുണ്ട്. ജനിക്കുമ്പോൾ കുഞ്ഞിന് 19-22 സെ.മീ. നീളം കാണും.

ചേര
Indian rat snake

ശാസ്ത്രനാമം: *തയസ് മ്യൂക്കോസ*
*Ptyas mucosa Linnaeus,*1758

ദക്ഷിണേഷ്യയിൽ വ്യാപകമായി കണ്ടുവരുന്ന, വിഷമില്ലാത്ത ഒരു പാമ്പാണ് ചേര. കേരളത്തിലെ കാടുകളിലും നാട്ടിൻപുറങ്ങളിലും പട്ട ണങ്ങളിലുമെല്ലാം ഇവയെ കാണാവുന്നതാണ്. കൊളുബ്രിഡേ കുടുംബ ത്തിലെ അംഗമാണിത്.

പ്രായപൂർത്തിയെത്തിയ ഒരു ചേരയ്ക്ക് രണ്ട് മീറ്റർ നീളം വരെ കാണും. വിരളമായി ഇതിലും നീളമുള്ളവയുമുണ്ട്. ഇതിന് മൂർഖന്റെ ശരീരപ്രകൃതിയോട് വളരെ സാമ്യമുണ്ട്. ശല്ക്കങ്ങൾ പൊതിഞ്ഞ ഇവയുടെ ദേഹത്തിന്റെ പൊതുനിറം മഞ്ഞയായിരിക്കും. മുകൾവശത്ത് ഇരുണ്ട തവിട്ട്, മഞ്ഞ, കറുപ്പ് എന്നിങ്ങനെ വിവിധ നിറങ്ങളിലുള്ള ധാരാളം വരകളും പുള്ളികളും കാണും. വാലിനോടടുക്കുമ്പോൾ ഈ ഡിസൈനുകൾ വല രൂപത്തിൽ കൂടുതൽ സാന്ദ്രതയോടെ കാണും. അടിവശം ഇളംമഞ്ഞനിറമോ അരണ്ട വെള്ളനിറമോ ആയിരിക്കും. തല മൂർഖന്റെ തല പോലെ അല്പം കൂർത്തതാണ്. വലിയ കണ്ണുകളാണിവയ്ക്ക്. പടംപൊഴിക്കുന്നതിന് മുമ്പ് ഇവയുടെ ശരീരത്തിന് കറുപ്പുനിറമാകും..

മിക്കവാറും പകലാണ് ഇവയെക്കാണാറ്. ഇവയ്ക്ക് മരംകയറാനും നിലത്തിഴഞ്ഞുനീങ്ങാനും കഴിയും. സഞ്ചാരം ഒറ്റയ്ക്കാണ്. പൊതുവെ സാവധാനമാണ് സഞ്ചാരം. ശത്രുഭയമുണ്ടായാൽ വേഗത്തിൽ ഇഴഞ്ഞു മാറി മാളങ്ങളിലോ കല്ലിടുക്കുകളിലോ ചെടികളുടെയിടയിലോ മറയും. ശത്രുവിന്റെ ആക്രമണം തുടർന്നാൽ ശരീരം പെരുപ്പിച്ച് മുരളുകയും ദുർഗ്ഗന്ധം പുറപ്പെടുവിച്ച് ശത്രുവിനെ തുരത്താൻ ശ്രമിക്കുകയും ചെയ്യും. നിവൃത്തിയില്ലാത്ത ഘട്ടങ്ങളിൽ ശക്തിയായി കടിക്കാറുമുണ്ട്. പട്ടിയുടെ കടിയേറ്റപോലെ നല്ല വേദനയുണ്ടാകുമെന്നല്ലാതെ കടി കൊണ്ട് ജീവാപായമുണ്ടാകാറില്ല.

മാംസഭുക്കുകളായ ഇവയുടെ ഇഷ്ടാഹാരം എലികളും പെരുച്ചാഴികളും തവളകളുമാണ്. അവയുടെ അഭാവത്തിൽ ഓന്ത്, പല്ലി, അരണ, പക്ഷികൾ, പക്ഷിമുട്ടകൾ, പ്രാണികൾ, ചെറുപാമ്പുകൾ തുടങ്ങിയവയും ഭക്ഷിക്കും. മുട്ടയിട്ടാണ് വംശവർദ്ധന. മാളങ്ങളിലാണ് മുട്ടയിടുന്നത്. ഒരു പ്രാവശ്യം 35 മുട്ടകൾ വരെ കാണും. 60-70 ദിവസം വേണം ഇവ വിരിയാൻ. മനുഷ്യന്റെ നിതാന്ത ശത്രുക്കളായ എലികളെയും പെരുച്ചാഴികളെയും തിന്നൊടുക്കുന്നതിനാൽ ഇവ വളരെ ഉപകാരികളാണ്.

നീർക്കോലി

Asiatic water snake/ Checkered Keelback

ശാസ്ത്രനാമം: സീനോക്രോഫിസ് പിസേറ്റർ

*Xenochrophis piscator Schneider,*1799

വിഷമില്ലാത്ത ഒരിനം പാമ്പാണിത്. കൊളുബ്രിഡേ കുടുംബത്തിലാണ് ഇവയെ ഉൾപ്പെടുത്തിയിരിക്കുന്നത്. ഏഷ്യയിലുടനീളം ഇവയെക്കാണാം. പൊതുവെ ശുദ്ധജലത്തിലാണ് വാസം. ജലാശയക്കരകളിലും സഞ്ചരിക്കാറുണ്ട്. പ്രധാനമായും പാടങ്ങൾ, തടാകങ്ങൾ, പുഴകൾ, കുളങ്ങൾ,

തോടുകൾ എന്നിവിടങ്ങളിലാണ് വാസം. ഇതിന് അനേകം ഉപജാതികളുണ്ട്. കേരളത്തിൽ വ്യാപകമായി കണ്ടുവരുന്നു.

പ്രായപൂർത്തിയെത്തിയ ഒരു നീർക്കോലിക്ക് ഒന്നര മീറ്റർ വരെ നീളമുണ്ടായിരിക്കും. മെലിഞ്ഞ ശരീരമുള്ള ഇതിന് പൊതുവെ മഞ്ഞ കലർന്ന തവിട്ടു നിറമാണ്. ഇതിൽ, കറുപ്പുനിറത്തിലുള്ള ചെറുപുള്ളികളുണ്ടാവും. ദേഹത്തിനടിവശം ഇളംനിറമായിരിക്കും. വശങ്ങളിൽ നേരിയ പച്ചനിറം കാണാറുണ്ട്. തല അണ്ഡാകാരമാണ്. മേൽച്ചുണ്ടിൽ ലംബമായി ഒരു വെട്ട് കാണാം. പെൺനീർക്കോലി താരതമ്യേന വലുതായിരിക്കും.

രാത്രിയും പകലും ഇവയെക്കാണാം.രാത്രിയാണ് കൂടുതലായിക്കാണുക. ജലത്തിനടിയിലൂടെയും ജലോപരിതലത്തിലൂടെയും അതിവേഗം നീന്താനുള്ള കഴിവുണ്ട്. കരയിലൂടെ വേഗത്തിലോടുകയും ചെയ്യും. പൊതുവെ നിരുപദ്രവിയാണ്. മനുഷ്യസാന്നിദ്ധ്യമുണ്ടായാൽ ഓടി രക്ഷപ്പെടുകയാണ് പതിവ്. ആപൽഘട്ടങ്ങളിൽ പ്രാണരക്ഷാർത്ഥം തുടരെ കടിക്കാറുണ്ട്. വിഷമില്ലെങ്കിലും കടി നല്ല വേദനയുണ്ടാക്കും. ചിലരിൽ ഇത് ചൊറിച്ചിലുണ്ടാക്കുന്നതായി സൂചനകളുണ്ട്.

മത്സ്യങ്ങൾ, തവള, എലി എന്നിവയാണ് ഇവയുടെ ഇരകൾ. മിക്കവാറും രാത്രിയാണ് ഇരതേടുക. പിടികൂടപ്പെടുന്നതോടെ നീർക്കോലിയുടെ പല്ലുകളിൽ കോർക്കപ്പെടുന്നതിനാൽ ഇരകൾക്ക് രക്ഷപ്പെടാനാവില്ല. ഇരയുടെ മരണം ഉറപ്പായാലേ അതിന്മേലുള്ള പിടി ഇവ വിടൂ. അതിനുശേഷം ഇരയെ വിഴുങ്ങുകയാണ് ചെയ്യുക.

മുട്ടയിട്ടാണ് വംശവർദ്ധന. ജലാശയക്കരയിലെ മാളങ്ങളിലാണ് മുട്ടയിടുന്നത്. ഒരു തവണ 20-35 മുട്ടകളുണ്ടായിരിക്കും. രണ്ടു മാസത്തോളം കഴിഞ്ഞേ ഇവ വിരിയൂ. മഴക്കാലത്ത് വിരിയാൻ പാകത്തിലാണ് മുട്ടകളിടുക.

നീർത്തടങ്ങൾ നികത്തുന്നതും മലിനമാകുന്നതും ഇവയുടെ എണ്ണത്തിൽ കുറവ് വരുത്തിയിട്ടുണ്ട്. എന്നാലും, ഇവയ്ക്ക് വംശനാശ ഭീഷണിയില്ല.

ഇന്ത്യൻ നക്ഷത്ര ആമ
Indian Star Tortoise

ശാസ്ത്രനാമം: ജിയോകീലോൺ എലഗൻസ്
Geochelone elegans Schoepf,1795

ഇന്ത്യയിലും ശ്രീലങ്കയിലും കാണപ്പെടുന്ന ഒരിനം കരയാമയാണ് നക്ഷത്ര ആമ. ടെസ്റ്റുഡൈനിഡേ കുടുംബത്തിലെ അംഗമായ ഇവയ്ക്ക് വ്യത്യസ്തങ്ങളായ ആവാസസ്ഥാനങ്ങളിൽ കഴിയാനാവും.

പുൽമേടുകളിലും ഇലപൊഴിയും കാടുകളിലും മുൾക്കാടുകളിലുമൊക്കെ ഇവയെ കണ്ടെത്തിയിട്ടുണ്ട്. നിറത്തിലും വലുപ്പത്തിലും പുറന്തോടിന്റെ ഡിസൈനിലും വളരെയധികം പ്രാദേശികഭേദങ്ങൾ ഇവയ്ക്കിടയിൽ കാണുന്നുണ്ട്.

ഇവയുടെ തല, കൈകാലുകൾ, വാൽ എന്നിവയ്ക്ക് മഞ്ഞനിറമാണ്. ഇതിൽ ഇരുണ്ടനിറമുള്ള പുള്ളികളും അടയാളങ്ങളും കാണും. ആകർഷകമായ വർണ്ണവിന്യാസവും നക്ഷത്രാകൃതിയുള്ള ചിത്രപ്പണികളുമുള്ള പുറന്തോടാണ് ഇവയുടെ ഏറ്റവും പ്രധാന സവിശേഷത. കടുപ്പമുള്ള പ്ലേറ്റുകളാൽ നിർമ്മിതമായ പുറന്തോടിന്റെ അടിസ്ഥാനനിറം കറുപ്പു മുതൽ ഇരുണ്ട തവിട്ടുനിറം വരെയാണ്. ഇതിന്റെ പുറത്ത് ഉന്തിനിൽക്കുന്ന അനേകം ഭാഗങ്ങളുണ്ട്. ഇത്തരം ഓരോ തടിപ്പിനും മദ്ധ്യഭാഗത്ത് മഞ്ഞനിറവും അതിൽ നിന്ന് നക്ഷത്രക്കാലുകൾ പോലെ വികേന്ദ്രീകരിച്ച് പോകുന്ന മഞ്ഞ വരകളും കാണും. കമാനാകൃതിയുള്ള തോടിന്റെ മുകൾഭാഗങ്ങളിൽ പൂർണ്ണമായ നക്ഷത്രങ്ങൾ കാണും. അരികുകളിൽ അർദ്ധനക്ഷത്രങ്ങളായിരിക്കും കാണുക. പുറന്തോടിന്റെയും നക്ഷത്രങ്ങളുടെയും നിറങ്ങളുടെ തെളിമയിൽ വളരെ വ്യത്യാസങ്ങൾ കാണാറുണ്ട്. ഉത്തരേന്ത്യയിലുള്ളവയ്ക്ക് വലുപ്പവും നിറവും ദക്ഷിണേന്ത്യയിലുള്ളവയെക്കാൾ കൂടുതലാണ്. പെൺ ആമകൾക്ക് ആണിനെക്കാൾ വലുപ്പം കൂടുതലായിരിക്കും. ആണിന്റെ പുറന്തോടിന് 15-20 സെ.മീ. നീളം വയ്ക്കുമ്പോൾ പെണ്ണിന്റേതിന് 25-30 നീളം വയ്ക്കും.

ഉഭയജീവികൾ
Amphibians

വെള്ളത്തിലും കരയിലും ജീവിക്കാൻ കഴിയുന്ന ജന്തുവിഭാഗമാണ് ഉഭയജീവികൾ. നട്ടെല്ലുള്ള ജീവികൾ അഥവാ കശേരുകികളിലെ അംഗങ്ങളായ ഇവ ഇക്കൂട്ടത്തിലെ ഏറ്റവും ചെറിയ വിഭാഗമാണ്. 230-ൽപരം ജനുസുകളിലായി 2500-ത്തിൽപരം ഉഭയജീവി സ്പീഷീസുകളുണ്ട്. പൂർണ്ണമായും ജലജീവികളായ മത്സ്യങ്ങൾക്കും ഏതാണ്ട് പൂർണ്ണമായും കരജീവികളായ ഉരഗങ്ങൾക്കും ഇടയിലാണ് ഇവയുടെ സ്ഥാനം. ആദ്യകാലത്ത് ഉഭയജീവികളെയും ഉരഗങ്ങളെയും ഒരു വിഭാഗത്തിലാണ് ചേർത്തിരുന്നത്. എന്നാലിപ്പോൾ ഇവയെ രണ്ടിനെയും പ്രത്യേകമായിട്ടാണ് കണക്കാക്കുന്നത്. 40 കോടി വർഷത്തെ പരിണാമചരിത്രമുള്ള ഇവയുമായി ബന്ധപ്പെട്ട ആദ്യസൂചനകൾ ലഭിക്കുന്നത് ഡെവോണിയൻ കാലഘട്ടത്തിൽ നിന്നാണ്. ഡെവോണിയൻ കല്പത്തിന്റെ അന്ത്യത്തിൽ മത്സ്യങ്ങളെപ്പോലെയുള്ള ആദിമരൂപത്തിൽ നിന്നാണ് ഇവ പരിണമിച്ചതെന്ന് ശാസ്ത്രലോകം കരുതുന്നു. കാർബോണിഫെറസ് കാലഘട്ടത്തിൽ ഇവ വ്യാപകമായിത്തുടങ്ങി.

കരയിലെ നനവാർന്ന സ്ഥലങ്ങളിലാണ് ഇവയെ കാണുക. ഇവയ്ക്ക് ശരീരത്തിൽ ശല്ക്കങ്ങളില്ല. ഇവയുടെ ത്വക്ക് നനവുള്ളതും മാർദ്ദവമുള്ളതുമായിരിക്കും. ത്വക്കിലെ ഗ്രന്ഥികൾ ഉത്പാദിപ്പിക്കുന്ന സ്രവങ്ങളാണ് ഇവയുടെ ത്വക്കിന്റെ നനവിനാധാരം. വിരളമായി പരുപരുത്ത ത്വക്കുള്ളവയെയും കാണുന്നുണ്ട്. നടക്കുന്നതിനും നീന്തുന്നതിനും സഹായിക്കുന്ന രണ്ടുജോടി കാലുകളും അവയിൽ നാലോ, അഞ്ചോ വിരലുകളുമുണ്ടാവും. ഇവയിൽ ചിലതിന്റെ വിരലുകൾ ചർമ്മബന്ധിതമായിരിക്കും. സിസിലിയനുകൾക്ക് കാലുകളുണ്ടാവില്ല.

അന്തരീക്ഷത്തിൽ നിന്ന് ശ്വസിക്കാനുള്ള കഴിവ്, വായുവിലൂടെ എത്തുന്ന ശബ്ദതരംഗങ്ങളെ ഗ്രഹിക്കാൻ സാധിക്കുന്ന മധ്യകർണം എന്നിവ ഈ വർഗത്തിന്റെ സവിശേഷതകളാണ്. വായോട് ചേർന്ന് രണ്ടു നാസാദ്വാരങ്ങളും ആ ദ്വാരങ്ങളെ നിയന്ത്രിക്കുന്ന വാൽവുകളുമുണ്ട്. അന്തരീക്ഷവായു ശ്വസിക്കാൻ കഴിവുണ്ടെങ്കിലും സ്ഥിരമായി ജലത്തിൽ ജീവിക്കുന്ന ലാർവ പോലെ, വാലുള്ള ഉഭയജീവികൾ ഗില്ലുകൾ

(ശകുലങ്ങൾ) കൊണ്ടാണ് ശ്വസിക്കുന്നത്. മിഴികൾക്ക് രണ്ടു കൺപോളകളും ഒരു നേർത്ത സ്തരവുമുണ്ട്. വായ്ക്കുള്ളിൽ പുറത്തേക്കു നീട്ടാവുന്ന നാവുണ്ട്. ചിലതിന് പല്ലുകളും കാണപ്പെടുന്നു. മറ്റൊരു സവിശേഷത, ഹൃദയത്തിന് മൂന്ന് അറകളുണ്ട് എന്നതാണ്. ഇവയിൽ രണ്ട് ഓറിക്കിളുകളും വിഭജിതമാകാത്ത ഒരു വെൻട്രിക്കിളും ഉണ്ടാവും. അണ്ഡാകാരമുള്ള ചുവന്ന രക്താണുക്കളിൽ കോശകേന്ദ്രങ്ങളുണ്ടായിരിക്കും.

മുട്ടയിട്ടാണ് വംശവർദ്ധന. ഇവയ്ക്ക് പ്രജനനത്തിന് ജലം കൂടിയേ കഴിയൂ. കരയിൽ വസിക്കുന്ന ഉഭയജീവികൾ ജലത്തിലോ ജലസാമീപ്യമുള്ള സ്ഥലങ്ങളിലോ ആണ് മുട്ടയിടുക. മുട്ടകൾക്ക് കട്ടിയുള്ള പുറന്തോടോ ഭ്രൂണസ്ഥരമോ കാണില്ല. പക്ഷേ, ഒരു ജലാറ്റിൻ ആവരണം കാണും. വെള്ളത്തിൽ കൂട്ടമായി നിക്ഷേപിക്കപ്പെടുന്ന മുട്ടകൾ ജെല്ലി പോലെയുള്ള ഒരു പദാർഥത്താൽ പൊതിഞ്ഞ് സംരക്ഷിക്കപ്പെടും. ഇവയിൽ ബാഹ്യ ബീജസങ്കലനമാണ് നടക്കുന്നത്. ഇവ വിരിഞ്ഞുണ്ടാകുന്ന ലാർവകൾ വെള്ളത്തിലാണ് കഴിയുന്നത്. ഈ സമയത്ത് ഇവ ശ്വസിക്കുന്നത് ശകുലങ്ങൾ വഴിയാണ്. നനവുള്ള നേർത്ത ത്വക്കും ശ്വസനത്തെ സഹായിക്കും. രൂപാന്തരണം നടക്കുന്നതോടൊപ്പം ശ്വാസകോശങ്ങളും കാലുകളും രൂപംകൊള്ളും.

ഈ വർഗത്തിൽ, തവളകൾ ഉൾക്കൊള്ളുന്ന വാലില്ലാത്ത വിഭാഗമായ അന്യൂറ, സാലമാൻഡറുകൾ ഉൾക്കൊള്ളുന്ന, വാലും കാലുകളുമുള്ള യൂറോഡീല, സിസീലിയനുകൾ ഉൾക്കൊള്ളുന്ന, പാമ്പുകളെ പോലെ തോന്നിക്കുന്ന എപോഡ എന്നിങ്ങനെ ജീവിച്ചിരിക്കുന്ന മൂന്നു വിഭാഗങ്ങളുണ്ട്: ശരീരഘടനയിൽ ഇവ തമ്മിൽ പ്രകടമായ വ്യത്യാസങ്ങളുണ്ട്.

പക്ഷികൾ

ടി.എച്ച്. ഹക്സ്ലി എന്ന പരിസ്ഥിതി ശാസ്ത്രജ്ഞൻ 'വാഴ്ത്തപ്പെട്ട ഉരഗങ്ങൾ' എന്ന് വിശേഷിപ്പിച്ച ജീവികളാണ് പക്ഷികൾ. ഇങ്ങനെ സംബോധന ചെയ്യാൻ അദ്ദേഹത്തെ പ്രേരിപ്പിച്ചത് അവയ്ക്ക് ഉരഗങ്ങളുമായുള്ള സാദൃശ്യങ്ങളായിരിക്കാം. ചെതുമ്പലുകൾ നിറഞ്ഞ, മൂന്ന് വിരലുകളുള്ള കാലുകൾ, നാലറകളുള്ള ഹൃദയം, മുട്ടകളിട്ട് കുഞ്ഞുങ്ങൾക്ക് ജന്മം നല്കുന്ന സ്വഭാവം, ഭ്രൂണാവസ്ഥയിൽ ഇവയുടെ ചുണ്ടുകളിൽ കാണുന്ന പല്ലുകൾ എന്നിവ ഉരഗങ്ങളുടെയും പക്ഷികളുടെയും സമാനതകളിലേക്ക് വിരൽ ചൂണ്ടുന്നവയാണ്. ജൂറാസ്സിക് കാലഘട്ടത്തിലെ തെറാപോഡ് ദിനോസറുകളിൽ നിന്ന് രൂപപരിണാമം വഴിയാണിവ ഉരുത്തിരിഞ്ഞതെന്ന് അനുമാനിക്കുന്നു. പരിണാമവഴികളിൽ ഈ ഉരഗങ്ങൾക്ക് കാലുകൾ നഷ്ടമാകുകയും കൈകൾ ചിറകുകളായി മാറുകയും അസ്ഥികൾ പൊള്ളയാകുകയും ചെയ്തു; ശരീരം ഭാരക്കുറവുള്ളതായി മാറി. പല്ലുകൾ ക്രമേണ നഷ്ടമായ വായ കൊക്കായി. ശരീരം തുവലുകളാൽ പൊതിയപ്പെട്ടു. തോളെല്ലുകൾ തോണി ആകൃതിയിൽ പരിണമിച്ചു. അങ്ങനെ, ഭൂമിയിൽ ഇഴഞ്ഞു നടന്നവ ആകാശത്ത് പറക്കാൻ കഴിയുന്ന രീതിയിൽ പരിണമിച്ചുദ്ഭവിച്ചു.

സൗന്ദര്യവും ആകർഷണീയതയും ഒത്തിണങ്ങിയ ജീവിവർഗ്ഗമാണ് പക്ഷികൾ. അന്റാർട്ടിക്ക ഭൂഖണ്ഡത്തിന്റെ ഏതാനും ഭാഗങ്ങളൊഴികെ ലോകത്തിലെ എല്ലായിടത്തും പക്ഷികളുണ്ട്. ശരീരത്തിൽ തുവലുകളും ചിറകുകളും ഉഷ്ണരക്തവുമുള്ള ഇവ മുട്ടയിട്ട് പ്രത്യുത്പാദനം നടത്തുന്ന, നട്ടെല്ലുള്ള ഇരുകാലി ജീവികളാണ്. ഭക്ഷ്യ ശൃംഖലയിൽ വളരെ പ്രസക്തമായ പങ്കു വഹിക്കുന്ന ഇവ ജീവിസമൂഹങ്ങൾക്കിടയിൽ സന്തുലിതാവസ്ഥ നിലനിർത്താനും അത്യന്താപേക്ഷിതമാണ്.

കേരളത്തിൽ 480-ലധികം പറവകൾ വസിക്കുന്നു. ദേശാടനപ്പക്ഷികളും ജലപക്ഷികളും ഉൾപ്പെടുന്ന ഇക്കൂട്ടത്തിൽ നമ്മുടെ ദേശീയ പക്ഷിയായ മയിലും കേരളത്തിന്റെ സംസ്ഥാന പക്ഷിയായ മലമുഴക്കി വേഴാമ്പലും എണ്ണം പങ്കിടുന്നു. ഇവിടെയുള്ളവയിൽ ഏറ്റവും വലിയ പക്ഷി മയിലും ഏറ്റവും ചെറുത് ഇത്തിക്കണ്ണിക്കുരുവിയുമാണ്. നിത്യ

ഹരിതവനങ്ങളും ആർദ്ര ഇലപൊഴിയും വനങ്ങളും പാടങ്ങളും തണ്ണീർത്തടങ്ങളും തീരപ്രദേശങ്ങളുമെല്ലാം പക്ഷികൾക്ക് അഭയമരുളുന്നുണ്ട്. ഈ പക്ഷികളിൽ പലതും വംശനാശത്തിന്റെ വക്കിലാണ്. ബേർഡ് ലൈഫ് ഇന്റർനാഷണൽ ഇവിടെ നടത്തിയ പഠനങ്ങളിൽ ഏതാണ്ട് 28 ഇനം പക്ഷികൾ കടുത്ത വംശനാശ ഭീഷണി നേരിടുന്നവയാണെന്ന് കണ്ടെത്തിയിരിക്കുന്നു. കാലാവസ്ഥാമാറ്റങ്ങളും ആവാസവ്യവസ്ഥയുടെ നാശവും അമിതമായ കീടനാശിനി ഉപയോഗവും എല്ലാം പക്ഷികളുടെ നിലനില്പിനെ ബാധിക്കുന്നവയാണ്. ഇവയുടെ ജീവന് കടുത്തസംരക്ഷണം അവശ്യമാണ്. പശ്ചിമഘട്ടത്തിൽ മാത്രം ജീവിക്കുന്ന 18 പക്ഷികളുണ്ട്. ഇവയെ കേരളത്തിലും കാണാവുന്നതാണ്. ഇതോടൊപ്പം ദേശീയപക്ഷിയായ മയിലിന്റെയും കേരളത്തിന്റെ സംസ്ഥാന പക്ഷിയായ മലമുഴക്കി വേഴാമ്പലിന്റെയും വിവരണങ്ങൾക്ക് അതാത് ശീർഷകം കാണുക.

കോഴി വേഴാമ്പൽ
Malabar Grey Hornbill

ശാസ്ത്രനാമം: ഓസിസെറോസ് ഗ്രിഷ്യസ്
Ocyceros griseus Latham, 1790

വലുപ്പം: ശരീരത്തിന് 45 സെ. മീ. നീളവും
വാലിന് 23 സെ.മീ. നീളവും

സഹ്യാദ്രി നിരകളിൽ മാത്രം കണ്ടുവരുന്ന ഒരിനം വേഴാമ്പലാണ് കോഴി വേഴാമ്പൽ. നിത്യഹരിത വനങ്ങളിലും ഇലപൊഴിയും ഈർപ്പവനങ്ങളിലും കാണപ്പെടുന്ന ഒരു പക്ഷിയാണിത്. വനങ്ങങ്ങൾക്ക് സമീപമുള്ള റബ്ബർ, കാപ്പി, കമുക് തോട്ടങ്ങളിലും ഇവയെ കാണാറുണ്ട്. കേരളത്തിലെ സൈലന്റ് വാലി, തട്ടേക്കാട്, പെരിയാർ, ആറളം, ചെന്തുരുണി, പേപ്പാറ തുടങ്ങി ഏതാണ്ടെല്ലാ സംരക്ഷണകേന്ദ്രങ്ങളിലും ഇവയെക്കാണാം. പശ്ചിമഘട്ടത്തിൽ ഏറ്റവും കൂടുതലായി കാണപ്പെടുന്ന വേഴാമ്പൽവർഗ്ഗവും ഇതുതന്നെയാണ്.

കോഴിവേഴാമ്പലിന് ഒരു പരുന്തിനോളം വലുപ്പം വരും. ഇതിന്റെ ശരീരത്തിന് 45 മുതൽ 58 സെ. മീ.വരെ നീളം കാണും. വാൽ നീണ്ട് പരന്നതാണ്. വാലിന് മാത്രം ശരാശരി 23 സെ.മീ. നീളം വരും. മലമുഴക്കി വേഴാമ്പലിന്റെ വർണ്ണപ്പകിട്ട് ഇതിനില്ല. ഇതിന്റെ ദേഹത്തിന് തവിട്ടു കലർന്ന കറുപ്പ് നിറമാണ്.

ആൺ-പെൺ പക്ഷികൾക്ക് ഏതാണ്ട് ഒരേ നിറമായിരിക്കും. തൊണ്ടഭാഗത്തും നെഞ്ചിലും അല്പം വെളുപ്പു നിറം കാണാം. ചിറകുകളിലെ നീണ്ട തൂവലുകളുടെ അഗ്രവും വാലിലെ തൂവലുകളുടെ അഗ്രവും വെളുപ്പു നിറമായിരിക്കും.

കണ്ണിന് മുകളിൽ, പുരികം മുതൽ തുടങ്ങുന്ന വെളുത്ത രോമപ്പാത്തി കഴുത്തിന് പിൻവശം വരെ നീണ്ടിരിക്കുന്നത് കാണാം. കൊക്കുകൾ നീണ്ട് വളഞ്ഞതാണ്. വലുപ്പമുള്ളവയാണെങ്കിലും മലമുഴക്കിയെപോലെ ഇവയിൽ പാത്തിയുണ്ടാവില്ല. അതിനാൽ, ഈ പക്ഷിയെ പെട്ടെന്ന് തിരിച്ചറിയാൻ കഴിയും.

കൊക്കിന് ഇളം മഞ്ഞ മുതൽ ഓറഞ്ച് നിറം വരെ കാണാറുണ്ട്. ആൺ പക്ഷിയുടെ കൊക്കിൽ ചുവപ്പു നിറം കലർന്നിരിക്കും. അറ്റത്ത് മഞ്ഞ നിറവും കാണാം. പെൺപക്ഷിയുടെ കൊക്കിന് പൂർണ്ണമായും മഞ്ഞ നിറമാണെങ്കിലും മേൽച്ചുണ്ടിന്റെ മുകൾവശത്ത് കറുത്ത നിറത്തിലുള്ള ഒരു വരിപ്പുണ്ടാവും.

കോഴിവേഴാമ്പലുകൾ മിക്കപ്പോഴും ഇണയോടൊപ്പമോ ചെറുകൂട്ടമായോ ആണ് സഞ്ചരിക്കുന്നത്. ഉച്ചത്തിൽ ചിലയ്ക്കാറുണ്ട്. കോഴിയുടേതിന് സമാനമായ രീതിയിലാണ് ചിലയ്ക്കൽ. വ്യത്യസ്തതയുള്ള ശബ്ദം കൊണ്ട് ഇവയുടെ സാന്നിദ്ധ്യം അറിയാൻ സാധിക്കും.

ശക്തമായ ചിറകടിയോടെ പറക്കുന്ന ഇവ വലിയ ഫലവൃക്ഷങ്ങളുടെ ശാഖകളിൽ ചാടിച്ചാടി സഞ്ചരിക്കുന്നതും ഇര തേടുന്നതും പതിവാണ്. ഇവയുടേ പ്രധാന ഭക്ഷണം പഴങ്ങളാണ്. അവ ലഭ്യമാകാത്തപ്പോൾ പ്രാണികളെയും ചെറുജീവികളെയും മറ്റും ഭക്ഷിക്കും.

ജനുവരി മുതൽ മേയ് വരെയാണ് കോഴിവേഴാമ്പലുകളുടെ പ്രജനനകാലം. മരങ്ങളിലെ പൊത്തുകളിലാണ് മുട്ടയിടുന്നത്. സാധാരണയായി മുട്ടയിടാനായി എല്ലാ വർഷവും ഒരേ കൂടു തന്നെയാണിവ ഉപയോഗിക്കുന്നത്. ഒരു സീസണിൽ 2-3 മുട്ടകളിടും.

വേഴാമ്പലിനെ മറ്റു പറവകളിൽ നിന്നും വ്യത്യസ്തമാക്കുന്നത് ഇവയുടെ പ്രജനനകാലത്തെ വിചിത്ര സ്വഭാവമാണ്. മുട്ടയിടാനായി ഏറ്റവും ഉയരം കൂടിയ മരത്തിന്റെ പോടാണ് തെരഞ്ഞെടുക്കുക.

പെൺപക്ഷി മുട്ടയിടാൻ കൂട്ടിനകത്ത് കയറിയാൽ, സ്വന്തം പുരീഷം കൊണ്ട് കൂടിന്റെ പ്രവേശനദ്വാരം അടയ്ക്കും. പുരീഷം ഉണങ്ങുമ്പോൾ നല്ല ഉറപ്പുണ്ടാകും. കൊക്ക് മാത്രം പുറത്തു വരത്തക്കവിധമുള്ള ഒരു ദ്വാരം മാത്രമേ തുറന്നിട്ടുണ്ടാവൂ. പക്ഷികളുടെ സ്ഥിരം ശത്രുക്കളായ പാമ്പുകൾ, കുരങ്ങന്മാർ എന്നിവയിൽ നിന്നും സ്വയം രക്ഷിക്കാനും മുട്ടകളെ സൂക്ഷിക്കാനും വേണ്ടിയാണ് വേഴാമ്പലുകൾ ഇപ്രകാരം ചെയ്യുന്നത്.

കൂട് ഏറ്റവുമധികം വൃത്തിയായി സൂക്ഷിക്കുന്ന ഒരു പക്ഷിയാണിത്. മുട്ടകൾക്ക് അടയിരിക്കുന്ന പെൺപക്ഷി പുറത്തിറങ്ങുന്നത് കുഞ്ഞിനെ വിരിയിച്ച ശേഷം മാത്രമായിരിക്കും. ഇക്കാലത്ത് പെൺപക്ഷിക്ക് ഭക്ഷണം എത്തിക്കുന്നത് ആൺപക്ഷിയാണ്.

പെൺപക്ഷി കൂടിന് പുറത്തു വന്നു കഴിഞ്ഞ ശേഷം മാതാപിതാക്കൾ രണ്ടു പേരും ചേർന്നാണ് കുഞ്ഞിന് തീറ്റ നല്കുന്നതും പരിപാലിക്കുന്നതും. കുഞ്ഞുങ്ങൾക്ക് ചാരം കലർന്ന നിറമായിരിക്കും.

മനുഷ്യ സാമീപ്യമാണ് ഈ പക്ഷികൾക്ക് ഏറ്റവുമധികം ബുദ്ധിമുട്ട് ഉണ്ടാക്കുന്നത്. വന്മരങ്ങളുടെ കുറവും ഇവയുടെ പ്രജനനത്തെ ബാധിക്കുന്നുണ്ട്.

നീലത്തത്ത

Blue-winged Parakeet / Malabar Parakeet

ശാസ്ത്രനാമം: സിറ്റാക്കുല കൊളംബോയിഡ്സ്
Psittacula columboides Vigors, 1830

പശ്ചിമഘട്ടത്തിന്റെ ദക്ഷിണേന്ത്യൻ ഭാഗങ്ങളിൽ മാത്രം ജീവിക്കുന്ന ഒരിനം തത്തയാണ് നീലത്തത്ത. കേരളത്തിലെ ഏതാണ്ടെല്ലാ സംരക്ഷണമേഖലകളിലും ഇവയെ കാണാവുന്നതാണ്. വനങ്ങൾക്ക് സമീപമുള്ള റബ്ബർ, കാപ്പി, തേയില തോട്ടങ്ങളിലും ഇവ പറന്നെത്താറുണ്ട്. ചെറുകൂട്ടങ്ങളായി പരുക്കൻ കീക്ക്-കീക്ക്-കീക്ക് എന്ന് കഠിനമായി ശബ്ദിച്ചു കൊണ്ട് കാട്ടിലൂടെ അതിവേഗത്തിൽ പറന്നു നടക്കുക ഇവയുടെ രീതിയാണ്.

ഇതിന്റെ ദേഹത്തിന് നീല കലർന്ന പച്ചനിറമാണ്. തല ചെറുതാണ്. ശരീരത്തിന് ഒരു മൈനയോളം വലുപ്പമേയുണ്ടാവൂ. പരമാവധി 38 സെ.മീ. നീളമേ കാണൂ. എന്നാൽ, വാലിന് നല്ല നീളമുണ്ടാവും.171 സെ.മീ. മുതൽ 266 സെ.മീ. നീളം വരെ രേഖപ്പെടുത്തിയിട്ടുണ്ട്. ചിറകുകൾക്ക് 135–160 സെ.മീ. നീളം കാണും. ചിറകുകളും വാലും തലയും മാറിടവും നീലനിറമോ ചാരനിറമോ ആണെങ്കിലും വാലിന്റെ അഗ്രഭാഗത്തും വാലിനോടടുത്ത വയറിന്റെ ഭാഗത്തും മഞ്ഞ നിറം കാണാറുണ്ട്. ചിറകുകളുടെ മുകൾ വശത്തിന് പച്ചയും നീലയും കലർന്ന ഇരുണ്ട നിറമാണ്. കഴുത്തിന് ചുറ്റും ഇരുണ്ട കറുപ്പ് മാല കാണാം. ആൺ തത്തയ്ക്ക് അതിനോട് ചേർന്ന് അഴകാർന്ന നീല ഛായയുള്ള പച്ചനിറത്തിൽ ഒരു വലയം കൂടിയുണ്ടാവും. ഇത് പെണ്ണിനു കാണാറില്ല. പെൺതത്തയുടെ കൊക്കിന് കറുപ്പ് നിറമാണ്. ആണിന്റേതിന് ആകർഷകമായ ചുവപ്പ് നിറമായിരിക്കും. അറ്റത്ത് വെളുപ്പു നിറവും കാണും. കൊക്കിന്റെ മേൽപ്പകുതി കീഴ്പ്പകുതിയുടെ മുകളിലേക്ക് വളഞ്ഞു നിൽക്കുന്ന രീതിയിലാണ് കാണുന്നത്. കാലുകൾക്ക് ചാരനിറമാണ്.

ഇവയുടെ ശബ്ദം പരുക്കനാണ്. തുടർച്ചയായി ഉച്ചത്തിൽ ചിലച്ചു കൊണ്ടാണ് പറക്കൽ. ചെറു സംഘമായിട്ടാണ് മിക്കവാറും സഞ്ചരിക്കുന്നത്. സാധാരണ തത്തകളിൽ കാണുന്ന അനുകരണ സാമർത്ഥ്യം ഇവയ്ക്കു വളരെക്കുറവാണ്.

നീലത്തത്തകൾ സസ്യഭുക്കുകളാണ്. പഴങ്ങളും വിത്തുകളും പൂന്തേനും ചില സസ്യങ്ങളുടെ തളിരിലകളുമാണ് ആഹാരം. രാവിലേയും വൈകുന്നേരങ്ങളിലുമാണ് പൊതുവെ ആഹാരം തേടുന്നത്.

ജനുവരി മുതൽ മാർച്ച് വരെയാണ് പ്രജനനകാലം. ഉയർന്ന മരങ്ങളിലെ പൊത്തുകളിലാണ് കൂട് കൂട്ടുന്നത്.ചുരുളി വൃക്ഷങ്ങളിലെ (Mesua ferrea) പൊത്തുകളോട് ഇവയ്ക്ക് കൂടുതലിഷ്ടമുള്ളതായി കണ്ടെത്തിയിട്ടുണ്ട്. നാലു മുട്ടകളാണ് ഒരു സീസണിലിടുക. മുട്ടയ്ക്ക് 28.3 X 24.5 സെ.മീ.വലുപ്പം വരും. ഇവ വിരിയാൻ 20-25 ദിവസം വേണം. ആദ്യം പെൺതത്ത തന്നെ അടയിരിക്കുമെങ്കിലും പിന്നീട് ഈ ജോലി ആൺതത്ത കൂടി ഏറ്റെടുക്കും. ഒരു മാസത്തിനകം തത്തക്കുഞ്ഞ് കൂടുവിട്ട് പറന്നു പോകും.

നീലക്കിളി പാറ്റാപിടിയൻ
Nilgiri Flycatcher

ശാസ്ത്രനാമം: *യൂമയാസ് ആൽബികോഡേറ്റ*
Eumyias albicaudata Jerodon, 1840
IUCNന്റെ റെഡ് ലിസ്റ്റിൽ ഉൾപ്പെട്ട പക്ഷി

പശ്ചിമഘട്ടത്തിലെ ഉയരംകൂടിയ ഭാഗങ്ങളിൽ കണ്ടു വരുന്ന ഒരു ചെറു പക്ഷിയാണ് നീലക്കിളി പാറ്റാപിടിയൻ. ചോലവനങ്ങളിലും നിത്യഹരിത വനങ്ങളിലും ആർദ്ര ഇലപൊഴിയും വനങ്ങളിലുമാണ് സാധാരണയായി ഇതിനെ കാണുന്നത്. എണ്ണത്തിൽ വിരളമായ ഇത് അഴകുള്ള ഒരു പക്ഷിയാണ്. ചുരുങ്ങിയ ആവാസമേഖലയിൽ മാത്രം കണ്ടു വരുന്നതിനാൽ ഇവയ്ക്ക് വംശനാശ ഭീഷണിയുള്ളതായി ശാസ്ത്രലോകം അഭിപ്രായപ്പെടുന്നു. അതിനാൽ കൂടുതൽ സംരക്ഷണം ഇവയ്ക്ക് ആവശ്യമാണ്.

കേരളത്തിലെ സൈലന്റ് വാലി, പറമ്പിക്കുളം, വാഴച്ചാൽ, ഇരവികുളം അഗസ്ത്യകൂടം, ആനമുടിചോല, പാമ്പാടും ചോല തുടങ്ങിയ സംരക്ഷണകേന്ദ്രങ്ങളിൽ ഇവയെ കാണാം.

ആൺപക്ഷിക്ക് മിനുസമാർന്ന നീലനിറമാണ്. പച്ചകലർന്ന നീലനിറം എന്നുപറയുന്നതാവും ശരി. ഇതിന്റെ വാല് തുടങ്ങുന്ന സ്ഥലത്ത് ഇരുവശത്തും വെള്ള തെളിഞ്ഞുകാണാം. പറക്കുമ്പോഴാണ് ഇത് കൂടുതൽ വ്യക്തമാകുന്നത്. ഉദരം നീലകർന്ന ചാരനിറമാണ്. തിളക്കമാർന്ന നീല നെറ്റിത്തടവും കൺപുരികവും നീലക്കിളി പാറ്റാപിടിയന്മാരുടെ സവിശേഷതകളാണ്. പെൺപക്ഷിക്ക് അല്പം അടഞ്ഞ നീലനിറമാണ്. മുകളിൽ ഇരുണ്ട തവിട്ടുനിറവും തഴെ ഇരുണ്ട ചാരനിറവും തോന്നും. വാലിലെ നടുവിലെ രണ്ടുതൂവലുകൾ നീലയും വശങ്ങളിലുള്ളവ ഇരുണ്ട തവിട്ടു നിറവുമാണ്. ഇവയുടെ അരികുകളിൽ നീലനിറമുണ്ടാകും. ഈ പറവയുടെ കൊക്കിന്റെ ഇടയ്ക്കു കുറ്റിരോമമുണ്ട്. ഇര കൊക്കിൽ നിന്നും

വഴുതിപോകാതിരിക്കാൻ ഈ രോമങ്ങൾ സഹായിക്കുന്നു. വാൽ മുകളിലേക്കും താഴേക്കും ചലിപ്പിച്ചു കൊണ്ട് 'ഈപ്പ്, ഈപ്പ്' എന്ന് ശബ്ദ മുണ്ടാക്കാറുണ്ട്. മരങ്ങളിലും കുറ്റിച്ചെടികളിലും ഒറ്റയ്ക്കോ, ഇണയോ ടൊപ്പമോ കാണപ്പെടുന്നു. പ്രാണികളും കായ്കളുമാണ് ഭക്ഷണം.

ഫെബ്രുവരി മുതൽ മേയ് വരെയാണ് പ്രജനനകാലം. വൃക്ഷശിഖര ങ്ങളിൽ വളരുന്ന പായൽ കൊണ്ടാണത്രെ ഇവ കൂടൊരുക്കുന്നത്. കോപ്പ പോലുള്ള കൂട് മൺതിട്ടയിലോ മരപ്പൊത്തുകളിലോ ആണ് ഉണ്ടാക്കു ന്നത്. ഒരു സീസണിൽ 2-3 മുട്ടകളാണ് പതിവ്. മുട്ടകൾക്ക് ക്രീം കലർന്ന തവിട്ടു നിറം.

കരിഞ്ചെമ്പൻ പാറ്റാപിടിയൻ
Black-and Orange Flycatcher

ശാസ്ത്രനാമം: *മസിക്കാപ്പ നൈഗ്രോറൂഫ*
Muscicapa nigrorufa (Jerdon,1839)
ഫിസെഡുല നൈഗ്രോറൂഫ - Ficedula nigrorufa
IUCNന്റെ റെഡ് ലിസ്റ്റിൽ ഉൾപ്പെട്ട പക്ഷി

900 മീറ്ററിന് മുകളിൽ ഉയരമുള്ള ചോലക്കാടുകളിലേയും നിത്യഹരിത വനങ്ങളിലേയും അടിക്കാടുകളിൽ കണ്ടു വരുന്ന ഒരു അത്യപൂർവ്വ പക്ഷിയാണ് കരിഞ്ചെമ്പൻ പാറ്റാപിടിയൻ. സമീപകാലത്തായി ഇവ കടുത്ത വംശനാശ ഭീഷണി നേരിടുകയാണ്. നീലഗിരിക്കുന്നുകളിലും പളനിമലകളിലും കാണപ്പെടുന്ന ഇവയെ കേരളത്തിലെ ചില സംരക്ഷിത മേഖലകളിൽ കാണപ്പെടുന്നുണ്ട്. ഈറ്റയും കുറിഞ്ഞിയും ധാരാളമുള്ള പൊന്തകളാണ് ഈ പക്ഷിയുടെ ഇഷ്ടകേന്ദ്രങ്ങൾ.

അങ്ങാടിക്കുരുവിയെക്കാൾ അല്പം കൂടി ചെറുതായ ഇതൊരു സുന്ദര പക്ഷിയാണ്. ഇവയുടെ ശരീരത്തിന്റെ ഏറിയ ഭാഗവും ഓറഞ്ചു നിറ മാണ്. എന്നാൽ ചിറകുകളും തലയും കറുപ്പു നിറമായിരിക്കും. പെൺ പക്ഷിക്ക് അല്പം നരച്ച കറുപ്പ് നിറമാണ്. ഇതിന്റെ കണ്ണിനു ചുറ്റുമുള്ള വലയത്തിനും അടഞ്ഞ നിറമാണ്. കൊക്ക് ചെറുതും പരന്നതുമാണ്. കൊക്കിന്റെ ഇടയ്ക്കു കുറ്റിരോമങ്ങളുണ്ട്. ഇര കൊക്കിൽ നിന്നും വഴുതി പോകാതിരിക്കാൻ ഇവ സഹായിക്കുന്നു. മിക്കവാറും ചിറകുകൾ ചല പ്പിച്ചു കൊണ്ടിരിക്കും.

മരങ്ങളിലും കുറ്റിച്ചെടികളിലും ഒറ്റയ്ക്കോ, ഇണയോടൊപ്പമോ സഞ്ച രിക്കുന്നു. ചിലപ്പോൾ മറ്റു ചില പക്ഷികളോടൊപ്പവും ഇക്കൂട്ടരെക്കാണാം.

മിക്കവാറും ചിലച്ചുകൊണ്ടായിരിക്കും കരിഞ്ചെമ്പൻ പാറ്റാപിടിയൻമാരുടെ സഞ്ചാരം. ഷഡ്പദങ്ങളാണ് ഇവയുടെ ഇര. തീറ്റതേടുന്നത് രാവിലേയും വൈകുന്നേരവുമാണ്.

മാർച്ചു മുതൽ മേയ് വരെയുള്ള കാലത്താണ് പ്രജനനം നടക്കുന്നത്. ഒരു സീസണിൽ രണ്ടു മുട്ടകളാണ് പതിവ്. ഉയരം കുറഞ്ഞ മരങ്ങളിലാണ് കൂട് കൂട്ടുന്നത്. ഈറ്റയിലയും പുല്ലും മറ്റുമാണ് കൂടിനായി ഉപയോഗിക്കുന്നത്. പന്തു പോലെയാണ് കൂടിന്റെ ആകൃതി.

സന്ധ്യക്കിളി

White-bellied Shortwing / White-bellied Blue Robin

ശാസ്ത്രനാമം: *ബ്രാക്കിടെറിക്സ് മേജർ ആൽബിവെൻട്രിസ്*

Brachypteryx major albiventris (Blanford,1867)

IUCNന്റെ റെഡ് ലിസ്റ്റിൽ ഉൾപ്പെട്ട പക്ഷി

തെക്കേയിന്ത്യയിലെ ഉയർന്ന ചോലക്കാടുകളിലെ അടിക്കാടുകളിൽ വസിക്കുന്ന ഒരു ചെറുപക്ഷിയാണ് സന്ധ്യക്കിളി. മിക്കവാറും, പാലക്കാടൻ ചുരത്തിന് വടക്കു വശത്തുള്ള പശ്ചിമഘട്ട ഭാഗങ്ങളിലെ 900 മീറ്ററിന് മുകളിൽ ഉയരം വരുന്ന പ്രദേശങ്ങളിലാണ് ഇവയെ കണ്ടു വരുന്നത്. ഇത്തരം ആവാസ കേന്ദ്രങ്ങൾ വളരെ പരിമിതമായതിനാലും ഉള്ളവ പല കാരണങ്ങളാൽ ശിഥിലമായിക്കൊണ്ടിരിക്കുന്നതിനാലും വംശനാശ ഭീഷണിയിലാണ് ഈ പക്ഷികൾ. കേരളത്തിൽ ഇവ അത്ര സുലഭമല്ല. പൊൻമുടി, പേപ്പാറ, മൂന്നാർ, രാജമല എന്നിവിടങ്ങളിൽ കണ്ടെത്തിയിട്ടുണ്ട്. തമിഴ്നാടിലെയും കർണ്ണാടകത്തിലെയും വനമേഖലകളിൽ കൂടുതൽ എണ്ണത്തിൽ ഇവയെ കാണാവുന്നതാണ്.

അങ്ങാടിക്കുരുവിയെക്കാൾ ചെറുതാണിവ. വളർച്ചയെത്തിയ പക്ഷിയുടെ ശരീരത്തിന് മനോഹരമായ ഇളം നീല നിറമായിരിക്കും. ഉദരത്തിൽ വെള്ള നിറമുണ്ടായിരിക്കും. ഇത് സൂചിപ്പിക്കുന്നതാണ് ഇംഗ്ളീഷ് പേരുകളും ആൽബിവെൻട്രിസ് എന്ന ശാസ്ത്ര സംജ്ഞയും. ഇവയുടെ വാലിന് സമചതുരാകൃതിയാണ്. കാലുകളും കൊക്കുകളും ബലമുള്ളതാണ്. ചിറകുകൾ ചെറുതാണ്.

ഒറ്റയ്ക്കും ചിലപ്പോൾ ഇണകളായിട്ടും സഞ്ചരിക്കുന്നു. മരങ്ങളിലും മറ്റും പറന്ന് നടക്കാറുണ്ട്. ശബ്ദമുണ്ടാക്കാറുണ്ടെങ്കിലും എപ്പോഴും ചിലയ്ക്കുന്ന സ്വഭാവമില്ല. ഈ പറവകൾ തറയിലാണ് ഇര തേടുന്നത്. ഷഡ്പദങ്ങളാണ് പ്രധാന ഭക്ഷണം.

ഏപ്രിൽ മുതൽ ജൂൺ വരെയാണ് പ്രജനന കാലം. ഒരു സീസണിൽ രണ്ടു മുട്ടകളിടും. നരച്ച പച്ചനിറത്തിലുള്ള മുട്ടകളിൽ തവിട്ടു പുള്ളികൾ കാണാം. 16-17 ദിവസമാണ് മുട്ട വിരിയാൻ വേണ്ടത്. മരത്തിലെ പൊത്തുകളാണ് കൂടുകളായി ഉപയോഗിക്കുന്നത്. പായലുകളും നാരുകളും കൂട് ഭംഗിയാക്കാൻ ഉപയോഗിക്കാറുണ്ട്. ആൺ-പെൺ പക്ഷികൾ മാറി മാറി അടയിരിക്കുകയും കുഞ്ഞിനെ പരിപാലിക്കുകയും ചെയ്യും.

കാട്ടൂഞ്ഞാലി
White-bellied Treepie

ശാസ്ത്രനാമം: ഡെൻഡ്രോസിറ്റ ല്യൂക്കോഗാസ്ട്ര
*Dendrocitta leucogastra Gould,*1833.

ദക്ഷിണേൻഡ്യയിൽ കാണപ്പെടുന്ന, കാക്കവർഗ്ഗത്തിൽപ്പെടുന്ന ഒരു പക്ഷിയാണ് കാട്ടൂഞ്ഞാലി. ഇടതൂർന്ന വനങ്ങൾ ഇഷ്ടപ്പെടുന്ന ഇവ വലിയ മരങ്ങളുള്ള തോട്ടങ്ങളിലെത്താറുണ്ടെങ്കിലും മനുഷ്യവാസമുള്ള മേഖലകളിൽ പൊതുവെ എത്താറില്ല. സഹ്യാദ്രിയിലെ നിത്യഹരിതവനങ്ങളിലും ഇലപൊഴിയും ആർദ്രവനങ്ങളിലുമാണ് ഇവ വസിക്കുന്നത്. കേരളത്തിലെ സൈലന്റ്‌വാലി, തട്ടേക്കാട്, പെരിയാർ, നെയ്യാർ, പേപ്പാറ, ആറളം തുടങ്ങിയ സംരക്ഷണ കേന്ദ്രങ്ങളിൽ ഇവയെ കാണാം.

നാട്ടിൻപുറങ്ങളിൽ കാണുന്ന ഓലേഞ്ഞാലികളുടെ ബന്ധുക്കളാണിവ. അവയെക്കാൾ അല്പം കൂടി വലുപ്പമുണ്ടായരിക്കും. നിറത്തിലും വ്യത്യാസമുണ്ട്. കാട്ടൂഞ്ഞാലിയുടെ മുഖം മുതൽ കഴുത്തിന് അടിവശം വരെ കറുപ്പു നിറമായിരിക്കും. തലയുടെ പിറകിൽ തുടങ്ങി കഴുത്തിന് പിൻവശത്തു കൂടി ശരീരത്തിന്റെ അടിവശത്തേക്ക് തൂവെള്ള നിറം നീളുന്നത് കാണാം. ഗുദഭാഗം ചുകപ്പാണ്. നീണ്ട വാലുണ്ട്. ഇതിന്റെ വശങ്ങളിലും അറ്റത്തും കറുപ്പു നിറവും ബാക്കി ഭാഗത്ത് വെളുപ്പു നിറവുമാണ്. ചിറകിൽ മുതുകു ഭാഗത്ത് കാവി നിറവും താഴെ കറുപ്പ് നിറവും കാണാം. ഇവയിലെ ആണിനും പെണ്ണിനും നിറവ്യത്യാസമില്ല. ബലമുള്ള കാലുകളും പാദവും കൊക്കും അതിവേഗത്തിൽ പറക്കാനുള്ള കഴിവും ഇവയെ വ്യത്യസ്തരാക്കുന്നു. മരങ്ങളിലും മറ്റും പറന്ന് നടക്കാറുണ്ട്. വിശ്രമവേളകളിൽ ചിലയ്ക്കാറുണ്ട്. ചിലയ്ക്കുമ്പോൾ ശരീരം അല്പം കുനിക്കുകയും ചിറകുകൾ താഴ്ത്തിയിടുകയും ചെയ്യും.

മിശ്രഭുക്കുകളാണിവ. പഴങ്ങളും പ്രാണികളും മറ്റുമാണ് ആഹാരം. സഞ്ചാരം രണ്ടും മൂന്നും എണ്ണം ഒന്നിച്ചാണ്. കൂടു കെട്ടുന്നത് ഇടത്തരം മരങ്ങളിലാണ്. ഓലേഞ്ഞാലിയുടെ കൂടു പോലെയാണ് ഇവയുടെ കൂടും. ചുള്ളിക്കമ്പുകൾ ചേർത്തു വച്ച ഒരു തട്ടുപോലിരിക്കും ഇത്. കൂട് കണ്ടു പിടിക്കാൻ വലിയ പ്രയാസമാണ്. ഫെബ്രുവരി മുതൽ ഏപ്രിൽ വരെ യാണ് കൂടു കെട്ടൽ കാലം. ഒരു സീസണിൽ 3-4 മുട്ടകളുണ്ടാവും. മുട്ട കൾക്ക് പച്ചകലർന്ന വെള്ളനിറമാണ്. അതിൽ പച്ച, ചാരം, ചുവപ്പ്, തവിട്ട് തുടങ്ങിയ നിറങ്ങളിലുള്ള പുള്ളികളുണ്ടാവും. ആൺ-പെൺ പക്ഷികൾ ചേർന്ന് മുട്ടയെയും കൂടിനെയും സംരക്ഷിക്കും.

ചാരത്തലയൻ ബുൾബുൾ
Grey headed Bulbul

ശാസ്ത്രനാമം: *പിക്നോനോട്ടസ് പ്രിയോസെഫാലസ്*
Pycnonotus priocephalus, Jerdon, 1839

ഗോവ മുതൽ തമിഴ്നാടു വരെയുള്ള പശ്ചിമഘട്ട മേഖലയിലെ 1200 മീ. വരെ ഉയരമുള്ള പ്രദേശങ്ങളിൽ കണ്ടു വരുന്ന ഒരു മനോഹര പക്ഷിയാണ് ചാരത്തലയൻ ബുൾബുൾ. പേര് സൂചിപ്പിക്കുന്നത് പോലെ ഇത് ബുൾബുൾ കുടുംബത്തിൽപ്പെടുന്നു. നിത്യഹരിത വനമേഖല കളിലേയും ഇലപൊഴിയും ഈർപ്പവനങ്ങളിലേയും നദികളുടെയും ചതുപ്പുകളുടേയും പരിസരങ്ങളിലെ ഇടതൂർന്ന മുളങ്കാടുകളിലും ഈറ്റ ക്കാടുകളിലും മറ്റുമാണ് ഇവയെ സാധാരണയായി കാണാവുന്നത്. കേരള ത്തിൽ ഇവ അത്ര സുലഭമല്ല. അതിനാൽത്തന്നെ ഈ പക്ഷിയുമായി ബന്ധപ്പെട്ട കൂടുതൽ വിവരങ്ങളും പുറത്തു വന്നിട്ടില്ല. പശ്ചിമഘട്ടത്തിലും ഇവയെ കണ്ടെത്തുന്നത് വിരളമായിട്ടാണ്.

മൃദുവായ മിനുമിനുത്ത തൂവലുകളുള്ള ഇവയ്ക്ക് സാധാരണ ബുൾബുളിനോളം വലുപ്പമുണ്ടായിരിക്കും. ഇവയ്ക്ക് ആകെപ്പാടെ ഒലിവ് പച്ച നിറമാണ്. തലയിലും തൊണ്ടയിലും ചാര നിറമായിരിക്കും. നെറു കയ്ക്ക് മഞ്ഞ കലർന്ന പച്ച നിറമാണ്. ചിറകുകൾക്ക് ഒലിവു പച്ചനിറ മാണെങ്കിലും അറ്റത്തേക്കു വരുമ്പോൾ ഇളം നിറമായി മാറുന്നത് കാണാം. കൊക്കിന് പച്ചയും ചാരവും കലർന്ന നിറമായിരിക്കും. കൃഷ്ണ മണിക്ക് നീല കലർന്ന വെള്ള നിറമാണ്. കാലുകളാകട്ടെ പിങ്ക് കലർന്ന മഞ്ഞ നിറം. വിശ്രമിക്കുന്ന അവസരത്തിൽ വാലിനു ചാരനിറമാ ണെങ്കിലും പറക്കുമ്പോൾ അഗ്രഭാഗത്ത് കുറുകെ കറുത്ത വരകൾ

കാണാം. നാട്ടിലെ ബുൾബുളുകൾക്കുള്ള ശിഖ ഇവയുടെ തലയിൽ കാണാറില്ല. ആൺ-പെൺ പക്ഷികൾ കാഴ്ചയിൽ ഒരുപോലെയിരിക്കും.

പഴങ്ങളും പ്രാണികളും സസ്യങ്ങളുടെ മുകുളങ്ങളുമെല്ലാം ഭക്ഷിക്കുന്ന ഇവ മിക്കവാറും ചെറുകൂട്ടമായിട്ടാണ് വസിക്കുന്നത്. ആവാസം മരത്തിൽ തന്നെയാണ്. ഏറെക്കുറെ നിശ്ശബ്ദരായി സഞ്ചരിക്കുന്നവയാണ് ചാരത്തലയൻ ബുൾബുളുകൾ.

ജനുവരി-ജൂൺ ആണ് പ്രജനനകാലം. അധികം ഉയരമില്ലാത്ത മരങ്ങളിലാണ് കൂടൊരുക്കൽ നടക്കുന്നത്. വള്ളികളും ഇലകളും പുല്ലുകളും എല്ലാം കൂടുണ്ടാക്കാൻ ഉപയോഗിക്കുന്നുണ്ട്. സാധാരണ ഒരു മുട്ടയാണ് പതിവ്. ചിലപ്പോൾ രണ്ടുമുണ്ടാകും. ഏതാണ്ട് 15 ദിവസത്തോളം വേണ്ടിവരും മുട്ടവിരിയാൻ. ആണും പെണ്ണും അടയിരിക്കുകയും കുഞ്ഞിനെ പരിപാലിക്കുകയും ചെയ്യാറുണ്ട്.

വയനാടൻ ചിലുചിലപ്പൻ/ പതുങ്ങൻ ചിലപ്പൻ

Wynaad Laughing thrush

ശാസ്ത്രനാമം: ഗാരുലാക്സ് ഡെലിസെർട്ടി
Garrulax delesserti, Jerdon, 1839

ഗോവയ്ക്കു തെക്കുള്ള പ്രദേശങ്ങളിൽ കണ്ടു വരുന്ന ഇടത്തരം വലുപ്പമുള്ള ഒരു സുന്ദര പക്ഷിയാണ് വയനാടൻ ചിലുചിലപ്പൻ അഥവാ പതുങ്ങൻ ചിലപ്പൻ. കേരളത്തിലെ മൂന്നാറിലും സൈലന്റ്‌വാലി, പറമ്പിക്കുളം, പെരിയാർ, ആനമുടിചോല, പാമ്പാടുംചോല തുടങ്ങിയ സംരക്ഷണ കേന്ദ്രങ്ങളിലും ഇവയെ കാണാം. ഉഷ്ണമേഖലാ ആർദ്രവനങ്ങളും കുറ്റിക്കാടുകളും അടിക്കാടുകളുമാണ് ഇവയുടെ ആവാസ കേന്ദ്രങ്ങൾ. കോട്ടഗിരിക്കടുത്ത് നിന്ന് 1839-ൽ ഇതിലൊരു പക്ഷിയെ കണ്ടെത്തിയ അഡോൾഫ് ഡെലിസെർട്ട് എന്ന ഫ്രഞ്ച് പ്രകൃതിസ്നേഹിയുടെ ഓർമ്മയ്ക്കായാണ് ഈ സ്പീഷീസിന് ഡെലിസെർട്ടി എന്ന് നാമകരണം ചെയ്തത്.

പതുങ്ങൻ ചിലപ്പന്റെ ശരീരത്തിന് പൊതുവേ ചുവപ്പ് കലർന്ന തവിട്ടു നിറമാണ്. തൊണ്ട ഭാഗത്തിന് വെള്ള നിറമായിരിക്കും. കൊക്കിൽ നിന്നാരംഭിച്ച് മൂർദ്ധാവിലൂടെ കണ്ണുൾപ്പെടെ പിറകോട്ട് കറുപ്പ് നിറത്തിൽ നല്ല വീതിയുള്ള ഒരു പട്ട കാണാം. വാല് കറുപ്പ് നിറം

കലർന്നതാണ്. വലിയ കൊക്കുകളാണിതിന്. കീഴ്ക്കൊക്കിന് മഞ്ഞ നിറമോ പിങ്ക് നിറമോ ആയിരിക്കും. പൂവനും പിടയും ഏറെക്കുറെ ഒരേ നിറമാണ്.

ഇവ മനോഹരമായി ശബ്ദമുണ്ടാക്കാറുണ്ട്. മിക്കവാറും ചെറുകൂട്ട മായിട്ടാണ് സഞ്ചാരം. ഓരോ കൂട്ടത്തിലും 6–15 വരെ എണ്ണം കാണാ റുണ്ട്. ഉച്ചത്തിൽ ചിലച്ചു കൊണ്ട് നിബിഡമായ അടിക്കാടുകളിലുടെ ഇവ കൂട്ടമായി പറക്കാറുണ്ട്.

പഴങ്ങളും പ്രാണികളും വിത്തുകളും തേനും മറ്റുമാണ് ആഹാരം. നിലത്തിറങ്ങി, ഇലകൾ ഇളക്കിമറിച്ച് അടിയിലുള്ള പ്രാണികൾ, വിത്തുകൾ, ചെറുകായ്കൾ എന്നിവ ആഹരിക്കുകയാണ് പതിവ്.

മഴക്കാലത്താണ് ഇവയുടെ പ്രജനനം. പുല്ല്, ഇല, വേര് എന്നിവ കൊണ്ട് കൂട് നിർമ്മിക്കുന്നു. കൂടിന് കോപ്പയുടെ ആകൃതിയായിരിക്കും. മരക്കവരങ്ങളിലാണ് കൂട് കെട്ടുന്നത്. കൂട് കണ്ടുപിടിക്കാൻ പ്രയാസ മാണ്. രണ്ടോ മൂന്നോ മുട്ടകളാണ് പതിവ്. ഉരുണ്ടതും വെള്ളനിറത്തിലു ള്ളതുമാണ് മുട്ടകൾ.

നീലഗിരി ചിലപ്പൻ
Nilgiri Laughingthrush

ശാസ്ത്രനാമം: *ഗാരുലാക്സ് കാചിന്നൻസ്*
Garrulax cachinnans Jerdon, 1839
സ്ട്രോഫോസിൻക്ല കാചിന്നൻസ്
Strophocincla cachinnans
IUCNന്റെ റെഡ് ലിസ്റ്റിൽ ഉൾപ്പെട്ട പക്ഷി.

നീലഗിരി കുന്നുകളിൽ മാത്രം കാണപ്പെടുന്ന ഒരു പക്ഷിയാണിത്. ഒറ്റ നോട്ടത്തിൽ പതുങ്ങൻ ചിലപ്പനോട് സാമ്യം തോന്നും. ഇവയെ വ്യത്യ സ്തമാക്കുന്നത് നീളമുള്ള വെളുത്ത കൺപുരികങ്ങളാണ്. മൂർദ്ധാവിനു ചാരനിറവും താടിക്കു കറുപ്പു നിറവുമാണ് നീലഗിരി ചിലപ്പനുള്ളത്. മറ്റു സ്വഭാവങ്ങൾ ഏറെക്കുറെ പതുങ്ങൻ ചിലപ്പന്റേതു തന്നെയാണ്. ഇവയെ ചിലപ്പോൾ പതുങ്ങൻ ചിലപ്പന്റെ കൂട്ടത്തിലും കാണാവുന്ന താണ്. ആൺ-പെൺ പക്ഷികൾ കാഴ്ചയ്ക്കു ഒരുപോലെയാണ്. ഉച്ചത്തിൽ ചിരിക്കുന്നപോലെ സുവ്യക്തമായ ഒച്ചയുണ്ടാക്കുന്ന പക്ഷികളാണിവ. പഴങ്ങൾ, പൂക്കൾ, തേൻ, ചെറുപ്രാണികൾ എന്നിവ യാണ് ഭക്ഷണം. അതിരാവിലെ മുതൽ ഉച്ച വരെയാണ് തീറ്റതേടൽ.

കൂട് കെട്ടുന്നതും ഭക്ഷണം തേടുന്നതുമെല്ലാം ഏറെക്കുറെ പതുങ്ങൻ ചിലപ്പന്റേതുപോലെത്തന്നെയാണ്. ജനുവരി-ജൂൺ ആണ് പ്രജനനകാലം. വേരുകളും ഉണക്കിലകളും പുല്ലുകളും പായലുമെല്ലാം കൂടിനായി ഉപയോഗിക്കാറുണ്ട്.

ഒരു സീസണിൽ രണ്ടു മുട്ടകളാണ് പതിവ്. മുട്ടകൾക്ക് പച്ച കലർന്ന നീല നിറമാണ്. പുറത്ത് ചെറുതും വലുതുമായ തവിട്ടുപുള്ളികളും വരകളും കാണാവുന്നതാണ്.

നീലഗിരിമലകളിലെ ചോലക്കാടുകളിലും കുറ്റിക്കാടുകളിലുമാണ് ഇവയുടെ വാസം. കേരളത്തിൽ ഇവ വളരെ വിരളമാണ്. കടുത്ത വംശനാശത്തിന്റെ വക്കിൽ നിൽക്കുന്ന ഇവയുടെ എണ്ണം പശ്ചിമഘട്ടത്തിൽ കുറഞ്ഞുവരികയാണെന്ന് പഠനങ്ങൾ സൂചിപ്പിക്കുന്നു. വളരെ ചെറിയ ഒരു മേഖലയിൽ മാത്രമേ ഇപ്പോഴിവയെ കാണാറുള്ളൂ. വനങ്ങൾ തേയിലത്തോട്ടങ്ങളായതോടെയാണിവയുടെ ആവാസസ്ഥാനങ്ങൾ പരിമിതമായത്. ഇപ്പോഴും ഇവയുടെ ആവാസഭൂമിയുടെ വ്യാപ്തി കുറഞ്ഞുവരികയാൽ വംശനാശഭീഷണിയിലാണിത്.

ചെഞ്ചിലപ്പൻ
Rufous Babbler

ശാസ്ത്രനാമം: ടർഡോയ്ഡസ് സബ്റൂഫസ്

Turdoides subrufus Jerdon, 1839.

പശ്ചിമഘട്ടത്തിന്റെ തെക്കൻ പ്രദേശങ്ങളിൽ മാത്രം കാണപ്പെടുന്ന ഒരു പക്ഷിയാണ് ചെഞ്ചിലപ്പൻ. മിക്കവാറും നിലത്തോ അതിനോട് ചേർന്ന് വളരുന്ന സസ്യങ്ങളിലോ ആണ് വിഹരിക്കുന്നത്. സാധാരണ ആവാസസ്ഥലങ്ങൾ ഇലപൊഴിയും ഈർപ്പവനങ്ങളിലെയും മഴക്കാടുകളിലെയും കുറ്റിക്കാടുകളും തുറന്ന പ്രദേശങ്ങളുമാണ്. മുൾക്കാടുകളിലും കുന്നിൻ ചരിവുകളിലെ പുൽമേടുകളിലും കാണാവുന്നതാണ്. കേരളത്തിൽ ഇവ അത്ര സുലഭമല്ല.

നമ്മുടെ നാട്ടിലുള്ള പൂത്താങ്കീരിയുടെ ബന്ധുവായ പറവയാണിത്. ചെറു സംഘമായി സഞ്ചരിക്കാൻ ശ്രമിക്കുന്ന ഇവയുടെ ശരീരത്തിന് ചെമ്പ് നിറമാണ്. നെറ്റിത്തടത്തിലും മൂർദ്ധാവിലും ചാരനിറം കാണാം. കൊക്കിനു കറുപ്പും മഞ്ഞയും കലർന്ന നിറം. കണ്ണിനും കൊക്കിനും ഇടയിലുള്ള ഭാഗം കറുപ്പ് നിറം. ആൺ- പെൺ പക്ഷികൾ കാഴ്ചയ്ക്കു ഒരുപോലെയാണ്. മരത്തിലും നിലത്തുമായി ആഹാരം തേടുന്ന ഇവ മിക്കവാറും ശബ്ദമുണ്ടാക്കിക്കൊണ്ടായിരിക്കും സഞ്ചരിക്കുന്നത്.

മിശ്രഭോജിയായ പക്ഷിയാണ് ചെഞ്ചിലപ്പൻ. പഴങ്ങൾ, പൂക്കൾ, തേൻ, ചെറുപ്രാണികൾ എന്നിവയാണ് ഭക്ഷണം. ശത്രുസാമീപ്യം ഉണ്ടായാൽ വേഗത്തിൽ പൊന്തകളിൽ മറയുകയാണ് പതിവ്.

ജനുവരി- മേയ് ആണ് പ്രജനനകാലം. കുറ്റിക്കാടുകളിലെ പൊന്തകളിലാണ് കൂടൊരുക്കുന്നത്. വേരുകളും ഉണക്കിലകളും പുല്ലുകളും മറ്റും കൂടിനായി ഉപയോഗിക്കാറുണ്ട്. ഒരു സീസണിൽ 2-3 മുട്ടകളാണ് പതിവ്. ആൺ-പെൺ പക്ഷികൾ അടയിരിക്കാനും സന്താനപരിപാലനത്തിനും സഹകരിക്കാറുണ്ട്.

മരപ്രാവ്
Nilgiri Wood Pigeon

ശാസ്ത്രനാമം: *കൊളംബാ എൽഫിൻസ്റ്റണി*
*Columba elphinstonii Sykes,*1833.

IUCNന്റെ റെഡ് ലിസ്റ്റിൽ ഉൾപ്പെട്ട പക്ഷി

പശ്ചിമഘട്ടത്തിലെ നിത്യഹരിത വനങ്ങളിൽ വസിക്കുന്ന ഒരു പക്ഷിയാണിത്. സാധാരണയായി സമുദ്രനിരപ്പിൽ നിന്ന് 900 മീറ്ററിനു മുകളിൽ ഉയരമുള്ളയിടങ്ങളിലാണ് കാണുന്നതെങ്കിലും ചിലപ്പോൾ ഉയരം കുറഞ്ഞ പ്രദേശങ്ങളിലും കാണാവുന്നതാണ്. തെക്കുപടിഞ്ഞാറൻ ഇൻഡ്യയിൽ, മഹാരാഷ്ട്രയുടെ വടക്കുപടിഞ്ഞാറ് മുതൽ ഗോവയും കർണാടകയും കടന്ന് കേരളവും പടിഞ്ഞാറൻ തമിഴ്നാട് വരെയുള്ള പ്രദേശങ്ങളിലുമാണ് ഇവയെ കണ്ടു വരുന്നത്. ഒരു കാലത്ത് സുലഭമായി കണ്ടു വന്നിരുന്ന മരപ്രാവുകൾ ഇന്ന് എണ്ണത്തിൽ ഗണ്യമായി കുറഞ്ഞിരിക്കുന്നു. വന നശീകരണമാണ് ഇതിനു പ്രധാന കാരണമെന്ന് ശാസ്ത്രലോകം ചൂണ്ടിക്കാട്ടുന്നു. ഇപ്പോഴും തുടർന്നു കൊണ്ടിരിക്കുന്ന ആവാസവ്യവസ്ഥാ നാശങ്ങൾ നിയന്ത്രിച്ചില്ലെങ്കിൽ ഇവയുടെ വംശം തന്നെ അറ്റുപോകും.

നമ്മുടെ അമ്പലപ്രാവിനെക്കാൾ അല്പം കൂടി വലുപ്പമുള്ള, കാണാനഴകുള്ള പക്ഷിയാണിത്. ഇതിന്റെ ഏറ്റവും പ്രകടമായ സവിശേഷത അതിന്റെ പിൻകഴുത്തിൽ കാണുന്ന കറുപ്പും വെളുപ്പും കലർന്ന ചെക്കർ ബോർഡിന് സമാനമായ പുള്ളികളാണ്. മറ്റുള്ളിടത്തെ തൂവലുകളെക്കാൾ ദൃഢതകൂടിയ തൂവലുകളാണിവിടെ കാണുന്നത്. ഇതിന്റെ പാദങ്ങളും കൊക്കും ചുവപ്പ് നിറവും ചിറകുകളും മേൽമുതുകും പുറവും തവിട്ടു കലർന്ന ചുവപ്പു നിറമായിരിക്കും. ഗുദം മങ്ങിയ കറുപ്പ് നിറത്തിലാണ്. സാമാന്യം കറുപ്പു നിറത്തിലുള്ള വാലിന് അമ്പല

പ്രാവിന്റേതിനേക്കാൾ നീളമുണ്ടായിരിക്കും. ശരീരം തടിച്ചുരുണ്ടതാണ്. തലയും കൊക്കും കഴുത്തും ചെറുതാണ്. ഒറ്റയ്ക്കോ ഇണയോടൊപ്പമോ ആണ് സഞ്ചരിക്കുന്നത്. ചിലപ്പോൾ മറ്റു പക്ഷികളുടെ കൂട്ടത്തിലും കാണാറുണ്ട്.

വിത്തുകൾ, പഴങ്ങൾ, ഇലകൾ, മുകുളങ്ങൾ എന്നിവയാണ് പ്രധാന ഭക്ഷണം. വിരളമായി ചെറുപ്രാണികളെയും ആഹരിക്കാറുണ്ട്. തീറ്റ തേടുന്നത് മിക്കവാറും വൻമരങ്ങളിൽ നിന്ന് നേരിട്ടാണ്. അപൂർവ്വമായി മാത്രമാണ് താഴെ വീഴുന്ന കായ്കൾ തിന്നാൻ നിലത്തിറങ്ങുന്നത്. പല വൃക്ഷങ്ങളുടെയും വിത്തുവിതരണത്തിന് ഇവ സഹായിക്കുന്നതായി കണ്ടെത്തിയിട്ടുണ്ട്.

മാർച്ച്-ജൂലൈ ആണ് പ്രജനനകാലം. വലിയ മരങ്ങളിലാണ് കൂട് നിർമ്മിക്കുന്നത്. കൂട് കാക്കക്കൂട് പോലെയിരിക്കും. ഒരു മുട്ടയാണ് പതിവ്. ചിലപ്പോൾ രണ്ടു മുട്ടകളും കാണാറുണ്ട്. മുട്ടകൾക്ക് വെളുത്ത നിറമാണ്. കേരളത്തിലെ പെരിയാർ, സൈലന്റ് വാലി, പറമ്പിക്കുളം, ഇരവികുളം, പേപ്പാറ, ചെന്തുരുണി തുടങ്ങിയ സംരക്ഷണകേന്ദ്രങ്ങളിൽ ഇവയെ കാണാം. എന്നാൽ സുലഭമല്ല.

ചെറു തേൻകിളി
Small Sunbird / Crimson-backed Sunbird

ശാസ്ത്രനാമം: നെക്റ്ററീനിയ മിനിമ
*Nectarinia minima Sykes,*1832.

കേരളത്തിലെ ഏറ്റവും ചെറിയ പക്ഷികളിലൊന്നാണ് ചെറു തേൻകിളി. കേരളത്തിലെ അടിക്കാടുകൾ, മലമടക്കുകൾ, നിത്യഹരിതവനങ്ങൾ എന്നിവിടങ്ങളിലും തോട്ടങ്ങളിലും നാട്ടിൻപ്രദേശങ്ങളിലും ഇവയെ കാണാവുന്നതാണ്.

ഈ പക്ഷിയുടെ നീളം ഏതാണ്ട് 8 സെ.മീറ്ററും ഭാരം 7 ഗ്രാമുമാണ്. വേഗത്തിൽ പറക്കാനും പൂവിൽ നിന്നും പൂവിലേക്കു പറന്നെത്താനും ഉള്ള ഇവയുടെ കഴിവ് അന്യാദൃശമാണ്. പൂവിനു മുകളിൽ വായുവിൽ ഒരഭ്യാസിയെപോലെ അല്പനേരം പറന്ന് നില്ക്കാനും ഇവയ്ക്കു സാധിക്കും.

വശ്യസുന്ദരമാണ് ഇവയുടെ നേർക്കാഴ്ച. ഇവയ്ക്ക് തിളക്കമുള്ള ശരീരമാണ്. ആൺപക്ഷിക്ക് ചുവന്ന മേൽമുതുകും, മാറിടത്തിനു കുറുകെ

മനോഹരമായ, ചുവപ്പു നിറത്തിലുള്ള വീതിയേറിയ പട്ടയുമുണ്ടാകും. തലയുടെ ഉച്ചിഭാഗത്തിന് തിളങ്ങുന്ന പച്ച നിറമാണ്. തൊണ്ടയിലും വാൽ തുടങ്ങുന്നതിന്റെ മുകളിലും വയലറ്റോ പിങ്കോ നിറമുള്ള അടയാളങ്ങൾ കാണും. നെഞ്ച് മുതൽ താഴേക്ക് അടിഭാഗത്തിന് നേർത്ത വെള്ളനിറമായിരിക്കും. പെൺപക്ഷിക്ക് ഒലിവ് തവിട്ട് നിറമാണ്. വാൽ തുടങ്ങുന്നതിന്റെ മുകൾ ഭാഗം നല്ല ചുവപ്പു നിറത്തിലായിരിക്കും. ഇമ്പമുള്ള ചീ-ചീ-ചീ എന്ന് ശബ്ദിച്ചു കൊണ്ടാണ് പൂക്കളിൽ നിന്ന് പൂക്കളിലേക്ക് പറക്കുന്നത്. ഒറ്റയ്ക്കും കൂട്ടത്തോടെയും സഞ്ചരിക്കാറുണ്ട്.

പേര് സൂചിപ്പിക്കും പോലെ തേനാണ് മുഖ്യ ഭക്ഷണം. പൂക്കളിലെ തേൻ കുടിക്കാൻ അനുയോജ്യമായ രീതിയിൽ, കൂർത്ത് അല്പം താഴേയ്ക്ക് വളഞ്ഞ സൂചികൊക്ക് ഇവയുടെ സവിശേഷതയാണ്. പ്രധാന ആഹാരം പൂന്തേനാണെങ്കിലും പഴങ്ങളും പ്രാണികളും പുഴുക്കളും ആഹരിക്കാറുണ്ട്.

കൂട് നാരുകളും മാറാലയും വേരുകളും ഉണക്കിലകളും മറ്റും കൊണ്ടാണ് നിർമ്മിക്കുന്നത്. കൂടുകണ്ടാൽ ഒരു കൂട്ടം ഉണക്കിലകളാണെന്നേ തോന്നൂ. രണ്ടു മുട്ടകളാണ് പതിവ്. കൂടുകെട്ടുന്നതും അടയിരിക്കുന്നതും പെൺപക്ഷിയാണ്. എന്നാൽ, കുഞ്ഞുങ്ങൾക്ക് തീറ്റ നല്കാൻ ആൺകിളിയും സഹകരിക്കും.

മലവരമ്പൻ

Nilgiri Pipit

ശാസ്ത്രനാമം: ആന്തസ് നീൽഗിരിയെൻസിസ്

*Anthus nilghiriensis Sharpe,*1885.

IUCNന്റെ റെഡ് ലിസ്റ്റിൽ ഉൾപ്പെട്ട പക്ഷി.

ഏതാണ്ട് 1000 മീറ്ററിന് മുകളിൽ ഉയരമുള്ള പർവ്വത പുല്മേടുകളിലും മലപ്രദേശങ്ങളിലും മറ്റും വസിക്കുന്ന ഒരു പക്ഷിയാണ് മലവരമ്പൻ. ആവാസ വ്യവസ്ഥയുമായി ബന്ധപ്പെട്ടാണ് ഇവയ്ക്ക് പേര് നല്കിയിരിക്കുന്നത്. ഇതിന് 15 സെ. മീറ്ററോളം നീളം വരും.

തലയിലും ദേഹത്തിലും ആകമാനം വലുതും ചെറുതുമായ ധാരാളം തവിട്ടോ കറുപ്പോ നിറത്തിലുള്ള വരകളുണ്ടായിരിക്കും. അടിവശത്തെ വരകൾക്ക് വീതി കുറ ഞ്ഞിരിക്കും. കവിളിൽ വരകളുണ്ടാവില്ല. കൊക്കിന് പൂർണ്ണമായും കറുപ്പ് നിറവും കാലുകൾക്ക് നരച്ച വെള്ള നിറവുമാണ്.

ഏകാന്തമായോ ഇണയോടൊപ്പമോ ആണ് സഞ്ചാരം. ശത്രു സാന്നിധ്യം ഉണ്ടായാൽ ഏതെങ്കിലും മരങ്ങളിലോ കുറ്റിക്കാടുകളിലോ അഭയം തേടും. പിന്നെ കുറേ നേരത്തേക്ക് നിലത്തിറങ്ങില്ല.

നിലത്ത് നിന്നും മരങ്ങളിൽ നിന്നുമാണ് ഇരതേടുന്നത്. പ്രാണികളും ധാന്യങ്ങളും മറ്റുമാണ് ഭക്ഷണം.

ഇവ കേരളത്തിൽ കൂട് കെട്ടാറില്ലെന്നാണ് പക്ഷിനിരീക്ഷകരുടെ അഭിപ്രായം. മാർച്ചു മാസം മുതൽ കാലവർഷം കഴിയുന്നതു വരെ ഇവയെ കേരളത്തിൽ കാണാറില്ലെന്നും പറയുന്നുണ്ട്. ഏപ്രിൽ-ജൂലൈയാണ് പ്രജനനകാലം. പുല്ലുകറ്റകൾ കൊണ്ടാണ് കൂട് നിർമ്മിക്കുന്നത്. ചാരം കലർന്ന പച്ചനിറമുള്ള രണ്ടു മുട്ടകളിടും.

അടിക്കടിയുണ്ടാകുന്ന കാട്ടുതീ, പ്രത്യേകിച്ച് പ്രജനനകാലത്ത് ഉണ്ടാകുന്നവ ഇവയുടെ നിലനില്പിന് ഭീഷണിയാണ്. അക്കേഷ്യ തോട്ടങ്ങളുടെ പ്രചാരവും പുൽമേടുകളുടെ ശോഷണവും ഇവയുടെ അംഗസംഖ്യ കുറയാനിടയാക്കി. മേല്പറഞ്ഞ പ്രതികൂലാവസ്ഥകൾ തുടരുന്നതിനാൽ വംശനാശ ഭീഷണി സമീപഭാവിയിൽത്തന്നെയുണ്ടാകാൻ സാധ്യതയുള്ളൊരു പക്ഷിയാണിത്.

കാട്ടുനീലി
White-bellied Blue Flycatcher

ശാസ്ത്രനാമം: സയോർണിസ് പാലിപ്പെസ്
Cyornis pallipes Jerdon, 1840

മഹാബലേശ്വരത്തിന് തെക്കു മുതൽ നീലഗിരി, ബിലിഗിരിരംഗൻ കുന്നുകൾ, ദക്ഷിണ തമിഴ്നാട്, കേരളം വരെയുള്ള പശ്ചിമഘട്ടമേഖലകളിൽ കണ്ടു വരുന്ന ഒരു മനോഹര കാട്ടുപക്ഷിയാണിത്. മലയടിവാരം മുതൽ 1700 മീ. വരെ ഉയരമുള്ള പർവ്വത വനങ്ങളിലാണ് ഇവയുടെ ആവാസം. നിത്യഹരിത വനങ്ങളിലെയും ഇലപൊഴിയും ആർദ്രവനങ്ങളിലേയും അടിക്കാടുകളിലാണിവയെക്കാണാറ്.

പേരു സൂചിപ്പിക്കും പോലെ ഇവയുടെ ദേഹം നീലനിറമാണ്. എന്നാൽ ആൺ-പെൺ പക്ഷികൾ തമ്മിൽ നിറത്തിൽ വ്യത്യാസമുണ്ട്. പാറ്റാപിടിയന്മാരുടെ വർഗ്ഗത്തിൽ ഉൾപ്പെടുന്ന ഇവയിൽ ആൺപക്ഷിയ്ക്കാണ് ഭംഗി കൂടുതൽ. ഇതിന്റെ ദേഹം തിളങ്ങുന്ന കടും നീലനിറമാണ്. പുരികത്തിന്റെ ഭാഗത്തിന് നീലനിറം കുറവാണ്. ഉദരഭാഗം ചാരം കലർന്ന വെള്ളയായിരിക്കും. കണ്ണും കൊക്കും ചേരുന്ന ഭാഗത്ത് കരിനീലയാണ്. ചിറകിൽ ചാരനിറം കാണാവുന്നതാണ്. തടിച്ച് വലുപ്പമുള്ള

കൊക്കിന് കറുപ്പ് നിറമായിരിക്കും. പെൺ പക്ഷിക്ക് ശരീരത്തിൽ എവിടെയും നീലനിറം ഇല്ല. പകരം ഒലിവ് തവിട്ടായിരിക്കും. തലയിൽ ചാരനിറം കാണാം. ചിറകുകൾക്ക് തവിട്ടുനിറം. കൊക്കിനും കണ്ണിനുമിടയിൽ നേർത്ത മഞ്ഞനിറത്തിലുള്ള അടയാളമുണ്ട്. തൊണ്ടയിൽ ചുവപ്പ് കലർന്ന ഓറഞ്ചുനിറം. വാലിനു നരച്ച ചെങ്കൽ നിറമാണ്. ഇവയുടെയും അടിവശം വെള്ളനിറമാണ്. ആൺ-പെൺ പക്ഷികൾക്ക് കൊക്കിന്റെ ഭാഗത്ത് കുറ്റിരോമങ്ങളുണ്ടാവും.

അങ്ങാടിക്കുരുവിയെക്കാൾ അല്പം കൂടി വലുപ്പമുള്ള ഈ പക്ഷികൾ മിക്കവാറും ഇണയോടൊപ്പമാണ് സഞ്ചരിക്കുന്നത്. അടുത്തു നിന്നാൽ മാത്രം കേൾക്കാവുന്ന നേർത്ത സ്വരമാണിവയ്ക്ക്. വനമേലാപ്പിന് താഴെയുള്ള ഇരുട്ട് മേഖലകളിലാണ് ആഹാരം തേടുന്നത്. പ്രാണികളും മറ്റുമാണ് മുഖ്യഭക്ഷണം. മനുഷ്യരെ കണ്ടാൽ പെട്ടെന്ന് ഇലക്കൂട്ടത്തിൽ മറയും.

ഫെബ്രുവരി മുതൽ സെപ്തംബർ വരെയുള്ള കാലത്താണ് ഇവയുടെ പ്രജനനം നടക്കുന്നത്. മരപ്പൊത്തിലോ പായലുകൾ വളരുന്ന പാറപ്പുറത്തോ കപ്പുപോലുള്ള കൂടുണ്ടാക്കുന്ന ഇവയ്ക്ക് ഒരു സീസണിൽ നാലു മുട്ടകൾ കാണും. ഇളം പച്ചനിറമുള്ള ഇവയുടെ പുറത്ത് തവിട്ടു പുള്ളികളുണ്ടാവും. മുട്ടയുടെ വീതിയുള്ള അറ്റത്ത് പുള്ളികളുടെ സാന്ദ്രത കൂടിയിരിക്കും. ആൺ-പെൺ പക്ഷികൾ ഒന്നിച്ചാണ് ശിശുപരിപാലനം നടത്തുന്നത്.

പോതക്കിളി
Broad-tailed Grass Warbler

ശാസ്ത്രനാമം: *ഷോനിക്കോള പ്ലാറ്റ്യൂറസ്*

Schoenicola platyurus Jerdon, 1844

IUCN-ന്റെ റെഡ് ലിസ്റ്റിൽ ഉൾപ്പെട്ട പക്ഷി

പശ്ചിമഘട്ടത്തിൽ കർണാടകയുടെ ദക്ഷിണ ഭാഗത്ത് കാണപ്പെടുന്ന ഒരു പക്ഷിയാണിത്. കേരളമുൾപ്പെടെയുള്ള മറ്റ് പശ്ചിമഘട്ടമേഖലകളിൽ പൊതുവെ വിരളമാണ്. കാണാൻ അത്ര സൗന്ദര്യമില്ലാത്ത ഇവ മലപ്രദേശങ്ങളിലാണ് ജീവിക്കുന്നത്. പാറകളും മരങ്ങളും നിറഞ്ഞ പുൽമേടുകളാണ് ഇവയുടെ ആവാസമേഖലകൾ.

അവ്യക്തമായ വരകൾ നിറഞ്ഞ നീളമുള്ള വാലും തടിച്ച കൊക്കും ഇവയെ തിരിച്ചറിയാൻ സഹായിക്കുന്ന ഘടകങ്ങളാണ്. ആൺപക്ഷികളും

പെൺപക്ഷികളും കാഴ്ചയിൽ ഒരുപോലെയാണ്. ശരീരത്തിന്റെ മുകൾ ഭാഗത്തിനു നരച്ച ചാരനിറമോ നരച്ച കാപ്പിനിറമോ ആണ്. അടിവശം വെള്ളനിറമായിരിക്കും. കൊക്കിന്റെ മുകൾഭാഗം നരച്ച വെള്ളനിറവും കീഴ്ഭാഗം മങ്ങിയ കറുപ്പുമാണ്. വാലിന്റെ അടിവശത്തിന് വളരെ ഇരുണ്ട നിറമാണ്. നാട്ടുമൈനയെക്കാൾ വലുപ്പം കുറഞ്ഞ ഈ പക്ഷിക്ക് നീണ്ട വാലുള്ളതിനാൽ മൈനയോളം വലുപ്പം കാഴ്ചയിൽ തോന്നിക്കാറുണ്ട്. മിക്കവാറും ഇണയോടൊപ്പമാണ് സഞ്ചരിക്കുന്നത്.

പഴങ്ങളും പ്രാണികളും മറ്റുമാണ് ഭക്ഷിക്കുന്നത്. കൂട് മരത്തിലാണ് തീർക്കുന്നത്. മാർച്ചു മുതൽ മേയ് വരെയാണ് പ്രജനനകാലമെന്ന് കരുതുന്നു. ജൂലൈ-സെപ്റ്റംബർ കാലത്തും കൂടുകൾ കണ്ടെത്തിയിട്ടുള്ളതിനാൽ രണ്ടു പ്രജനന കാലങ്ങളുണ്ടെന്ന് അനുമാനിക്കുന്നുണ്ട്. പുല്ലുകളുപയോഗിച്ചാണ് കൂടുണ്ടാക്കുന്നത്. രണ്ടോ മൂന്നോ മുട്ടകളാണുണ്ടാവുക. മുട്ടകൾക്ക് വെള്ളനിറം. ഇതിൽ തവിട്ടു നിറത്തിലുള്ള അടയാളങ്ങൾ കാണാം.

വടക്കൻ ചിലുചിലപ്പൻ

Grey-breasted Laughingthrush /Palni Laughingthrush

ശാസ്ത്രനാമം: *ഗാരുലാക്സ് ജെർഡണി ഫെയർബാങ്കി*
Garrulax jerdoni fairbanki

ട്രോക്കലോപ്റ്ററോൺ ഫെയർബാങ്കി
Trochalopteron fairbanki Blanford, 1869.

സ്ട്രോഫോസിൻക്ല ഫെയർബാങ്കി
Strophocincla fairbanki

പശ്ചിമഘട്ടത്തിൽ പാലക്കാടൻ ചുരത്തിന് തെക്കുള്ള ഭാഗങ്ങളിൽ കാണപ്പെടുന്ന സ്ഥിരവാസിയായ പക്ഷിയാണിത്. നീളം പരമാവധി 20 സെ.മീ. തമിഴ് നാട്ടിൽ പളനിമലയിലും ആനമലയിലും കേരളത്തിൽ മൂന്നാറിലും മറ്റും ഇവയെ കാണാം. 1100 മീറ്റർ വരെ ഉയരമുള്ള വനങ്ങളിലാണ് പൊതുവെ ഇവയുടെ വാസം. കേരളത്തിലെ പറമ്പിക്കുളം, ഇരവികുളം, ആനമുടിച്ചോല, പാമ്പാടുംചോല തുടങ്ങിയ സംരക്ഷണ കേന്ദ്രങ്ങളിൽ ഇവയെ കണ്ടു വരുന്നു. വളരെ വിരളമാണിവ. മഴക്കാടുകളിലെ കുറ്റിക്കാടുകളിലും അടിക്കാടുകളിലുമാണ് പൊതുവെ വിഹരിക്കുന്നത്.

ഇടത്തരം വലുപ്പമുള്ള ഒരു സുന്ദര പക്ഷിയാണിത്. കരിയിലക്കിളിയുടെ വലുപ്പമുള്ള ഈ പക്ഷിക്ക് കാഴ്ചയിൽ പതുങ്ങൻ ചിലപ്പനുമായി

സാമ്യം തോന്നും. പതുങ്ങൻ ചിലപ്പനിൽ നിന്ന് ഇതിനെ വ്യത്യസ്തമാക്കുന്നത് വീതി കൂടിയ വെള്ള കൺപുരികങ്ങളാണ്. ഇതിന് ചാരം കലർന്ന വെള്ള നിറമുള്ള തൊണ്ട ഭാഗമാണ് കാണുന്നത്. തൊണ്ട ഭാഗത്ത് നരച്ച തവിട്ട് നിറമുള്ള വരകളും കാണാം. നെഞ്ചും ഉദരവും ഉൾപ്പെടെ അടിഭാഗമെല്ലാം ചുവപ്പ് കലർന്ന തവിട്ടു നിറമാണ്. ചിറകുകളുൾപ്പെടെ ശരീരത്തിന്റെ മുകൾഭാഗത്തിന് ഒലിവ് തവിട്ടു നിറമായിരിക്കും. വാലിന് കറുപ്പ് കലർന്ന നിറമാണ്. കൊക്കിന് ഇരുണ്ട തവിട്ടു നിറമാണെങ്കിലും നീലഗിരി ചിലപ്പന്റെ കൊക്കുകളോളം ഇരുണ്ടതാവില്ല. കാലുകൾക്ക് നേരിയ ചുവപ്പ് നിറമുണ്ടായിരിക്കും. ഇവയുടെ കണ്ണുകൾക്ക് കടും ചുവപ്പ് നിറമമാണ്. ആൺ-പെൺ പക്ഷികൾക്ക് ഏറെക്കുറെ ഒരേനിറമാണ്.

ഇവ മനോഹരമായി ശബ്ദമുണ്ടാക്കാറുണ്ട്. മിക്കവാറും സംഘമായിട്ടാണ് സഞ്ചാരം. പഴങ്ങളും പ്രാണികളും വിത്തുകളും മറ്റുമാണ് ആഹാരം.

മഴക്കാലമടുപ്പിച്ചാണ് ഇവയുടെ പ്രജനനമെന്ന് കരുതുന്നു. പുല്ലുകൾ, ഇലകൾ, വേരുകൾ എന്നിവ കൊണ്ടാണ് കൂട് നിർമ്മിക്കുന്നത്. മരക്കവരങ്ങളിലുണ്ടാക്കുന്ന കൂടിന്, കോപ്പയുടെ ആകൃതിയായിരിക്കും. ചില്ലകളും ഇലകളും ഇടതിങ്ങികാണുന്നയിടങ്ങളിലാണ് കൂട് നിർമ്മിക്കുക എന്നതിനാൽ ഇവയുടെ കൂടുകൾ കണ്ടെത്താൻ പ്രയാസമാണ്. രണ്ടോ മൂന്നോ മുട്ടകളാണ് പതിവ്. മുട്ടകൾക്ക് ചുവന്ന വരകളുള്ള നീല നിറമാണ്. മുട്ട വിരിഞ്ഞുണ്ടാകുന്ന കുഞ്ഞുങ്ങൾ പറന്നു പോയിക്കഴിഞ്ഞാൽ സ്വന്തം കൂടും സമീപത്തുള്ള മറ്റു കൂടുകളും നശിപ്പിക്കുന്ന സ്വഭാവം ഇവയ്ക്കുണ്ട്. വിരിയാത്ത മുട്ടകൾ ഇവ ആഹരിക്കുകയും ചെയ്യും.

തെക്കൻ ചിലുചിലപ്പൻ

Blanford`s Laughingthrush/Travancore Laughingthrush

ശാസ്ത്രനാമം: ഗാരുലാക്സ് ജെർഡണി മെറിഡിയോണേൽ

Garrulax jerdoni meridionale

സ്ട്രോഫോസിൻക്ല മെറിഡിയോണേൽ

Strophocincia meridionale

IUCNന്റെ റെഡ് ലിസ്റ്റിൽ ഉൾപ്പെട്ട പക്ഷി.

പശ്ചിമഘട്ടത്തിൽ സഹ്യാദ്രിയുടെ ദക്ഷിണ ഭാഗങ്ങളിൽ കാണപ്പെടുന്ന സ്ഥിരവാസിയായ പക്ഷിയാണ് തെക്കൻ ചിലുചിലുപ്പൻ. കേരളത്തിൽ അച്ചൻകോവിൽ, അഗസ്ത്യകൂടം, തമിഴ്നാട്ടിൽ കളയ്ക്കാട് മുണ്ടൻ

തുറൈ കടുവാ സങ്കേതം തുടങ്ങിയ സ്ഥലങ്ങളിൽ കണ്ടെത്തിയിട്ടുണ്ട്.

1100 മീറ്റർ വരെ ഉയരമുള്ള വനങ്ങളിലാണ് പൊതുവെ ഇവയുടെ വാസം. കടുത്ത വംശനാശത്തിന്റെ വക്കിലെത്തി നില്ക്കുന്ന ഇവയെ ഇപ്പോൾ കണ്ടെത്തുന്നതു പോലും വിരളമായിട്ടാണ്. മഴക്കാടുകളിലെ പൊന്തകളിലും അടിക്കാടുകളിലുമാണ് ഇവ വിഹരിക്കുന്നത്.

ഇടത്തരം വലുപ്പമുള്ള ഒരു സുന്ദര പക്ഷിയാണിത്. കരിയിലക്കിളിയോളമാണ് വലുപ്പം. ഈ പക്ഷി ഒറ്റനോട്ടത്തിൽ വടക്കൻ ചിലുചിലുപ്പനെ പോലെയിരിക്കും. പ്രകടമായ വ്യത്യാസം കൺപുരികങ്ങൾക്ക് വീതിയും നീളവും കുറവാണ് എന്നതാണ്. അതിന് മുകളിൽ കറുത്ത വരയും ഉണ്ടായിരിക്കില്ല. മാത്രമല്ല, വടക്കൻ ചിലുചിലുപ്പന് തൊണ്ടഭാഗത്ത് നിന്ന് നരച്ച തവിട്ട് വരകളോടെ ആരംഭിക്കുന്ന ചാരം കലർന്ന വെള്ളനിറം മാറിടത്തിൽ അവസാനിക്കുമ്പോൾ തെക്കൻ ചിലുചിലുപ്പന് ഈ നിറം വയറും കഴിഞ്ഞ് ഗുദഭാഗത്തേക്ക് നീളുന്നതു കാണാം.

എന്നാൽ തെക്കൻ ചിലുചിലപ്പന് ഈ നിറം വയറും കഴിഞ്ഞ് ഗുദഭാഗത്തേക്കു നീളുന്നത് കാണാം. വയറിന്റെ രണ്ടു വശങ്ങളിലും ആകർഷകമായ ചുവപ്പ് കലർന്ന ഓറഞ്ചുനിറം കാണാം. മറ്റ് നിറങ്ങളുടെ വിന്യാസവും ശരീര വലുപ്പവുമെല്ലാം സമാനമാണ്.

ചിറകുകൾക്ക് തവിട്ടു നിറവും കാലുകൾക്കും കൊക്കിനും കറുപ്പ് നിറവുമായിരിക്കും. വാൽ കറുപ്പുനിറം കലർന്നതാണ്. കണ്ണുകൾക്ക് കടും ചുവപ്പ് നിറമമാണ്. ആൺ-പെൺ പക്ഷികൾക്ക് ഏറെക്കുറെ ഒരേനിറമാണ്.

ഇവ മനോഹരമായി ശബ്ദമുണ്ടാക്കാറുണ്ട്. മിക്കവാറും ഇണയോടൊപ്പമാണ് സഞ്ചാരം.

മിശ്രഭോജികളായ ഇവ പഴങ്ങളും പ്രാണികളും വിത്തുകളും മറ്റുമാണ് ആഹാരമാക്കുന്നത്. നിലത്തു നിന്നും മരങ്ങളിൽ നിന്നും തീറ്റ തേടാറുണ്ട്. നിലത്ത് ഇര തേടാനാണ് ഈ പക്ഷിക്ക് കൂടുതൽ താല്പര്യം. വിപരീതാവസരങ്ങളിൽ വേഗത്തിൽ മരങ്ങളിൽ അഭയം പ്രാപിക്കുകയാണ് പതിവ്.

മഴക്കാലമടുപ്പിച്ചാണ് ഇവയുടെ പ്രജനനമെന്ന് കരുതുന്നു. കേരളത്തിൽ ഇവയുടെ പ്രജനനം ഇന്നോളം റിപ്പോർട്ട് ചെയ്തിട്ടില്ല. പുല്ലുകൾ, ഇലകൾ, വേരുകൾ എന്നിവ കൊണ്ടാണ് കൂട് നിർമ്മിക്കുന്നത്.

കോപ്പയുടെ ആകൃതിയിൽ മരക്കവരങ്ങളിലാണ് കൂട് കെട്ടുന്നത്. ചില്ലകൾക്കിടയിൽ മറഞ്ഞിരിക്കുന്ന രീതിയിലുണ്ടാക്കുന്ന കൂടുകൾ കണ്ടുപിടിക്കാൻ പ്രയാസമാണ്. ഒരു സീസണിൽ രണ്ടോ മൂന്നോ മുട്ടകളാണ് പതിവ്.

ബാണാസുര ചിലുചിലപ്പൻ
Banasura Laughingthrush./ Jerdon`s Laughingthrush / Black-chinned Laughingthrush

ശാസ്ത്രനാമം: ഗാരുലാക്സ് ജെർഡണി ജെർഡണി
*(Garrulax jerdoni jerdoni Blyth,*1851).
സ്ട്രോഫോസിൻക്ല ജെർഡണി
Strophocincla jerdoni

IUCNന്റെ റെഡ് ലിസ്റ്റിൽ ഉൾപ്പെട്ടപക്ഷി

പശ്ചിമഘട്ടത്തിൽ സഹ്യാദ്രിയുടെ തെക്കുഭാഗങ്ങളിൽ കാണപ്പെടുന്ന സ്ഥിരവാസിയായ ഒരു ചിലപ്പൻ പക്ഷിയാണ് ബാണാസുര ചിലു ചിലപ്പൻ. കേരളത്തിൽ കോഴിക്കോട്, വയനാട് എന്നിവിടങ്ങളിലും കർണാ ടകയുടെ 1000 മീറ്റർ ഉയരമുള്ള ചില വനങ്ങളിലുമാണ് ഇവയെ കണ്ടെ ത്തിയിരിക്കുന്നത്. പൊതുവെ കടുത്ത വംശനാശത്തിന്റെ വക്കിലെത്തി നില്ക്കുന്ന ഇവയെ കണ്ടെത്തുന്നതു പോലും വിരളമായിട്ടാണ്. ചോലവനങ്ങളിലെ അടിക്കാടുകളിലും ഉയരമുള്ള മേഖലകളിലെ പുൽമേടുകളിലുമാണ് ബാണാസുര ചിലുചിലപ്പന്റെ വാസം. ആദ്യമായി വയനാട്ടിലെ ബാണാസുര മലകളിൽ കണ്ടെത്തിയതിനാലാണ് ഈ പക്ഷിയെ ബാണാസുര ചിലുചിലപ്പൻ എന്ന് വിളിക്കുന്നത്.

ഇടത്തരം വലുപ്പമുള്ള ഈ സുന്ദര പക്ഷിയെ ഒറ്റനോട്ടത്തിൽ കണ്ടാൽ വടക്കൻ ചിലുചിലുപ്പനെന്നോ തെക്കൻചിലുചിലുപ്പനെന്നോ തെറ്റിദ്ധരിക്കാൻ ഇടയുണ്ട്. അത്രയ്ക്ക് സാമ്യമാണ് ഇവ തമ്മിൽ. ഇവ യിലെ പ്രകടമായ വ്യത്യാസം കറുത്ത താടിയാണ്. കൺപുരികങ്ങൾക്ക് വീതിയും നീളവും കൂടുതലുണ്ട്. തൊണ്ടഭാഗത്ത് നിന്ന് നരച്ചവരകളോടെ ആരംഭിക്കുന്ന ചാരം കലർന്ന വെള്ളനിറം മാറിടത്തിൽ അവസാനിക്കുന്നു. എന്നാൽ തെക്കൻ ചിലുചിലപ്പന് ഈ നിറം വയറും കഴിഞ്ഞ് ഗുദ ഭാഗത്തേക്കു നീളുന്നുണ്ട്. മറ്റ് നിറങ്ങളും വലുപ്പവും എല്ലാം വടക്കൻ ചിലുചിലുപ്പന്റേത് പോലെയാണ്. വയറിന്റെ രണ്ടു വശങ്ങളിലും ചുവപ്പ് കലർന്ന ഓറഞ്ചുനിറമാണ്. ചിറകിന് തവിട്ടു നിറവും വാലിനും കാലു കൾക്കും കൊക്കിനും കറുപ്പ് നിറവുമായിരിക്കും. ആൺ-പെൺ പക്ഷി കളെ തിരിച്ചറിയാൻ സാധിക്കില്ല. വലുപ്പം ശരാശരി 20 സെ.മീ.

മനോഹരമായി ശബ്ദമുണ്ടാക്കുന്ന ഇവ മിക്കവാറും ഇണയോടൊ പ്പമാണ് സഞ്ചാരം. ഷഡ്പദങ്ങളും പഴങ്ങളും വിത്തുകളും മറ്റുമാണ് ആഹാരം. നിലത്തും മരങ്ങളിലും ഇരതേടാറുണ്ട്. അപകട ഭീതിയു ണ്ടായാൽ വേഗത്തിൽ മരങ്ങളിൽ അഭയം പ്രാപിക്കും.

മഴക്കാലമടുപ്പിച്ചാണ് ഇവയുടെ പ്രജനനമെന്ന് കരുതുന്നു. കേരളത്തിൽ ഇവയുടെ പ്രജനനം ഇന്നോളം റിപ്പോർട്ട് ചെയ്തിട്ടില്ല. കോപ്പയുടെ ആകൃതിയുള്ള കൂട് പുല്ലുകൾ, ഇലകൾ, വേരുകൾ എന്നിവ കൊണ്ട് നിർമ്മിക്കും. കണ്ടുപിടിക്കാൻ പ്രയാസമായ കൂട് കെട്ടുന്നത് മരക്കവരങ്ങളിലാണ്. രണ്ടോ മൂന്നോ മുട്ടകളാണ് പതിവ്.

മലമുഴക്കി വേഴാമ്പൽ/ മരവിത്തലച്ചി
Great Indian hornbill/ Great pied hornbill

ശാസ്ത്രനാമം: *ബ്യൂസെറോസ് ബൈക്കോർണിസ്*
Buceros bicornis Linnaeus, 1758

ദക്ഷിണേഷ്യയിലും ദക്ഷിണപൂർവ്വേഷ്യയിലും കണ്ടു വരുന്ന ഒരു വലിയ പക്ഷിയാണ് മലമുഴക്കി വേഴാമ്പൽ. ഇത് കേരളത്തിന്റെയും അരുണാചൽ പ്രദേശിന്റെയും സംസ്ഥാന പക്ഷിയാണ്. കടുത്ത വംശനാശത്തിന്റെ വക്കിലെത്തി നില്ക്കുന്ന ഇവ റെഡ് ലിസ്റ്റിൽ ഉൾപ്പെട്ടവയാണ്. കേരളത്തിൽ വാഴച്ചാൽ, പറമ്പിക്കുളം, പെരിയാർ, സൈലന്റ്‌വാലി, ഷോളയാർ, അഗസ്ത്യകൂടം എന്നിവിടങ്ങളിൽ ഇവയെ കണ്ടെത്തിയിട്ടുണ്ട്. മഴക്കാടുകളാണ് ഇവയുടെ ആവാസസ്ഥലങ്ങൾ. പല സവിശേഷതകളും നിറഞ്ഞതാണ് മലമുഴക്കിയുടെ ജീവിതം.

പരുന്തിനോളം വലുപ്പമുള്ള ഇതിന് 95-130 സെ.മീ. നീളവും 150 സെ. മീറ്ററിലധികം ചിറകുവിസ്താരവും 2-4 കിലോഗ്രാം ഭാരവും വരും. ഏഷ്യൻ വേഴാമ്പലുകളിൽ ഏറ്റവുമധികം ഭാരമുള്ളത് ഇവയ്ക്കാണ്. ഇതിന് 50 വർഷത്തോളം ആയുസ്സുണ്ടത്രെ! ഇതിന്റെ വർണ്ണപ്പകിട്ടുള്ള ശരീരത്തിൽ മഞ്ഞ, കറുപ്പ്, വെളുപ്പ് എന്നീ നിറങ്ങൾ കാണാം. തലയും ശരീരവും ചിറകുകളും പ്രാഥമികമായി കറുപ്പുനിറമുള്ളതാണ്. കഴുത്തിന് മഞ്ഞനിറം. ബലവും വലുപ്പവുമുള്ള നീണ്ട കൊക്കാണ് ഇവയ്ക്കുള്ളത്. ഇത് അല്പം വളഞ്ഞതാണ്. മേൽക്കൊക്കിന് തൊപ്പിയുടെ അതേ നിറമായിരിക്കും. എന്നാൽ, കീഴ്ക്കൊക്ക് ഇളം മഞ്ഞനിറത്തിലാണ് കാണുന്നത്. ഇവയുടെ ഏറ്റവും പ്രകടമായ സവിശേഷത കൊക്കിനു മുകളിൽ ക്കാണുന്ന കടുംമഞ്ഞനിറമുള്ള, തൊപ്പിപോലുള്ള വലിയ പാത്തിയാണ്. മുന്നിൽ നിന്ന് നോക്കിയാൽ ഇതിന് യു ആകൃതിയാണ്. ഇതിന്റെ രണ്ട് അറ്റങ്ങൾ മുന്നോട്ട് നീണ്ട് കൂർത്തിരിക്കും. രണ്ട് കൊമ്പുകളുള്ളത് എന്നർത്ഥം വരുന്ന ബൈക്കോർണിസ് എന്ന സ്പീഷീസ്നാമം ഈ

അറ്റങ്ങളെയാണ് സൂചിപ്പിക്കുന്നത്. വെളുത്ത വാലിന് നീളം കുറവാണ്. ഇതിന്റെ അറ്റത്തിന് തൊട്ടുതാഴെ ഒരു കറുപ്പുപട്ട കാണാം. ആൺ-പെൺ പക്ഷികൾ തമ്മിൽ നിറവിന്യാസത്തിൽ വളരെയധികം സാമ്യമുണ്ട്. എന്നാൽ, പെണ്ണ് ആണിനെക്കാൾ ചെറുതായിരിക്കും. കൂടാതെ, പെണ്ണിന് നീല കലർന്ന വെളുത്ത കണ്ണുകളും ആണിന് ചുവപ്പ് കണ്ണുകളുമായിരിക്കും.

മിക്കവാറും ഇണയോടൊപ്പമാണ് സഞ്ചാരം. വന്മരങ്ങളുടെ മുകളിലാണ് ഇവയുടെ ഇരിപ്പ്. മരക്കൊമ്പിൽ നാലഞ്ചു തവണ ചാടുന്നതും രണ്ടു മൂന്നു തവണ ചിറകടിച്ച ശേഷം പറക്കുന്നതും ഇതിന്റെ പ്രത്യേകതയാണ്. ഇവയുടെ ചിലയ്ക്കലും ചിറകടിശബ്ദവും ഗംഭീരമാണ്. വനത്തിലെ നിശ്ശബ്ദതയിൽ ഇവയുടെ ഉച്ചത്തിലുള്ള ശബ്ദം മലകളിൽ പ്രതിധ്വനിക്കുന്നത് പോലെ തോന്നും. അതുപോലെ ഇവയുടെ ചിറകടിശബ്ദം ഹെലിക്കോപ്റ്ററിന്റേതു പോലെ ഘനമുള്ളതാണ്. ഈ രണ്ടു രീതിയിലും മലകളെ മുഴക്കുന്നതിനാലാണ് ഇവയെ മലമുഴക്കി എന്നു വിളിക്കുന്നത്.

പഴങ്ങൾ, പൂക്കൾ, എലി, പല്ലി, തവള, പുഴുക്കൾ തുടങ്ങിയവയാണ് ഇവയുടെ ഇരകൾ. പഴങ്ങളും മറ്റും ധാരാളമായി ഭക്ഷിക്കുന്നതിനാൽ ഇവയ്ക്ക് വെള്ളം കുടിക്കേണ്ട ആവശ്യം ഇല്ല.

മലമുഴക്കിവേഴാമ്പലിനെ മറ്റു പറവകളിൽ നിന്നും വ്യത്യസ്തമാക്കുന്നത് ഇവയുടെ പ്രജനനകാലത്തെ വിചിത്രസ്വഭാവമാണ്. മറ്റു പക്ഷികൾക്കില്ലാത്ത വിഭിന്നമായ ഒരു രീതിയാണ് മുട്ടിയിടാനായി ഈ പക്ഷി സ്വീകരിക്കുന്നത്. മുട്ടയിടലിനായി ഏറ്റവും ഉയരം കൂടിയ മരത്തിന്റെ പോടാണ് തിരഞ്ഞെടുക്കുക. 2-4 മുട്ടകളിടും. പെൺപക്ഷി മുട്ടയിടാൻ കൂട്ടിനകത്ത് കയറിയാൽ പിന്നെ പുറത്തിറങ്ങുന്നത് കുഞ്ഞിനോടൊപ്പം മാത്രമാണ്. കൂട്ടിനകത്ത് കടക്കുന്ന പെൺപക്ഷി, അതിന്റെ പുരീഷം ഉപയോഗിച്ച് പ്രവേശനദ്വാരം അടയ്ക്കും. സ്വന്തം കൊക്ക് മാത്രം പുറത്തു വരത്തക്കവിധം ഒരു ദ്വാരമുണ്ടാവും. കൂട് അടക്കാൻ ഉപയോഗിച്ച സാധനം ഉണങ്ങിക്കഴിഞ്ഞാൽ നല്ല ഉറപ്പുണ്ടാകും. സ്ഥിരം ശത്രുക്കളായ പാമ്പുകൾ, കുരങ്ങുകൾ എന്നിവയിൽ നിന്നും മുട്ടകളെയും ഒപ്പം തന്നെയും സംരക്ഷിക്കാൻ വേണ്ടിയാണ് വേഴാമ്പലുകൾ ഇപ്രകാരം ചെയ്യുന്നത്. ഇതിൽ നിന്നും മോചിതമാകുന്നത് കുഞ്ഞിനു പറക്കമുറ്റുമ്പോഴാണ്. ഇക്കാലമത്രയും പെൺപക്ഷിക്കും മുട്ടവിരിഞ്ഞ ശേഷം കുഞ്ഞിനും ഭക്ഷണം എത്തിക്കേണ്ട ചുമതല ആൺപക്ഷിക്കാണ്. മുട്ടവിരിയാൻ ശരാശരി ഒരു മാസവും കുഞ്ഞുങ്ങൾ പ്രായപൂർത്തിയാകാൻ 4-7 ആഴ്ചയും വേണ്ടി വരുന്നു. ഇക്കാലമത്രയും ആൺപക്ഷി ഭക്ഷണത്തിനായി വനത്തിന്റെ വിവിധ ഭാഗങ്ങളിൽ സഞ്ചരിക്കുന്നത് കാണാൻ കഴിയും. മുട്ട വിരിഞ്ഞു പുറത്തു വരുന്ന കുഞ്ഞുങ്ങൾക്ക് കൊക്കിൽ കിരീടമുണ്ടാവില്ല.

ഏതാനും ആഴ്ച കഴിഞ്ഞാണ് അത് പ്രത്യക്ഷപ്പെടുക. ഏറ്റവും നന്നായി കൂട് വൃത്തിയായി സൂക്ഷിക്കുന്ന പക്ഷിയാണിത്.

ഇവയുടെ ഏറ്റവും വലിയ ശത്രു മനുഷ്യനാണ്.വനത്തിലെ മറ്റു മൃഗങ്ങളിൽ നിന്നും സ്വയം രക്ഷപ്പെടുമെങ്കിലും കൂട് അടച്ചുള്ള വേഴാമ്പലിന്റെ വാസം മനുഷ്യനെന്ന ഇരുകാലി മൃഗത്തിനു കൂടുതൽ സൗകര്യമാണ് നൽകുന്നത്. അതിനാലാണ് ഇവ നിലനില്പു ഭീഷണിയിലായത്.

മയിൽ/നീലമയിൽ
Peafowl/Indian peafowl

ശാസ്ത്രനാമം: പാവോ ക്രിസ്റ്റേറ്റസ്

Pavo cristatus Linnaeus, 1758

ദക്ഷിണേഷ്യയിൽ, വിശേഷിച്ചും ഇൻഡ്യയിൽ ജന്മമെടുത്ത മനോഹരമായ ഒരു പക്ഷിയാണ് മയിൽ. സ്ഥിരവാസിയാണിത്. കോഴിയുടെ കുടുംബത്തിലെ അംഗമായ ഇതാണ് കേരളത്തിലെ ഏറ്റവും വലിയ പക്ഷി. ദേശീയപക്ഷിയായ ഇതിനെ ഇൻഡ്യയിലുടനീളം കാണാം. ഒഡീഷയുടെ സംസ്ഥാന പക്ഷിയുമാണിത്. കേരളത്തിൽ വയനാട്, ചിന്നാർ, പറമ്പിക്കുളം എന്നീ സംരക്ഷണമേഖലകളിലാണ് കൂടുതലായി ഇവയുടെ സാന്നിധ്യമുള്ളത്. ഈ പക്ഷിയുടെ ഇഷ്ടവാസസ്ഥാനങ്ങൾ തുറസ്സായ വനങ്ങളാണ്. വനമേഖലകളുടെ സമീപമുള്ള തോട്ടങ്ങളിലും കാവുകളിലും ഇവയെ കാണാറുണ്ട്. വിരളമായി മനുഷ്യവാസമുള്ള സ്ഥലങ്ങളിലും ഇവയെത്താറുണ്ട്. ഇന്ത്യയിലെ മയിലുകളെ ഇന്ത്യൻ ബ്ലൂ എന്ന ജനുസ്സിലാണ് ഉൾപ്പെടുത്തിയിരിക്കുന്നത്. ഇവയ്ക്കു മാത്രമായി സ്ഥാപിച്ച കേരളത്തിലെ ഒരു വന്യജീവിസംരക്ഷണകേന്ദ്രമാണ് പാലക്കാട് ജില്ലയിലെ കെ. കെ. നീലകണ്ഠൻ മെമ്മോറിയൽ ചൂലന്നൂർ മയിൽ സങ്കേതം.

ഇതൊരു വലിയ പക്ഷിയാണ്. വർണ്ണമനോഹരമാണ് ഇതിന്റെ ദേഹം. പൊതുവെയുള്ള നിറം നീലയായതിനാൽ ഈയിനത്തെ നീലമയിലെന്നും വിളിക്കാറുണ്ട്. പ്രധാനമായും നീലയും പച്ചയും നീല കലർന്ന പച്ചയും നിറങ്ങളിൽ മിന്നിത്തിളങ്ങുന്ന കഴുത്തും ഉച്ചിപ്പൂവുള്ള ശിരസ്സും വർണ്ണപ്പീലികൾ നിറഞ്ഞ വാലുമാണ് ഇവയുടെ സവിശേഷതകൾ. ആണിനെയും പെണ്ണിനെയും വ്യക്തമായി തിരിച്ചറിയാൻ കഴിയും. ആൺമയിലിന് വലുപ്പവും ഭംഗിയും കൂടുതലാണ്. ഇതിന് വാലിന്

മുകളിൽ, ശരീരത്തിനെക്കാൾ വളരെയധികം നീണ്ട വർണ്ണാഭമായ പീലിയുണ്ട്. പെണ്ണിന് പീലിയുണ്ടെങ്കിലും അത് വർണ്ണാഭമായിരിക്കില്ല. നീളം കുറവായിരിക്കും. പീലിക്കണ്ണുകൾ കാണുകയുമില്ല. ആണിന് ചുണ്ടിന്റെയറ്റം മുതൽ പീലിയുടെയറ്റം വരെ 190-230 സെ. മീ. നീളം വരുമ്പോൾ താരതമ്യേന ചെറുതായ പെൺമയിലിന് 90-100 സെ.മീ. നീളമേ വരൂ. 4-6 കിലോഗ്രാമാണ് ആണിന്റെ ഭാരം. പെണ്ണിനാവട്ടെ, 3-4 കിലോഗ്രാം ഭാരമാണുണ്ടാവുക.

ആൺമയിലിന്റെ തലയ്ക്ക് തിളങ്ങുന്ന, പച്ച കലർന്ന നീലനിറമാണ്. നീളം കുറഞ്ഞതും ചുരുണ്ടതുമായ തൂവലുകളാണ് ഇവിടെക്കാണുക. തലയിൽ പ്രകടമായി ഉയർന്നു നിൽക്കുന്ന ഉച്ചിപ്പൂവിന് വിശറിയുടെ ആകൃതിയായിരിക്കും. ഇതിലെ തൂവലുകൾക്ക് നഗ്നമായ കറുത്ത തണ്ടും നീല കലർന്ന പച്ചനിറമുള്ള, പരസ്പര ബന്ധിതമായ അഗ്രഭാഗങ്ങളും കാണും. കണ്ണിനു മുകളിലും താഴെയും വെള്ളനിറമുള്ള നഗ്നചർമ്മം കാണാം. കണ്ണിനു താഴെയുള്ള ചർമ്മത്തിന് അർദ്ധചന്ദ്രാകൃതിയായിരിക്കും. തലയുടെ താഴ്ഭാഗത്ത് വശങ്ങളിൽ തിളങ്ങുന്ന, നീല കലർന്ന പച്ചനിറമാണ്. മുതുകിൽ മഞ്ഞ കലർന്ന പച്ചനിറവും ചെമ്പുനിറവുമൊക്കെക്കാണാം. തോൾഭാഗവും ചിറകുകളും മങ്ങിയ തവിട്ടുനിറത്തിൽ കുറുകെ ധാരാളം കറുത്ത വരകളോടെ കാണപ്പെടും. വാലിന് ഇരുണ്ട തവിട്ടുനിറമാണ്. ഇതിനു മുകളിൽ, വാൽമൂടി പോലെ ധാരാളം തൂവലുകൾ ചേർന്നുണ്ടാകുന്ന പീലി കാണാം. വാലിലെ വളരെ ബലമുള്ള തൂവലുകളാണ് പീലികളെ താങ്ങിനിർത്തുന്നത്. പീലികളിൽ കടുംനീലയും ഇളംനീലയും മഞ്ഞയും തവിട്ടും പച്ച കലർന്ന നീലയും ഇവയുടെ പല മിശ്രവർണ്ണങ്ങളും കാണാം. പീലിയിലെ ഓരോ തൂവലിന്റെയും അറ്റം വിസ്താരമുള്ളതും, കണ്ണിന്റെയാകൃതിയിൽ വർണ്ണവിന്യാസമുള്ളതുമായിരിക്കും. പീലിക്കണ്ണുകളെന്ന് വിളിക്കുന്ന ഇവയാണ് പീലികൾക്ക് അനുപമ ഭംഗി നൽകുന്നത്. പീലിയിലെ ഏറ്റവും പുറമേയുള്ള ഏതാനും തൂവലുകളിൽ അർദ്ധചന്ദ്രാകൃതിയുള്ള കറുത്ത അറ്റമായിരിക്കും കാണുക. മഴക്കാറുള്ള ദിവസങ്ങളിലും മറ്റും പീലികൾ വിടർത്തി പ്രദർശിപ്പിക്കുന്നത് മയിലുകളുടെ സവിശേഷ സ്വഭാവമാണ്. യഥാർത്ഥ വാലിനെയും പീലികളെയും വിശറിപോലെ ഉയർത്തിപ്പിടിച്ചാണ് പ്രദർശനം. അപ്പോൾ ചിറകുകളെ വിറപ്പിച്ച് കട-കട എന്നൊരു ശബ്ദവും പുറപ്പെടുവിക്കും. ഇണയെ ആകർഷിക്കാനാണ് ഇപ്രകാരം പീലിവിടർത്തുന്നത്. വർഷത്തിൽ ഒരിക്കൽ പീലി പൊഴിച്ചുകളയും. മഞ്ഞുകാലമാകുമ്പോഴാണ് ഇപ്രകാരം പീലി പൊഴിക്കുന്നത്. പീലികളെല്ലാം ഒന്നിച്ച് പൊഴിക്കാറില്ല. ദിവസങ്ങൾ വേണ്ടിവരും എല്ലാ പീലിയും പൊഴിച്ചുകളാൻ. പിന്നീട് ആഴ്ചകളെടുത്ത് പുതിയവ മുളച്ചുവരും. ശരീരത്തിനടിവശം തിളങ്ങുന്ന ഇരുണ്ട പച്ചനിറമാണ്. വാലിനടിയിലേക്ക് പോകുമ്പോൾ നിറം ക്രമേണ കറുപ്പായി മാറുന്നതു കാണാം. ഇവയുടെ

കാലുകൾക്ക് ഇരുണ്ട തവിട്ടു നിറമാണ്. ആണിന്റെ കാലിലെ പിന്നിലെ വിരലിൽ ഒരു മുള്ള് കാണും. തുടയ്ക്ക് അടഞ്ഞ മഞ്ഞനിറമായിരിക്കും. പാദങ്ങളിൽ അരം പോലെയുള്ള നഖങ്ങളുണ്ട്. കൊക്ക് ബലമുള്ളതാണ്.

പെൺമയിലിന്റെ തലയ്ക്ക് ചെമ്പിച്ച തവിട്ടുനിറമാണ്. ആണിനുള്ളതുപോലുള്ള ശിഖ ഇതിനും കാണും. എന്നാൽ, ശിഖയുടെ അഗ്രത്തിൽ കടുംചുവപ്പുനിറവും അതിനരികിലായി പച്ചനിറവുമായിരിക്കും കാണുക. ശരീരത്തിന് മുകൾവശം നരച്ച നിറമുള്ള പുള്ളികളുള്ള തവിട്ടുനിറമായിരിക്കും. വാലിന് ഇരുണ്ട തവിട്ടുനിറമാണ്. കഴുത്തിൽ തിളങ്ങുന്ന, നീല കലർന്ന പച്ചനിറവും നെഞ്ചിൽ പച്ചത്തിളക്കമുള്ള ഇരുണ്ട തവിട്ടുനിറവുമാണ്. ശരീരത്തിനടിവശത്ത് വെള്ളനിറം കലർന്ന തവിട്ടുനിറം. ചിറകുകളുടെ ചുവപ്പുനിറം ഒഴിച്ചാൽ, പ്രായപൂർത്തിയെത്താത്ത ആണിന് പെണ്ണിന്റെ നിറവിന്യാസമായിരിക്കും.

ഇത് പകൽ സഞ്ചാരിയാണ്. ഒറ്റയ്ക്കും ഇണയോടൊപ്പവും 5–10 എണ്ണമുള്ള കൂട്ടമായും കാണും. വന്മരങ്ങളിലാണ് പകൽ വിശ്രമവും രാത്രിയിലെ ചേക്കേറലും. മികച്ച ഓട്ടക്കാരാണിവ. അത്യാവശ്യമെങ്കിൽ പറക്കാനും കഴിയും. എന്നാൽ, അധിക ദൂരം പറക്കാറില്ല. ഇതിന്റെ പറക്കലിന് ഒരു രാജകീയ പ്രൗഢിയാണ്. ശത്രുഭയമുണ്ടായാൽ പറക്കുന്നതിനെക്കാൾ ഓടി രക്ഷപ്പെടാനാണ് ഇവ ശ്രമിക്കുന്നത്. മിക്കവാറും നിശ്ശബ്ദരാണ്. വൈകുന്നേരങ്ങളിലും പ്രജനനകാലത്തും ഉച്ചത്തിൽ കിയോ എന്ന് വിളിക്കാറുണ്ട്. പൂച്ചകരയുന്നതു പോലെയുള്ള സ്വരവുമുണ്ടാക്കും.

ഇവ മിശ്രഭുക്കുകളാണ്. ഓന്ത്, പല്ലി, അരണ, എലി, തവള, ചെറിയ പാമ്പുകൾ എന്നിവയാണ് മുഖ്യ ഇരകൾ. ഒപ്പം ധാന്യങ്ങളും പൂക്കളും ഇലകളും പുല്ലുകളുമൊക്കെ തിന്നും. നഖങ്ങളുപയോഗിച്ചാണ് ഇരകളെ പിടികൂടുന്നത്. നിലത്തും മരത്തിലും ഇരതേടും. പകലാണ് ഇരതേടൽ.

മഴക്കാലത്താണ് പ്രജനനം. ബഹുഭാര്യാത്വം പുലർത്തുന്ന ഒരു പക്ഷിയാണിത്. ഒരാണിന് 3–6 പിടകളുണ്ടാവും. നിലത്തോ, പൊന്തകളിലോ ചപ്പുചവറുകളും മറ്റും കൂട്ടിയിട്ട്, കണ്ടെത്താൻ കഴിയാത്ത രീതിയിലാണ് കൂടൊരുക്കുന്നത്. ഒരു തവണ 4–5 മുട്ടകളുണ്ടാവും. തവിട്ടു കലർന്ന വെള്ളനിറമുള്ള ഇവ വിരിയാൻ ഏതാണ്ട് 30 ദിവസം വേണ്ടിവരും. പെണ്ണ് മാത്രമേ അടയിരിക്കൂ. കുഞ്ഞുങ്ങളെ തീറ്റിപ്പോറ്റുന്നതും അമ്മ മാത്രമാണ്. കുഞ്ഞുങ്ങൾക്ക് തവിട്ടുനിറമായിരിക്കും. ഇവ പ്രായപൂർത്തിയാകാൻ 10 മാസം വേണ്ടിവരും. കുഞ്ഞുങ്ങളും നല്ല ഓട്ടക്കാരാണ്. 15–18 വർഷമാണ് ഇവയുടെ ആയുസ്സ്.

മയിലെണ്ണക്കും മയിൽപ്പീലിക്കും വേണ്ടി മനുഷ്യൻ ഇവയെ കൊല്ലുന്നത് പതിവായതിനാൽ വംശനാശ ഭീഷണി നേരിടുന്ന ഒരു പക്ഷിയായി ഇത് മാറിയിരിക്കുന്നു. വന്യജീവിസംരക്ഷണ നിയമത്തിന്റെ രണ്ടാം

പട്ടികയിലാണ് ഇതിനെ ഉൾപ്പെടുത്തിയിരിക്കുന്നത്. വന്യജീവിസംരക്ഷണ നിയമമനുസരിച്ച് ഇതിനെ പിടികൂടി വളർത്തുന്നതും കൊല്ലുന്നതും ഉപദ്രവിക്കുന്നതുമെല്ലാം കടുത്ത ശിക്ഷയർഹിക്കുന്ന കുറ്റങ്ങളാണ്.

മാക്കാച്ചിക്കാട/തവള വായൻ
Srilankan frogmouth/Ceylon frogmouth

ശാസ്ത്രനാമം: *ബട്രാക്കോസ്റ്റോമസ് മൊണിലിഗർ*
Batrachostomus moniliger Blyth, 1849
കുടുംബം: *ബട്രാക്കോസ്റ്റോമിഡേ*

പശ്ചിമഘട്ടത്തിന്റെ തെക്കുഭാഗങ്ങളിലും ശ്രീലങ്കയിലും മാത്രം കാണപ്പെടുന്ന ഒരു പറവയാണ് മാക്കാച്ചിക്കാട. വലിയ സൗന്ദര്യമൊന്നുമില്ലാത്ത ഇവ ഇന്ത്യയിൽ പശ്ചിമഘട്ടത്തിൽ മാത്രമേയുള്ളൂ എന്നാണ് ശാസ്ത്രമതം. നിബിഡമായ കാടുകളാണ് ഇവയുടെ ആവാസ മേഖലകൾ. മുളങ്കാടുകളിലും ചൂരൽക്കൂട്ടത്തിനിടയിലുമൊക്കെ ഇവയെ കാണാം. കാടു വിട്ട് ഇവ പുറത്തുവരാറില്ല. കേരളത്തിൽ, തട്ടേക്കാട് പക്ഷിസങ്കേതത്തിൽ ഇവയെ നന്നായി നിരീക്ഷിക്കാവുന്നതാണ്. ഇവയുടെ എണ്ണത്തിൽ വളരെ കുറവ് വരുന്നതായി ചില നിരീക്ഷകർ അഭിപ്രായപ്പെടുന്നുണ്ട്.

ഇതിന് 23 സെ.മീ. നീളം വരും. തലയ്ക്ക് ശരീരത്തോളം തന്നെ വിസ്താരമുണ്ടാവും. കൊക്ക് തവളയുടെ വായ പോലെ വിസ്താരത്തിൽ തുറക്കാവുന്നതാണ്. അതിനാലാണ് തവളവായൻ, ഫ്രോഗ്മൗത്ത് എന്നീ പേരുകൾ വന്നത്. പരന്ന് ത്രികോണാകൃതിയുള്ള കൊക്കിന്റെയറ്റം കൊളുത്തുപോലെ വളഞ്ഞിരിക്കും. കൊക്കിനു മുകളിൽ മീശരോമങ്ങൾ കാണാറുണ്ട്. കണ്ണുകൾ തലയുടെ മുന്നിലേക്കാണ് കാണുന്നത്. ഇവയുടെ കാലുകൾ നന്നേ കുറുകിയതാണ്. വാലിന് നീളമുണ്ടാവും. ആണിനും പെണ്ണിനും വ്യത്യസ്ത നിറമാണ്. ആണിന് ശരീരമാസകലം കാപ്പി കലർന്ന ചാരനിറവും പെണ്ണിന് ചെങ്കൽ നിറവുമായിരിക്കും. രണ്ടിന്റെയും ശരീരത്തിൽ വെള്ളനിറത്തിലുള്ള പൊട്ടുകളുണ്ടായിരിക്കും. ആൺപക്ഷിക്ക് പൊട്ടുകൾ കൂടുതലായിരിക്കും. കുഞ്ഞുങ്ങൾക്ക് വെള്ള നിറമാണ്.

ഇവ രാത്രിസഞ്ചാരികളാണ്. പകൽ മരങ്ങളിൽ ഒളിച്ചിരുന്ന് വിശ്രമിക്കും. അധികം ഉയരമില്ലാത്ത മരങ്ങളിലെ ഉണങ്ങിയ ഇലകളോട് ചേർന്നായിരിക്കും പകൽ വിശ്രമിക്കുന്നത്. ഉടലിന്റെ നിറം ഇലകളുടെ നിറം പോലെത്തന്നെയായതിനാൽ ഇവയെ കണ്ടെത്താൻ ബുദ്ധിമുട്ടാണ്.

ശല്യമൊന്നുമില്ലെങ്കിൽ, ഇവ സ്ഥിരമായി ഒരിടത്തുതന്നെ വിശ്രമിക്കുന്ന തായാണ് കണ്ടെത്തിയിട്ടുള്ളത്. സാധാരണ, ഇണയോടൊപ്പമാണ് കാണുന്നത്. എന്നാൽ, ഒറ്റയായും കാണാറുണ്ട്. വെളുപ്പിനും സന്ധ്യക്കും ഇവ പ്രത്യേക രീതിയിൽ ചിലയ്ക്കാറുണ്ട്.

ചെറുപ്രാണികളാണ് മുഖ്യാഹാരം. രാത്രിയാണ് ഇരതേടൽ. വായ തുറന്നുപിടിച്ചു കൊണ്ട് പറന്നാണ് ഇരപിടിക്കുന്നത്.

ജനുവരി-ഏപ്രിൽ ആണ് പ്രജനനകാലം. അധികം ഉയരമില്ലാത്ത മരങ്ങളിലെ കവരങ്ങളിലാണ് കൂടുകെട്ടുന്നത്. മാറാലയും പായലും മര ത്തൊലിയും ചെറിയ തൂവലുകളും ഇലകളും ചെറുകമ്പുകളുമൊക്കെ കൂടുനിർമ്മാണത്തിന് ഉപയോഗിക്കും. വെള്ളനിറമുള്ള ഒരു മുട്ടയാണ് പതിവ്. ആണും പെണ്ണും അടയിരിക്കും. ആണ് പകലും പെണ്ണ് രാത്രി യിലുമാണ് ഈ ജോലി ചെയ്യുന്നത്. കുഞ്ഞ് പറന്നുപോയാൽ ആൺ പക്ഷി കൂട് നശിപ്പിക്കും. കുഞ്ഞുങ്ങൾ രണ്ടുമാസത്തോളം മാതാപിതാ ക്കളോടൊപ്പം ചേക്കേറും.

കോഴി വേഴാമ്പൽ

നീലത്തത്ത

നീലക്കിളി പാറ്റാപിടിയൻ

കരിഞ്ചെമ്പൻ പാറ്റാപിടിയൻ

നീലഗിരി ചിലപ്പൻ

സന്ധ്യക്കിളി

മലമുഴക്കി വേഴാമ്പൽ

മാക്കാച്ചിക്കാട/തവള വായൻ

ചെഞ്ചിലപ്പൻ

ചാരത്തലയൻ ബുൾബുൾ

മയിൽ

പിൻകുറിപ്പ്

എന്നും ഏതും തനിക്കുവേണ്ടി മാത്രമെന്നും തനിക്ക് മറ്റൊരു ജീവിയുടെയും സഹായമോ സാമീപ്യമോ ആവശ്യമില്ലെന്നും ധരിച്ചുവശായ മനുഷ്യൻ, സ്വന്തം ശവക്കുഴി സ്വയം തോണ്ടുകയാണെന്ന് മനസ്സിലാക്കാതെ നിരന്തരം ഭൂമിയിലെ ആവാസമേഖലകൾ മാറ്റിമറിക്കുകയും ശിഥിലമാക്കുകയും ചെയ്തുകൊണ്ടിരിക്കുന്നു. ബുദ്ധിവൈഭവത്തിൽ മുമ്പനെന്ന് അഹങ്കരിച്ച് പ്രകൃതിവിഭവ സ്രോതസ്സുകളെ ബുദ്ധിയില്ലാതെ പരമാവധി ചൂഷണം ചെയ്തുകൊണ്ട് ദരിദ്രനായി സ്വയം മാറിക്കൊണ്ടിരിക്കുന്നു. ഇതിനിടയിൽ, സ്വന്തം വംശം നിലനിർത്താൻ പെടാപ്പാട് പെടുന്ന ജീവജാലങ്ങൾ. മനുഷ്യന് കൈയെത്താത്തത്ര അകലം പാലിച്ച് ഒളിഞ്ഞും ഒഴിഞ്ഞും ജീവിതം തള്ളിനീക്കുന്ന ഇവയ്ക്ക് നാം വന്യജീവികളെന്ന് പേരിട്ടു. ഓടിയും പറന്നും ഇഴഞ്ഞും നമ്മിൽ നിന്നകന്നു മാറുന്ന ഇവയെ കണ്ടാലുടൻ തല്ലിക്കൊല്ലുന്നത് വിജയമായിക്കണ്ടു നാം. പ്രാണരക്ഷാർത്ഥം തിരിച്ചാക്രമിക്കുന്ന അവയെ നാം ഹിംസ്രജന്തുക്കളെന്ന് വിളിച്ചു.

മനുഷ്യന്റെ കൈകടത്തലുകളില്ലാതെ സ്വാഭാവികമായ ചുറ്റുപാടുകളിൽ മണ്ണിലും മരത്തിലും മാനത്തും സ്വൈരമായും സ്വതന്ത്രമായും വിഹരിക്കുന്ന ജീവജാലങ്ങളായ വന്യജീവികളെ അറിയാനായി തയാറാക്കിയ, മലയാളഭാഷയിലെ വ്യത്യസ്തമായ ഒരു രചനയാണിത്. രണ്ടു പതിറ്റാണ്ടിലധികം കാലം ഇരുണ്ട വനമേഖലകളിലെ ദുർഗ്ഗമപാതകൾ താണ്ടിയും നിസ്സാരമെന്നും ആവശ്യമില്ലാത്തവയെന്നും ഏവരും മുദ്രകുത്തിയിരിക്കുന്ന പ്രകൃതിയിലെ ജീവജാലങ്ങളെ നിരന്തരം സസൂക്ഷ്മം നിരീക്ഷിച്ചും ആർജ്ജിച്ച പ്രായോഗികപരിജ്ഞാനവും പരപ്പാർന്ന വായനയിലൂടെ നേടിയ ശാസ്ത്രവിജ്ഞാനവും സഹജമായി ഉരുത്തിരിഞ്ഞ രചനാവൈഭവവും ഒത്തിണങ്ങിയ ഈ ഗ്രന്ഥം മലയാള വൈജ്ഞാനിക മേഖലയ്ക്ക് മുതൽക്കൂട്ടാവുമെന്നു തന്നെയാണ് ഞങ്ങളുടെ പ്രതീക്ഷ.

ഇതിൽ വന്യജീവികളുടെ പൊതുസ്വഭാവങ്ങൾ വിവരിക്കുന്നതോടൊപ്പം സസ്തനികൾ, ഉരഗങ്ങൾ, ഉഭയജീവികൾ, പക്ഷികൾ എന്നിവയുടെ പൊതുസ്വഭാവങ്ങളും നൽകിയിട്ടുണ്ട്. വന്യജീവികളുടെ ശാസ്ത്രനാമവും കുടുംബപുരാണവും ഉൾപ്പെടെയുള്ള രൂപവിവരണം മുതൽ ശാരീരികാളവുകളും സ്വഭാവസവിശേഷതകളും പ്രജനനരീതികളും വരെ വിശദമാക്കുന്നു ഈ ഗ്രന്ഥം. അവയുടെ ഇപ്പോഴത്തെ വംശസ്ഥിതിയെക്കുറിച്ചും ഇതിൽ സൂചനകൾ നൽകിയിട്ടുണ്ട്. നാല്പതോളം സസ്തനികൾ, 14 ഉരഗങ്ങൾ, 21 പക്ഷികൾ എന്നിവയെ ഇതിലൂടെ പരിചയപ്പെടാം.

പ്രകൃതിയെ സ്നേഹിക്കാൻ ഏറ്റവും നല്ല വഴി അതിനെ അറിയുക എന്നതാണ്. അറിവ് വിവേകം കൊണ്ടു വരും. വന്യജീവികളെ അടുത്തറിയാനും അതിലൂടെ അവയെ സ്നേഹിക്കാനും സംരക്ഷിക്കാനുമുള്ള വഴികളാണ് ഈ ഗ്രന്ഥത്തിന്റെ താളുകളിൽ തെളിയുന്നത്. ■

ഫോട്ടോഗ്രാഫർമാർ

പെരിന്തൽമണ്ണ കെ.രാമചന്ദ്രൻ

യശഃശരീരനായ വന്യജീവി ഫോട്ടോഗ്രാഫർ. ജനനം 1937-ൽ മലപ്പുറം ജില്ലയിലെ പെരിന്തൽമണ്ണയിൽ. വിദ്യാഭ്യാസത്തിന് ശേഷം തമിഴ്നാട് വൈദ്യുതി ബോർഡിൽ ഔദ്യോഗിക ജീവിതം ആരംഭിച്ചു. ഇന്ത്യയിലെ നിരവധി വന്യജീവി സങ്കേതങ്ങൾ സന്ദർശിച്ചിട്ടുണ്ട്. ചാമ്പൽ മലണ്ണാനും മാക്കാച്ചിക്കാടയും വരയാടും ഇദ്ദേഹത്തിന്റെ ചിത്രങ്ങൾ വഴിയാണ് ജനശ്രദ്ധ നേടിയത്. ആനയ്ക്ക് ഇരട്ടക്കുട്ടികളുണ്ടായ അത്യപൂർവ്വ സംഭവത്തിന്റെ ചിത്രമെടുത്തും ഇദ്ദേഹം ചരിത്രത്തിന്റെ ഭാഗമായി.

നമത് വന വിലങ്ക് ശരണാലയങ്കൾ എന്ന പുസ്തകം തമിഴിൽ പ്രസിദ്ധീകരിച്ചതോടെ ഒരു മലയാളി തമിഴിലെഴുതിയ ആദ്യ പരിതഃസ്ഥിതിഗ്രന്ഥത്തിന്റെ എഴുത്തുകാരനെന്ന രീതിയിലും ഈ പരിതഃസ്ഥിതി പ്രവർത്തകൻ ചരിത്രത്തിൽ ഇടംനേടി. മലയാളത്തിൽ, നമ്മുടെ വന്യമൃഗ സങ്കേതങ്ങൾ, ഭാരതത്തിലെ പാമ്പുകൾ, ഭാരതത്തിലെ പക്ഷികൾ എന്നീ പുസ്തകങ്ങളും പ്രസിദ്ധീകരിക്കുകയുണ്ടായി. തമിഴ്നാട് സർക്കാറിന്റെ ഗവർണർ പുരസ്കാരം ഉൾപ്പെടെ പത്തോളം പുരസ്കാരങ്ങൾ ലഭിച്ചിട്ടുണ്ട്. 2011-ൽ ദിവംഗതനായി.

രതീഷ് കാർത്തികേയൻ

1978-ന് തൃശൂരിലെ അതിരപ്പള്ളിയിൽ ജനിച്ചു. കോളേജ് വിഭ്യാഭ്യാസകാലത്ത് തന്നെ ഫോട്ടോഗ്രാഫിയിലേക്ക് തിരിഞ്ഞു. കഴിഞ്ഞ 16 വർഷക്കാലമായി വനം വന്യജീവി പരിസ്ഥിതി ഫോട്ടോഗ്രാഫിയിൽ ശ്രദ്ധിക്കുന്നു. ദക്ഷിണേന്ത്യയിലെ വിവിധ വനമേഖലകൾ നിരവധി തവണ സന്ദർശിച്ചിട്ടുണ്ട്. പരിസ്ഥിതി ഫോട്ടോ പ്രദർശനങ്ങൾ പലതവണ നടത്തിയിട്ടുണ്ട്. മാതൃഭൂമി, മനോരമ, ഗ്രീൻലീഫ് തുടങ്ങിയ ആനുകാലികങ്ങളിൽ ചിത്രങ്ങൾ പ്രസിദ്ധീകരിച്ചിട്ടുണ്ട്. നിരവധി പരിസ്ഥിതി സംഘടനകളുമായി ബന്ധപ്പെട്ട് പ്രവർത്തിക്കുന്നു. അതിരപ്പള്ളി കേന്ദ്രീകരിച്ച് പ്രവർത്തിക്കുന്ന ലീപ് നേച്ചർ ഫൗണ്ടേഷന്റെ സാരഥിയാണ്.

ഇ മെയിൽ: ratheeshkarthikeyan007@gmail.com

കെ. സജുരാജ്

പ്രൊഫഷണൽ ഫോട്ടോഗ്രാഫർ. ജനനം 1982-ൽ തിരുവനന്തപുരം ജില്ലയിലെ കാലടിയിൽ. 2008 മുതൽ സ്വന്തമായി കൈരളി സ്റ്റുഡിയോ എന്ന സ്ഥാപനം നടത്തുന്നു. കേരളത്തിലെ വിവിധ വനമേഖലകൾ പലതവണ സന്ദർശിച്ചിട്ടുണ്ട്. മലയാള മനോരമ, മനോരമ ഇയർബുക്ക്, ഡിസി ഇയർബുക്ക്, കലാകൗമുദി, കൂട് മാസിക തുടങ്ങി വിവിധ ആനുകാലികങ്ങളിൽ പ്രകൃതിസംബന്ധമായ ചിത്രങ്ങൾ പ്രസിദ്ധീകരിച്ചിട്ടുണ്ട്. ഡോ.ടി.ആർ.ജയകുമാരിയും ആർ. വിനോദ്കുമാറും ചേർന്ന് തയ്യാറാക്കിയ കേരളത്തിലെ വൃക്ഷങ്ങൾ എന്ന ബൃഹത് പുസ്തകത്തിനു വേണ്ടി വൃക്ഷങ്ങളുടെ മാത്രം 1000ത്തിലധികം ചിത്രങ്ങൾ പകർത്തി ശ്രദ്ധേയനായി. ഇവരുടെ മിക്ക പുസ്തകങ്ങളുടെയും പരിസ്ഥിതി സംബന്ധമായ ചിത്രങ്ങളെല്ലാം ഇദ്ദേഹത്തിന്റെ സംഭാവനയാണ്. തിരുവനന്തപുരം കേന്ദ്രമായി പ്രവർത്തിക്കുന്ന സഹ്യാദ്രി നാച്ചുറൽ ഹിസ്റ്ററി സൊസൈറ്റിയിലെ അംഗമാണ്.
ഇമെയിൽ: ksajuraj@gmail.com

അപർണ പുരുഷോത്തമൻ

കോട്ടയം ജില്ലയിലെ നാട്ടകം സ്വദേശിനി. വിവാഹശേഷം യാദൃച്ഛികമായി വന്യജീവി ഫോട്ടോഗ്രാഫിയിൽ എത്തപ്പെട്ടു. ഭർത്താവ് അശോക്. ഇരുവരും ഒന്നിച്ച് കേരളത്തിലേയും, തമിഴ്നാട്ടിലേയും കർണ്ണാടകത്തിലേയും നിരവധി വന്യജീവി സങ്കേതങ്ങളിൽ സഞ്ചരിച്ചിട്ടുണ്ട്. 2012-ൽ ഷോളയാർ വനമേഖലയിൽ നിന്ന് അത്യപൂർവ്വമായ ദേശജാതി സസ്തനിയായ മരനായുടെ (Nilgiri Marten) ചിത്രം പകർത്തിയത് വഴി മാധ്യമശ്രദ്ധ ആകർഷിച്ചു. ഇപ്പോൾ കണ്ണൂർ ശ്രീപുരം ഗവ. ഹയർ സെക്കണ്ടറി സ്കൂളിൽ ഭൗതികശാസ്ത്ര അദ്ധ്യാപികയാണ്. ഒപ്പം മഹാത്മാഗാന്ധി സർവകലാശാല സ്കൂൾ ഓഫ് പ്യൂവർ ആൻഡ് അപ്ലയിഡ് ഫിസിക്സിൽ ഗവേഷണവും നടത്തുന്നു. നിരവധി വന്യജീവി ഫോട്ടോപ്രദർശനങ്ങൾ നടത്തിയിട്ടുണ്ട്. കലാലയങ്ങളിലും മറ്റും വനം-പ്രകൃതിയെക്കുറിച്ച് ക്ലാസ്സുകൾ എടുക്കാറുണ്ട്. ഇമെയിൽ : dr.aparnapurushothaman@gmail.com

അനീഷ് ജയൻ

1988-ന് ഇടുക്കി ജില്ലയിലെ തൊടുപുഴയിൽ ജനിച്ചു. കോളേജ് വിദ്യാഭ്യാസകാലത്ത് തന്നെ ഫോട്ടോഗ്രാഫിയിലേക്ക് തിരിഞ്ഞു. കഴിഞ്ഞ 13 വർഷക്കാലമായി വനം വന്യജീവി പരിസ്ഥിതി ഫോട്ടോഗ്രാഫിയിൽ ശ്രദ്ധിക്കുന്നു. ദക്ഷിണേന്ത്യയിലെ വിവിധ വനമേഖലകൾ സന്ദർശിച്ചിട്ടുണ്ട്. നിരവധി വനം-വന്യജീവി പരിസ്ഥിതി ഫോട്ടോഗ്രാഫി പ്രദർശനങ്ങൾ നടത്തിയിട്ടുണ്ട്. ഫോട്ടോ വൈഡ്, ഗ്രീൻലീഫ് തുടങ്ങിയ ആനുകാലികങ്ങളിൽ ചിത്രങ്ങൾ പ്രസിദ്ധീകരിച്ചിട്ടുണ്ട്. പരിസ്ഥിതി സംഘടനകളുമായി ബന്ധപ്പെട്ട് പ്രവർത്തിക്കുന്നു. ഇപ്പോൾ തൊടുപുഴ ഫെഡറൽ ബാങ്കിന്റെ മെയിൻ ശാഖയിൽ ജോലിനോക്കുന്നു.

ഇ മെയിൽ : anishkjayan@gmail.com

www.ingramcontent.com/pod-product-compliance
Lightning Source LLC
LaVergne TN
LVHW060623051026
849519LV00002B/740
* 9 7 8 9 3 8 6 1 2 0 5 4 0 *